சமூகவியலும் இலக்கியமும்

சமூகவியலும் இலக்கியமும்
க. கைலாசபதி (1933-1982)

தமிழின் தலையாய மார்க்சிய இலக்கிய விமர்சகராக மதிக்கப்படும் கைலாசபதி, மலேசியாவின் கோலாலம்பூரில் பிறந்தவர். தாய்: தில்லைநாயகி; தந்தை: இளையதம்பி கனகசபாபதி.

கோலாலம்பூரில் தொடக்கக் கல்வி பயின்ற கைலாசபதி, இரண்டாம் உலகப்போரின் முடிவில் சொந்த ஊரான யாழ்ப்பாணம் திரும்பினார். யாழ்ப்பாணம் இந்துக் கல்லூரியில் இடைநிலை படித்த காலத்தில் மு. கார்த்திகேசன் தொடர்பினால் மார்க்சியத்தின்பால் ஈர்க்கப்பட்டார். பின்னர் கொழும்பு ராயல் கல்லூரியிலும் பேராதனைப் பல்கலைக் கழகத்திலும் படித்தார். பட்டம் பெற்றதும், 1957இல் கொழும்பு *தினகரன்* நாளிதழில் உதவியாசிரியரானார். 1958 முதல் 1961 வரை அதன் ஆசிரியராகக் கைலாசபதி இருந்த காலத்தில் *தினகரன்* ஈழத்து இலக்கியச் சூழலில் பெருந்தாக்கத்தை ஏற்படுத்தியது; முற்போக்கு இலக்கிய இயக்கம் காலூன்றுவதற்கும் காரணமானது. 1961இல் பேராதனைப் பல்கலைக்கழகத்தில் ஆசிரியப் பணியைத் தொடங்கிய கைலாசபதி, 1963இல் இங்கிலாந்தின் பர்மிங்ஹாம் பல்கலைக்கழகத்தில் சேர்ந்து, புகழ்பெற்ற மார்க்சிய அறிஞர் ஜார்ஜ் தாம்சன் மேற்பார்வையில் பிஎச்.டி. பட்டம் பெற்றார். இந்த ஆய்வேட்டை ஆக்ஸ்போர்டு பல்கலைக்கழகப் பதிப்பகம் நூலாக வெளியிட்டது. 1966இல் இலங்கைக்குத் திரும்பிய கைலாசபதி, பேராதனையிலும் கொழும்புவிலும் பணியாற்றியபின் 1974இல் யாழ்ப்பாணப் பல்கலைக்கழகம் நிறுவப்பட்டபொழுது அதன் தலைவராகவும் பேராசிரியராகவும் அமர்ந்து, அதன் வளர்ச்சியில் முக்கியப் பங்காற்றினார்.

ஐயோவா பல்கலைக்கழகப் படைப்பெழுத்துத் திட்டத்தின் ஃபெல்லோவாகவும் கலிபோர்னியா (பெர்க்லி) பல்கலைக்கழகத்தின் வருகைப் பேராசிரியராகவும் விளங்கிய கைலாசபதி, சீன அரசின் அழைப்பின்பேரில் சீனாவிற்கும் பயணம் மேற்கொண்டார்.

1982 டிசம்பரில் கைலாசபதி நோயுற்றுக் காலமானார்.

மனைவி: சர்வமங்களம். மகள்கள்: சுமங்களா, பவித்ரா.

க. கைலாசபதி

சமூகவியலும் இலக்கியமும்

காலச்சுவடு பதிப்பகம்

அன்பார்ந்த வாசகருக்கு,

வணக்கம்.

காலச்சுவடு நூலை வாங்கியமைக்கு நன்றி.

நூலின் உள்ளடக்கம், உருவாக்கம், அட்டைப்படம் இன்ன பிற அம்சங்கள் பற்றிய உங்கள் கருத்துகளையும் ஆலோசனைகளையும் காலச்சுவடு வரவேற்கிறது. தகவல், எழுத்து, வாக்கியப் பிழைகள் தென்பட்டால் கட்டாயம் தெரிவித்து உதவுங்கள். நூல் தயாரிப்பில் கடும் குறைபாடு இருப்பின் மாற்றுப் பிரதி உங்களுக்குக் கிடைக்கக் காலச்சுவடு ஏற்பாடு செய்யும்.

மின்னஞ்சல்: publisher@kalachuvadu.com

காலச்சுவடு நாகர்கோவில் தலைமையகத்துக்கும் கடிதம் அனுப்பலாம்.

தங்கள்
எஸ்.ஆர். சுந்தரம் (கண்ணன்)
பதிப்பாளர் – நிர்வாக இயக்குநர்

சமூகவியலும் இலக்கியமும் ◆ ஆய்வு நூல் ◆ ஆசிரியர்: க. கைலாசபதி ◆ © சுமங்களா கைலாசபதி ◆ முதல் பதிப்பு: செப்டம்பர் 1979 ◆ காலச்சுவடு முதல் பதிப்பு: செப்டம்பர் 2021 ◆ வெளியீடு: காலச்சுவடு பப்ளிகேஷன்ஸ் (பி) லிட்., 669, கே.பி. சாலை, நாகர்கோவில் 629001

காலச்சுவடு வெளியீடு: 1005

camuukaviyalum ilakkiyamum ◆ Essays on the sociology of literature ◆ Author: K. Kailasapathy ◆ © Sumangala Kailasapathy ◆ Language: Tamil ◆ First Edition: September 1979 ◆ Kalachuvadu First Edition: September 2021 ◆ Size: Demy 1 x 8 ◆ Paper: 18.6 kg maplitho ◆ Pages: 200

Published by Kalachuvadu Publications Pvt. Ltd., 669, K.P. Road, Nagercoil 629001, India ◆ Phone: 91-4652-278525 ◆ e-mail: publications@kalachuvadu.com ◆ Printed at Print Point Offset Printers, Nagercoil 629001

ISBN: 978-93-91093-16-7

09/2021/S.No.1005, kcp 3175, 18.6 (1) 9ss

எனது
ஈடுபாடுகளையும் செயல்களையும்
தனது
கனவாகவும் நிறைவுகளாகவும்
கருதி ஊக்கமளித்துவரும்
தந்தைக்கு

பொருளடக்கம்

முன்னுரை	11
1. சமூகவியலும் இலக்கியமும்	15
2. தன்னுணர்ச்சிப் பாடல்களும் தனிமனிதவாதமும்	41
3. தமிழிலக்கிய மரபில் வளர்ந்த பொதுமைச் சிந்தனைகள்	75
4. இசைத்தமிழ் வளர்ச்சியில் நாட்டார் பாடல்களின் பங்கு	118
5. இலக்கியத் திறனாய்வும் உணர்வு நலனும்	152
ஆசிரியர் பெயர் அகரவரிசை	181
நூல்கள், சஞ்சிகைகள் அகர நிரல்	186
பொருள் அட்டவணை	189

இந்த நூல் செப்டம்பர் 1979இல்
சென்னை நியூ செஞ்சுரி புக் ஹவுஸ் பிரைவேட் லிமிடெட்
வெளியிட்ட முதற் பதிப்பை அடியொற்றியது

இந்த நூலை மேற்பார்த்து உதவிய
முனைவர் ப. சரவணனுக்கு
நன்றி.

முன்னுரை

கடந்த இருபத்தைந்து வருடங்களுக்கும் மேலாக நான் எழுதி வெளியிட்டிருப்பவற்றைப் பார்க்கும்பொழுது அவையெல்லாம் ஏதோ ஒரு வகையில் சமுதாயத் தொடர்பமைவு உள்ளனவாய் இருக்கக் காண்கிறேன். திறனாய்வுத் துறையில் முக்கியக் கவனஞ் செலுத்தத் தொடங்கிய காலமுதல் கலை, இலக்கியம் முதலியவற்றை அவற்றுக்குரிய வரலாற்றுப் பின்னணியிலும் சமுதாயச் சூழலிலும் வைத்தே ஆராய்ந்து வந்திருக்கிறேன். மார்க்சியத்தைத் தழுவிக் கொண்ட நாள்முதலாக அதன் முனைப்பான கூறுகளில் ஒன்றாகிய சமூகவியலை எனது பல்வேறு ஆய்வுகளுக்குப் பற்றுக்கோடாகக் கொண்டு வந்துள்ளேன். சமூகவியலில் உண்டாகிய ஈடுபாடே ஒப்பியல் ஆய்விற்கு என்னை இட்டுச்சென்றது. இவற்றின் பயனாக இலக்கியத்தை அறிவியல் அடிப்படையிலே அணுகக் கற்றுக்கொண்டேன்.

பல்கலைக் கழகத்திலே தமிழிலக்கியங் கற்பிக்கும் நான், அக்கல்வி விரிவுரை வகுப்புக் களின் நான்கு சுவர்களுக்குள் அடங்கிவிடுவதல்ல என்பதை உணர்ந்துவந்திருக்கிறேன். இருபதாம் நூற்றாண்டிலே இலக்கிய ஆக்கமும் ஆய்வும் சமுதாயச் சர்ச்சைகளின் மத்தியிலேயே நடை பெறுகின்றன. பலவகைப்பட்ட வாழ்க்கை நிலைகளில் இருப்பவர்களால் இன்றைய இலக்கியம் படைக்கப்படுகிறது. அவ்வப்போது சமுதாயத்திலே எழுகின்ற அரசியல், பொருளியல், சமூக, கலாசார, ஆன்மிக இயக்கங்கள் இலக்கிய ஆக்கத்தைப்

பாதிக்கின்றன. உலகின் பல்வேறு பகுதிகளில் உருவாகும் சிந்தனைகளும் பாணிகளும் அவை தோன்றும் நாடுகளில் மாத்திரமன்றிப் பிற நாடுகளிலும் பரவுகின்றன. கலாசாரப் பரம்பல் நமது யுகத்தின் முக்கியமான பண்புகளில் ஒன்று. மக்கள் தொடர்பு சாதனங்கள் – பத்திரிகை, சஞ்சிகை, வானொலி, தொலைக்காட்சி – இவற்றை வேகமாகச் சுமந்துசெல்கின்றன.

இத்தகைய சூழ்நிலையிலே முற்காலங்களில் இருந்தவாறு இலக்கியக் கல்வி தனித்தியங்கும் ஒரு துறையாக இருத்தல் இயலாது. முற்பட்ட காலங்களில் இலக்கணம், தருக்கம், சாஸ்திரம் முதலாய 'உறவுடைய' சில துறைகளில் பயிற்சியுடையவர்கள் புலமையுடையோராய்க் கணிக்கப் பெற்றனர். இலக்கியக் கல்வியே இலக்கியக் கல்விக்குப் போதுமான அடித்தளமாயிருந்தது. ஆனால் இக்காலத்தில் இலக்கியக் கர்த்தா ஒருவர் விவேகத்துடனும் ஆற்றலுடனும் செயற்பட வேண்டுமாயின், கணிசமான உலகியல் அறிவும் அநுபவமும் பெற்றிருக்க வேண்டுவதன்றி, சமுதாயத்தின் இயக்கவியல் பற்றிய ஞானமும் வாய்க்கப் பெற்றிருத்தல் அவசியமாகும். பழந்தமிழ் இலக்கிய இலக்கணப் பயிற்சியுடையவர்கள் மரபுவழிப்பட்ட, அதாவது தற்புதுமையற்ற செய்யுள்களையும் பிரபந்தங்களையும் ஒருவாறு இயற்றுதல் இயலும். ஏனெனில், மரபுவழிப்பட்ட நூல்களிற் பெரும்பாலான வழிநூல்களும் சார்பு நூல்களுமாகவே அமைவன. இலக்கியம் படைத்த இலக்கியங்கள் அவை எனல் பொருந்தும். ஆனால், சமகால வாழ்க்கையைப் பொருளாய்க் கொண்டு அதன் இயக்கப்பாட்டை இயன்றவரை முழுமையாகவோ அல்லது பகுதியளவாகவோ விவரிக்க முற்படும் இன்றைய எழுத்தாளன் அறிவியல் துறைகளை ஓரளவிலாகிலும் அறிந்திருத்தல் இன்றியமையாதது.

இன்னுமொன்று. நவீன காலத்திலே திறனாய்வு தனிப்பட்ட ஓர் ஆய்வுப் பிரிவாக இயங்கிவருகிறது; நோக்கம், ஆய்வுமுறை, பண்பு, பயன்பாடு இவற்றில் தனக்கெனச் சில சிறப்பியல்புகளைக் கொண்டுள்ளது. இலக்கண விதிகளை மட்டும் அது பிரமாணமாகக் கொள்வதில்லை. மனித வாழ்க்கையை விவரித்து விளக்கங்கூறும் அறிவுத் துறைகள் பலவற்றை அது சார்ந்து நிற்கிறது. மனிதப் பண்பியல் துறைகளான வரலாற்றியல், தொல்பொருளியல், மெய்யியல், அழகியல், மொழியியல் முதலியனவற்றுடன், சமூக விஞ்ஞானத் துறைகளான மானிடவியல், சமூகவியல், உளவியல், அரசியல், பொருளியல், மக்கட் பண்பாட்டியல் என்பனவும் இலக்கிய ஆய்வுக்கு இன்று இன்றியமையாதன. தனித்தும் சார்ந்தும் இயங்கும் இப்பண்பே நவீன இலக்கியத் திறனாய்வை முற்கால இலக்கிய ஆய்வுகளிலிருந்து வேறுபடுத்திக் காட்டுகிறது.

உண்மையில், இத்தகைய ஒரு மாற்றம் மார்க்சியம் புகுத்திய அணுகுமுறையின் விளைவுகளில் ஒன்றாகும். மார்க்சின் இந்த மகத்தான அடிப்படைப் பங்களிப்பைப் பற்றி லெனின் மேல்வருமாறு கூறினார்:

> தத்துவவியல் பொருள்முதல்வாதத்தை மார்க்ஸ் ஆழமாக்கி வளர்த்துப் பூரணமாக்கினார். இயற்கை பற்றிய அதன் ஞானத்தை மனித சமுதாயம் பற்றிய ஞானமாகவும் விரிவாக்கினார். மார்க்சின் வரலாற்றுத் துறைப் பொருள்முதல்வாதம் விஞ்ஞானச் சிந்தனைக்குக் கிடைத்த மாபெரும் வெற்றியாக அமைந்தது. முன்பெல்லாம் வரலாற்றைப் பற்றிய கருத்துக்களிலும் அரசியலைப் பற்றிய கருத்துக்களிலும் குழப்பமும் தான்தோன்றித்தனமும் ஆதிக்கஞ் செலுத்திவந்தன. இப்போது அவை போய் ஒருமித்த முழுமையும் உள்ளிணக்கமும் கொண்ட ஒரு விஞ்ஞானத் தத்துவம் வந்துவிட்டது.

இந்த முழுமையான தத்துவத்தின் ஒரு வெளிப்பாடாகவே சமூகவியல் உருவாகியது. மார்க்சிய அறிஞர்கள் சமூகவியலைக் கலை இலக்கிய ஆய்விற்கு வழித்துணையாகக் கொண்டு வந்துள்ளனர். இதனை மனங்கொண்டே இந்நூலை எழுதி யிருக்கிறேன்.

இதில் அடங்கியுள்ள கட்டுரைகளின் மூலப்படிவங்கள் வெவ்வேறு சந்தர்ப்பங்களில் எழுதப்பட்டவை. கருத்தரங்கு, வானொலி முதலியவற்றுக்காக எழுதப்பட்ட ஆய்வுரைகளும், மலர்களில் சிறப்புக்கட்டுரைகளாக எழுதப்பெற்றனவும், நூல்களுக்கு வழங்கிய முன்னுரைகளும் இவற்றின் தோற்ற வடிவங்களாம். சமூகவியற் பார்வையும் ஆய்வுமுறை யும் கட்டுரைகளைப் பிணைத்து நூலுக்கு ஆதாரமான ஒருமைப்பாட்டினை அளிக்கின்றன என எண்ணுகின்றேன். நூலிற் சேர்த்துக்கொள்வதற்காகக் கட்டுரைகளை மறுபரிசீலனை செய்ததோடு அவற்றை விரித்தும் திருத்தியும் எழுதியிருக்கிறேன். வாசகர்களுக்குப் பயன்படும் வகையில் சான்றாதாரங்களையும் இயன்றவரையில் எடுத்துக்காட்டியிருக்கிறேன்.

இக்கட்டுரைகளின் சிற்சில பகுதிகள் *இளங்கதிர், இளந்தென்றல், சிந்தனை, கற்பகம், தாயகம், வசந்தம் மக்கள் செய்தி* ஆகிய இதழ்களிலும் சிறப்பு மலர்கள் சிலவற்றிலும் வெளிவந்துள்ளன. அவற்றை ஆர்வத்துடன் வெளியிட்ட ஆசிரியர்களுக்கு இவ்விடத்தில் நன்றியைத் தெரிவித்துக்கொள்ள விரும்புகிறேன். அங்குமிங்குமாகக் கிடந்த

கட்டுரைகளைத் தேடிப்பிடிப்பதில் உதவிபுரிந்த நண்பரும் மாணாக்கரும் நன்றிக்குரியவர்கள். குறிப்பாக, பிரதிசெய்வதிலும் ஒப்புநோக்குவதிலும் ஒத்தாசை புரிந்த எனது மாணவர்கள் க. நாகேஸ்வரன், எஸ். சிவலிங்கராஜா இருவருக்கும் நன்றிகூறக் கடமைப்பட்டிருக்கிறேன்.

இந்நூலின் இறுதியில் ஆசிரியர் பெயர் அகரவரிசை, நூல்கள், சஞ்சிகைகளின் அட்டவணை தயாரிப்பதில் பெரிதும் உதவிய ஆ. சிவநேசச்செல்வன், இ. கிருஷ்ணகுமார் இருவரும் எனது நன்றிக்குரியவர்கள்.

வழக்கம் போலவே என் மனைவி சர்வமங்களம் சக ஆசிரியர் ஒருவருக்கு இருக்கக்கூடிய ஆர்வத்துடன் நூலாக்கத்திலே பங்கு பற்றினார்; விஷயங்களைப் பற்றிய சமயாசமய சர்ச்சைகளைத் தவிர, மறதியாலும் கவனக்குறைவாலும் நான் ஆங்காங்கே விட்ட தவறுகளைச் சுட்டிக்காட்டியும், சான்றாதாரங்கள் தேடுவதில் பங்கு கொண்டும் எழுத்து வேலையை இலகுவாக்கினார்.

நியூ செஞ்சுரி புக் ஹவுஸ் பிரைவேட் லிமிடெட் நிறுவனத்தினர் என்பால் காட்டிவரும் அன்புக்கும் ஆதரவிற்கும் தோழமைக்கும் நன்றி தெரிவிக்காமல் விட முடியாது. அவர்கள் வாயிலாக இந்நூல் வெளிவருவது சாலப் பொருத்தமே.

சர்ச்சைக்குரியனவும் மேலும் விரித்து எழுதத் தக்கனவும் இந்நூலில் உள்ளன. வாசகர்களின் ஒத்துழைப்புடன் எதிர்காலத்தில் இந்நூல் இன்னும் திருத்தமடையும் என நம்புகிறேன்.

க. கைலாசபதி

இராசவீதி,
திருநெல்வேலி கிழக்கு,
யாழ்ப்பாணம்.

1

சமூகவியலும் இலக்கியமும்

சமூக விஞ்ஞானத் துறைகள் பலவற்றுள்ளும் இலக்கியத்துடன் மிக நெருங்கிய தொடர்புடையது சமூகவியலாகும். ஏனெனில், சமூகவியல் மனித ஒழுகலாறு சம்பந்தமானது; தனிமனிதனையும் மனித சமுதாயத்தையும் ஆராய்வதையே சமூகவியல் முக்கியக் குறிக்கோளாகக் கொண்டுள்ளது. எனினும், இவ்வக்கறை பற்றிச் சமூகவியல் தனியுரிமை கொண்டாட இயலாது. மனிதனது நீண்ட வரலாற்றிலே, நாகரிக நிலை ஆரம்பித்த காலமுதல், மனித ஒழுகலாறு பற்றிச் சமயவாதிகளும் இலக்கியவாதிகளும் ஆழ்ந்த சிரத்தை காட்டிவந்துள்ளனர். குறிப்பாக, மனித ஒழுகலாற்றின் ஒரு பகுதியான "ஆண் பெண்" உறவு, வேத விவிலிய காலங்களிலேயே இலககியக் கர்த்தாக்களது கவனத்தை ஈர்த்துவந்திருக்கிறது. தமிழிலும் இப்பொழுது நமக்குக் கிடைக்கும் மிகப் பழமையான பாடல்களில் அகத்திணைப் பாடல்கள் என வகைப்படுத்தப்பட்டுள்ளவை ஆண் பெண் உறவின் பல்வேறு நிலைகளைச் சித்திரிப்பனவே. இயற்கைப் புணர்ச்சியிலிருந்து கற்புநெறி வாழ்க்கைவரை பல சந்தர்ப்பங்களைச் சான்றோர் செய்யுள்கள் எமக்குணர்த்துகின்றன. சிறப்பாக, மனித சுபாவம் அல்லது மனித இயற்கை என்னும் பொருளைத் தத்துவவாதிகள் மட்டுமன்றி இலக்கிய ஆசிரியர்களும் தொன்றுதொட்டே எண்ணிப்பார்த்து வந்திருக்கின்றனர்.

இத்தகைய நோக்கிலேயே பல்வேறு மொழிகளிலும் இலக்கியக் கர்த்தாக்கள் மனிதனைப்

பற்றிப் பாடியும் எழுதியும் வந்திருக்கின்றனர். அலெக்ஸாந்தர் போப் (1688–1744) என்ற ஆங்கிலக் கவிஞன், "மனுக்குலம் பற்றிய முறையான ஆய்வு மனிதனைப் பற்றிய ஆய்வாகும்" என்று கூறினான். வால்ட் விட்மன் (1819–1892) என்ற அமெரிக்கக் கவிஞன், "நான் மனிதனைப் பாடுகிறேன்" என்றான். புகழ்பூத்த ருஷ்ய இலக்கிய ஆசிரியர் மாக்ஸிம் கார்க்கியோ (1868–1936), "மனிதன் சம்பந்தமான எதுவுமே இலக்கியத்துக்குப் புறம்பானதன்று" என்றான். இவ்வாறு தத்துவவாதிகளும் இலக்கியக் கர்த்தாக்களும் நெடுங்காலமாக மனிதனைப் பற்றிக் கூறிவந்திருப்பினும் அக்கூற்றுக்கள் அவரவர் நம்பிக்கைகளுக்கும் உலக நோக்குக்கும் ஏற்ப வேறுபட்டுவந்துள்ளன.

பொதுவில், மனித சிந்தனை சில படிமுறை வளர்ச்சிகளைக் கண்டுள்ளது எனலாம். சமூகவியலின் மூலபிதாக்களில் ஒருவரான ஆகஸ்ட் கோன்ட் (1798–1857) இதுபற்றிக் குறிப்பிடுகையில் மனிதன் வளர்த்த இயல்கள் அனைத்தும் மூன்று படிகளைக் கண்டுள்ளன என்றார். அவையாவன: புராதன அல்லது இறை நம்பிக்கை சார்ந்த நிலை, இயற்கை யதீத நிலை, விஞ்ஞான நிலை என அவர் விவரித்தார். முதலாவது நிலையில், இயல் நிகழ்ச்சிகள் மனிதனது அல்லது தெய்வத்தினது விருப்பாற்றலினால் இயங்கக்கூடியவை என்னும் நம்பிக்கை நிலவியது. இரண்டாவது நிலையில், இயல் நிகழ்ச்சிகள் எவருடைய விருப்பாற்றலினாலன்றி அரூபமான கருத்துக்களினால் – காரணம், சுதந்திரம் முதலிய கோட்பாடுகளினால் – இயங்குவன என்று எண்ணப்பட்டது. மூன்றாவது நிலையில், இயல் நிகழ்ச்சிகள் தம்முள்ளிருக்கும் உள்ளார்ந்த இயக்க விதிகளினால் செயற்படுவன என்று கருதப்பட்டது. ஒரு கட்டத்திலே ஐரோப்பிய சிந்தனை வளர்ச்சியில் முன்னணியில் நின்ற பிரெஞ்சு நாட்டவரான கோன்ட், சமூகவியல்வாதியாக மட்டுமன்றித் தத்துவவியல் வாதியாகவும் விளங்கியவர். *Positivism* என்ற புலக்கொள்கைத் தத்துவத்தைத் தோற்றுவித்தவர். எனவே, மனித அறிவுநிலைகளைப் படிமுறையாக வகுத்த அவர் சிந்தனையில் புலக்கொள்கையின் செல்வாக்கைத் தெளிவாய்க் காணக்கூடியதாக உள்ளது.

இயற்கையின் செயற்பாட்டிற்கும் தொழிற்பாட்டிற்கும் தெய்வம் முதலிய உலோகாதீத சக்திகளைக் காட்டாது பொருளின் இயற்காட்சியின் – உள்ளார்ந்த இயக்கவியலைக் கண்டறிவதே விஞ்ஞான நிலையின் இலட்சியமாகும். இதனையே ஆங்கிலப் பொருள் முதல்வாதத்தின் தாபகரும் வரலாற்று ஆய்வாளரும் தத்துவவியல்வாதியுமான பிரான்ஸிஸ் பேகன் (1561–1626) "விஞ்ஞானத்தின் பணி இயற்கை எவ்வாறு இயங்குகிறது என்பதனைக் கண்டறிவதாகும்" என்று குறிப்பிட்டார். (பொருள்

முதல்வாதத்தை விஞ்ஞானபூர்வ மாக்கியவர்களுள் ஒருவரான எங்கெல்ஸ் *இயற்கையின் இயக்கவியல்* என்னும் மாபெரும் நூலை இயற்றினார்.)

பொதுவாக விஞ்ஞான – பூர்வமான கருத்துக்கள் ஸ்திரமான உருவம் பெறத் தொடங்கிய காலப்பகுதியில் 'சமூகம் எவ்வாறு இயங்குகிறது என்பதனைக் கண்டறியும்' சமூகவியலும் தனக்கென ஒரு வடிவம் பெற்றதில் வியப்பெதுவுமில்லை.

இக்கட்டுரையின் தொடக்கத்திலே சுட்டியிருப்பதுபோல், பன்னெடுங்காலமாகவே எழுத்தாளருக்கு மனித சமூகத்தைப் பற்றிய அக்கறை இருந்தபோதிலும், நவீன சமூகவியல் அதாவது 'விஞ்ஞான பூர்வமான' சமூகவியல், ஐரோப்பாவிலே பத்தொன்பதாம் நூற்றாண்டில் உருவாகியது எனலாம். அதற்கேற்ற சூழலும் அக்காலப் பகுதியில் இருந்தது.

பத்தொன்பதாம் நூற்றாண்டிலே விஞ்ஞானமானது, சமயம், இயற்கை யதீதம் இவற்றிலிருந்து விடுபட்டுத் தரவுகள், ஆய்வுகள், முடிவுகள் என்ற ஆராய்ச்சி நிலைக்கு வந்தது. "விஞ்ஞானத்தின் இந்த வெற்றிகரமான பீடுநடையின் மூன்று மேலோங்கிய முன்னேற்றங்கள் உயிரணுவின் கண்டுபிடிப்பு, ஆற்றலின் அழியா நிலை பற்றியும், நிலை மாற்றம் பற்றியும் உள்ள விதியின் கண்டுபிடிப்பு, டார்வினிஸம் என்று எங்கெல்ஸ் எடுத்துக் காட்டியுள்ளார்."[1] குறிப்பாக, சார்லஸ் டார்வின் *(1809–1882)* தமது அடிப்படைப் படைப்பான இயற்கைத் தேர்வின் மூலம் *இனவகைகளின் தோற்றம் பற்றி* என்னும் நூலை வெளியிட்டமை, இயற்கையின் இயக்கவியல் இயல்பை உறுதிப்படுத்தவும் பிரசித்தப்படுத்தவும் உதவியது. இச்சூழலிலேயே சமூக விஞ்ஞானமும் இயற்கை விஞ்ஞானம் போன்று காலத்துக்கு ஏற்றதாய் அமைதல் வேண்டும் எனச் சில ஆய்வாளர் கருதினர்.

அதே வேளையில் கோன்ட் போன்ற சமூகவியல் முன்னோடிகள் தமது காலத்து அரசியல் – சமூக – பொருளாதார இயக்கங்களினாலும் பல்வேறு விதத்திற் பாதிக்கப்பட்டனர். ஐரோப்பாவில் மாபெரும் மாற்றங்களும் குழப்பங்களும் நிகழ்ந்துகொண்டிருந்தன; சர்வதேச யுத்தங்கள், சர்வதேசப் புரட்சிகள், பிரெஞ்சுப் புரட்சிகள் முதலியன ஐரோப்பிய சிந்தனையாளரின் கவனத்தை ஈர்த்திருந்தன. சமூகங்களிற் பெருமாற்றங்கள் நடைபெறுகையில் மனிதர்கள் நடந்துகொள்ளும் முறை பலருக்குப் புரியாத புதிராக இருந்தது. அதுகாலவரை அடங்கியிருந்தோர் திடீரென எழுந்து நின்று உரிமைக்காகப் போராடும் நிலைமை நிலவியது. இத்தகைய சம்பவங்கள் மனிதனையும் மனித சமுதாயத்தையும்

நுணுகியாராயும்படி சிந்தனையாளர் சிலரை நிர்ப்பந்தித்தன. சிலர் சமுதாயத்தை வரலாற்றடிப்படையில் நோக்கினர்; வேறு சிலர் சமகால நிகழ்ச்சிகளை உன்னிப்பாய்க் கவனித்தனர். இம்முயற்சிகள் சமூகவியல் வளர்ச்சிக்கு உதவும் வகையில் அமைந்தன. ஐரோப்பாவில் இக்காலப் பகுதியை அடுத்தே வரலாற்று நாவல்கள் துரித வளர்ச்சி அடைந்தன. இதுபற்றி ஜோர்ஜ் லுகாக்ஸ் கூறுவது மனங்கொளத் தக்கது:

> பிரெஞ்சுப் புரட்சியும் புரட்சிகரப் போர்களும் நெப்போலியனது எழுச்சியும் வீழ்ச்சியும் முதன்முறையாக, ஏறத்தாழ ஐரோப்பிய அளவில் வரலாற்றைப் **பொதுமக்களின்** அனுபவத்துக்குட்படுத்தின. 1789ஆம் ஆண்டிலிருந்து 1814ஆம் ஆண்டு வரையிலான தஸாப்தங்களில் அதற்கு முந்திய நூற்றாண்டுகளில் அனுபவித்த பொங்கெழுச்சிகளை விட அதிகமானவற்றை ஐரோப்பிய தேசிய இனம் ஒவ்வொன்றும் அனுபவித்தது. இப்பொங்கெழுச்சிகள் வேகமாகவும் அடுத்தடுத்தும் நிகழ்ந்தமையால் குணாம்சத்திலே தனித்தன்மையுடையனவாய் விளங்கின; ஆங்காங்குத் தனித்தனியே இத்தகைய பெருநிகழ்வுகள் ஏற்பட்டிருந்ததால் அவற்றின் மூலம் வெளிப்பட்டிருக்கக் கூடியதைவிட இவற்றின் வரலாற்றுப் பண்பு துலக்கம் பெற்றிருந்தது. "இயற்கை நிகழ்வு" என்று பொதுமக்கள் இவற்றைக் கருத இயலவில்லை. . . இத்தகைய நிகழ்வுகள் உலகின் ஏனைய பகுதிகளிலும் நடைபெறுகின்றன என்னும் அறிவுடன், மேற்கூறிய அனுபவம் தொடர்புறும் பொழுதும், வரலாறு என ஒன்றுண்டு என்னும் எண்ணம் உறுதிப்படுமன்றோ! **வரலாறு** என்பது இடையறாத மாற்றப்படிமுறை என்பதும், அது ஒவ்வொருவரது வாழ்க்கையையும் நேரடியாகப் பாதிக்கிறது என்பதும் புலனாகத் தொடங்கும்.[2]

வரலாற்றுணர்விற்கு ஏதுவாய் இருந்த காரணிகள் சமூகவியல் உணர்விற்கும் பொருத்தமுடையனவாயிருந்தன. ஆயினும், வரலாற்றுணர்வும் சமூகவியல் நோக்கும் எத்தகைய கருத்துக்களை உண்டாக்கின என்பதே இவ்விடத்திற் கேட்கப்பட வேண்டிய வினாவாகும். சமூகவியலின் பிதா என்றழைக்கப்படும் கோன்ட் மாற்றங்களை ஏற்றுக்கொள்ளாதவராய் இதுகாறும் இருந்த நிலைக்கு ஏங்கும் மனோபாவத்துடனேயே சமூகத்தை ஆராய்ந்தெழுத முற்பட்டார். விஞ்ஞானத்தையும் இயற்கையின் இயல்பையும் துணைக்கிழுத்துச் சமுதாயத்துக்குரிய இயற்கைத்

தன்மையை நிலைநாட்ட முனைந்தார் அவர். "சமுதாயத்துக்கு இயல்பான அமைப்பு ஒன்றுண்டு" எனக் கூறிய கோன்ட் சமுதாயத்தை மாற்ற எண்ணுமுன் அதன் விதிகளைப் பூரணமாக அறிந்துகொள்ள வேண்டும் என வற்புறுத்தினார்.

கோன்டினது வாதத்தின் தருக்கரீதியான அரசியல் முடிவைத் தேடிக் கண்டுகொள்வதற்கு அதிக தூரம் போக வேண்டியதில்லை. இன்னொரு சமூகவியல் அறிஞர் கூறியிருப்பதுபோல,[3] "கோன்டினது கண்ணோட்டம், சோஷலிசத்துக்கு எதிரான மாறுதல் விரும்பாத மறுமொழி" என்பதில் ஐயமில்லை. 1840ஆம் ஆண்டையடுத்து ஐரோப்பாவில் வெடித்த அரசியற் புரட்சிகளை அடக்குவதற்கான தத்துவார்த்தத்தை அவரது எழுத்து எடுத்துரைத்தது. சமூகவியல் மூலம் மாந்தர்க்கு "அரசியற் செயற்பாட்டின் எல்லையை" உணர்த்தலாம் என்று அவர் கருதினார். சுருங்கக்கூறின், புரட்சிகளும் சமுதாய மாற்றங்களும் நிகழ்ந்துகொண்டிருந்த காலப் பகுதியில் விஞ்ஞானத்தின் பெயரில் முன்பிருந்த சமுதாய நிலையைப் பேண முற்பட்டார் கோன்ட். அதன் தருக்கரீதியான விளைவாக அவருக்குப் பின் வந்த பெரும்பாலான முதலாளித்துவ சமூகவியலாளர் ஏதோவொரு வகையில் சமுதாய மாற்றத்தை எதிர்ப்பவராகவே – புரட்சிகரப் போக்கிற்கு எதிராக இயங்குபவராகவே – இருந்துவந்துள்ளனர். அதே வேளையில் இவர்கள் அனைவரும் விஞ்ஞானபூர்வமான ஆய்வுகளை மேற்கொள்வதாகக் கூறிக்கொண்டனர். கோன்டின் கருத்துக்களையும் கண்ணோட்டத்தையும் எதிரொலித்த சில மேலைத்தேயச் சமூகவியலாளரை இவ்விடத்தில் நோக்குவோம்.

ஹெர்பெர்ட் ஸ்பென்ஸர் (1820–1903) ஆங்கில சமூகவியல் வாதியாயும் புலக்கொள்கைவாதியாயும் பெயர்பெற்றவர்.[4] இங்கிலாந்தில் பலம் பெற்று வளர்ந்திருந்த முதலாளித்துவக் கொள்கைகளையும் சமுதாய அமைப்பையும் புரட்சிகரக் கருத்துக்கள் பாதிக்கக்கூடும் என்ற பயத்தினால் சகலவிதமான திடீர் மாற்றங்களையும் எதிர்த்தார். சமுதாயங்கள் இயல்பான ஒரு பரிணாம வளர்ச்சிப் பாதையிற் சென்றுகொண்டிருக்கின்றன என்றும், அப்பரிணாம வளர்ச்சியிற் குறுக்கிடுதல் அல்லது தலையிடுதல் விரும்பத்தகாதது என்றும் எச்சரிக்கை செய்தார். 'சமுதாய மாற்றம்', 'சீர்திருத்தம்' என்றெல்லாம் கூறிக்கொள்ளும் 'பேதையர்' சமுதாயத்தின் உண்மையான – இயற்கையான பரிணாம வளர்ச்சியை அறியாதோர் என்றும், நீண்டகாலப் போக்கில் மனித சுபாவத்தில் ஏற்படும் மாற்றத்தினாலேயே சமுதாய நிலையில் மாற்றங்கள் உண்டாகும் என்றும் போதித்தார் ஸ்பென்ஸர். இங்கிலாந்தில் நிலவிய தடையற்ற வணிகக் கொள்கையை ஆதரித்த ஸ்பென்ஸர், சமுதாயத்திலும் அரசு

தலையிடாவிடின் 'இயல்பான' போட்டாபோட்டிகளினால் வலுவுள்ளோர் வாழக்கூடிய இயல்நிலை தோன்றும் என்று கூறினார். 1859இல் டார்வின் *இயற்கைத் தேர்வின் மூலம் இனவகைகளின் தோற்றம் பற்றி* என்னும் நுலை வெளியிட்டார். ஏறத்தாழ ஒரு முழு நூற்றாண்டாக நிகழ்ந்த உயிரியல் ஆராய்ச்சிகளுக்கு அந்நூல் ஸ்தூல வடிவம் கொடுத்த அதே வேளையில் 'இயற்கைத் தேர்வின் மூலம்' என்னும் சொற்றொடரும் அதுகுறித்த பொருளும் ஸ்பென்ஸர் போன்ற சமூகவியல்வாதிகளுக்கு வாய்ப்பானவையாய் அமைந்தன. எனவேதான் ஸ்பென்ஸரது கொள்கையைச் சமூக டார்வினிசம் எனச் சிலர் விவரித்துள்ளனர்.[5] மறுபுறம் டார்வினும் தனது காலத்துச் சமுதாய நியதிகளினாற் பாதிக்கப்பட்டே, 'இயற்கைத் தேர்வின்' மூலம் – வலுக்கொள்கையின் அடிப்படையில் – உயிரினம் பரிணாம வளர்ச்சி பெற்றது எனக் கூறினார் என்பதும் தவறாகாது. இது சம்பந்தமாக எங்கெல்ஸ் கூறுவது நினைந்துகொள்ளத் தக்கது.

> வரலாற்று ரீதியான வளர்ச்சியின் சிகரம் எனப் பொருளாதாரவாதிகள் கொண்டாடும் சுயேச்சையான போட்டி, பிழைப்புப் போராட்டம் என்பது விலங்கின உலகின் சகஜமான நிலைப்பாடாகும் என டார்வின் எடுத்துக்காட்டிய பொழுது, அவர் மனிதகுலத்தைப் பற்றி, விசேஷமாகத் தமது நாட்டவரைக் குறித்து எவ்வளவு கசப்பானதொரு நையாண்டி நூலை வரைந்துவிட்டார் என்பதை அவர் அறியவில்லை.[6]

ஸ்பென்ஸரது சீடரும் சமூகவியலை அமெரிக்கக் கல்வியுலகிற் புகுத்தியவர்களில் ஒருவருமான வில்லியம் கிரஹம் சும்னெர் (1840–1910) ஸ்பென்ஸரது சிந்தனைகளைத் தனது நாட்டுச் சூழலுக்கேற்ப விவரித்து வளர்த்தார். *மக்கள் ஒழுகலாறுகள் – Folkways* – என்னும் நூலிலும், ஏனைய நூல்களிலும் போட்டித் தேர்வின் அடிப்படையிலேயே சமுதாயங்களும் மனிதரும் முன்னேற்றங் காணமுடியும் என்ற கருத்தை அவர் முன்வைத்தார். இது விஷயத்தில் அவரது நிலைப்பாட்டை இரத்தினச் சுருக்கமாகக் கூறும் ஆசிரியர் ஒருவர், "போட்டி நிலவும் ஒரு சமுதாயத்தின் முழுநிறைவைக் கோடீஸ்வரர்கள் குறிக்கின்றனர்" என்பதே சும்னெரின் கொள்கை என்கிறார்.[7] அரசியற் கட்டுப்பாடற்ற வாணிகக் கோட்பாடு, தன்னிச்சை வாணிகக் கொள்கை ஆகியன வளர்த்த அமெரிக்கச் சூழ்நிலைக்குச் சும்னெரது முடிவுகள் எத்துணைப் பொருத்தமானவையாயும் வரவேற்கத்தக்கனவாயும் இருந்திருக்கும் என்பதை எடுத்துரைக்க

வேண்டிய அவசியமேயில்லை. போட்டிகள் மலிந்த அமெரிக்க வாணிக வனத்திலே கோடீஸ்வரர்கள் பொலிவுடன் மலர்வது இயற்கையே என்பது சும்னெரின் வாதம். அவ்வாதம் ஆளும் வர்க்கத்தினருக்கு ஆதரவாகவும் இதமாகவும் இருந்தமையால் அவர்களது அநுசரணையுடன் உயர்கல்வியில் சமூகவியலுக்கு உகந்த இடம் தேடிக்கொள்ள (அதாவது மானியங்களைப் பெற்றுக்கொள்ள) அவரால் முடிந்தது. அதன் விளைவுகளை இன்றுவரை அமெரிக்க சமூகவியற் கல்வியிற் காணலாம். சும்னெர் பற்றித் தற்கால அமெரிக்க ஆசிரியர் ஒருவர் கூறியிருப்பது நமது கவனத்துக்குரியது:

> சென்ற நூற்றாண்டின் கடைக்கால் (சுமார் 1880 முதல் 1900வரை, அதாவது பொது வாழ்வில் சும்னெர் மிகத் தீவிரமாக ஈடுபட்டிருந்த காலப்பகுதி), ஐக்கிய ராச்சியங்களின் (அமெரிக்காவின்) சமூக, பொருளாதார வரலாறு பல முக்கியமான மாற்றங்களையும் திருப்புமுனைகளையும் கண்ட காலப்பகுதியாகும். விரிந்து சென்றுகொண்டிருந்த எல்லைகளுக்கு ஓர் எல்லை கண்டபின், நாட்டிலே பெருவணிகம் வேரூன்றியது; மூலதனப் பொறுப்பாட்சி நிலையங்கள் முகிழ்ந்தன; தொழிற் சங்கங்கள் தோன்றின. இவற்றின் தோற்றத்தின் தருக்கரீதியான விளைவாகச் சமுதாயத்திலே பொதுமக்கள் நலன் பற்றியும் உரிமைகள் பற்றி யும் பலவகையான கேள்விகள் கிளைத்தன. தொழிற்றுறை, பெருவணிகம் என்பனவற்றுக்கும் அரசுக்கும் உள்ள உறவின் தன்மை பலரது கவனத்தை அதிகமதிகமாக ஈர்க்கலாயிற்று. அவ்வேளையில் அரசாங்க நிர்வாகமும் திறமையற்றிருந்தது; நாலா திக்கிலிருந்தும் நாளுக்கு நாள் சீர்திருத்தக் கோரிக்கைகள் வலுப்பெற்றன; நாடெங்கிலும் அவை எதிரொலித்தன. அச்சீர்திருத்தக் கருத்துக்கள் உணர்ச்சி பூர்வமானவையாயும் சோஷலிஸச் சார்புடையனவாயும் இருந்தன. இவற்றையெல் லாம் சும்னெர் எதிர்த்தார். வழுவற்ற வளர்ச்சி மெதுவாகவே இருக்கும் என்றும், அவசரப்படாமல் சமுதாய இயக்க சக்திகளைச் சரியாகவும் விஞ்ஞான பூர்வமாகவும் விளங்கிக்கொண்ட பின்னரே சீர்திருத்தங்கள் மேற்கொள்ளப்படல் வேண்டும் என்றும் அவர் அழுத்தந் திருத்தமாக அபிப்பிராயம் தெரிவித்தார். படிமுறை வளர்ச்சிவாதியாக

விளங்கிய சும்னெர் கட்டுப்பாடற்ற வாணிகக் கொள்கையை ஆதரித்தார். மாறுதலை விரும்பாத தனது நிலைபாட்டிற்கு டார்வின், ஸ்பென்ஸர் முதலியோரது கோட்பாடுகளிலிருந்து ஆதாரம் பெற்றார்.[8]

அமெரிக்க ஆய்வறிவு வரலாற்றில் சும்னெர் வகித்த பாத்திரத்தை இம்மேற்கோள் தெளிவாக்கியுள்ளது.

ஜெர்மனியில் இத்தகையை கருத்துக்களை மேலும் நுட்பமாக, நவீனமயப்படுத்தியவர்களில் மாக்ஸ் வேபர் (1864–1920) குறிப்பிடத்தக்கவர். சமூகவியல் மக்களது நாளாந்த வாழ்க்கைப் பிரச்சினைகளுடன் தொடர்புடையதாய் இருத்தல் வேண்டும் என்பதே இன்று பல ஆய்வாளரது கருத்தாகும். ஆயினும், மாக்ஸ் வேபர் இதனை மறுப்பர். சோஷலிஸத்தை எதிர்நோக்கி அதனை நிராகரிக்கும் வகையிலேயே வேபரின் அடிப்படைக் கருத்துக்கள் அமைந்துள்ளன. சமூகவியல்வாதிக்குத் தனது துறைக்குப் புறம்பான அக்கறைகள் இருக்கமுடியாது என்றும், தரவுகளே அவனுக்கு அதிமுக்கியமானவை என்றும் அவர் வாதிடுவர். "சமுதாயம் எவ்வாறு உள்ளது என்பதைப் பற்றியன்றி, எவ்வாறு இருத்தல் வேண்டும் என்பதைப்பற்றிச் சமூகவியல் வாதிக்கு ஈடுபாடு கூடாது" என்று அவர் கூறுவார்.[9] அதாவது ஆராய்ச்சித் தரவுகள் – செய்திகள் – தகவல்கள் – பக்கச்சார்பற்றவை என்றும், ஆராய்ச்சியாளன் எத்தகைய விழுமியங்களையும் பற்றி நிற்காது தனது ஆய்வை நடத்தல் வேண்டும் என்றும் சமூகவியல் ஆய்வுமுறைக்கு வரைவிலக்கணம் வகுத்துள்ளார்.

மேற்கூறியோரது கருத்துக்களைத் திரட்டிக் கூறுவதாயின், சமுதாயத்தையும் சமுதாய அமைப்பையும் உள்ளவாறே கொண்டு அதன் இயக்கப்பாட்டைக் கூறுகளாய் விவரிப்பது சமுகவியலாகும். பொருளாதாரப் பிரச்சினைகளையோ உறவுகளையோ பிரச்சினைக்களாகக் காண அவர்கள் விரும்ப வில்லை. கூர்ந்து நோக்கினால் விஞ்ஞான அடிப்படை என்ற பெயரில் அதனுடன் ஒப்புமை காட்டினாலும் உண்மையில் விஞ்ஞான நோக்கத்திற்கு முரணாகவே இவர்கள் நடந்து கொள்கின்றனர். இவர்களது ஆய்வுமுறை அநுபவவாதத்தின் அடிப்படையில் அமைந்ததாகும். ஆராய்ச்சியிலிருந்து தத்துவார்த்தத்தை அது அகற்றி விடுகிறது. பத்தொன்பதாம் நூற்றாண்டின் பிற்பகுதியிலேயே சமூக விஞ்ஞானங்களும் தத்துவவியலும் இயற்கை விஞ்ஞானத்துடன் மேலெழுந்த வாரியான ஒப்புமை பெற்றனவாய்ச் சிலராற் கருதப்பட்டபோதும்

நடைமுறையில் இயக்க மறுப்பியல் கண்ணோட்டத்திலேயே இயங்கிக்கொண்டிருந்தன. இவ்வடிப்படைக் குறைபாட்டினை நீக்குமுகமாகவே எங்கெல்ஸ், "மார்க்ஸீயத்தின் வரலாற்றில் முதல் தடவையாகத் தத்துவவியலுக்கும் இயற்கை விஞ்ஞானத்திற்கு முள்ள சம்பந்தத்தைப் பற்றிய பிரச்சினையை முழுமையாக ஆராய்ந்தார்; அவற்றின் பரஸ்பர சார்பு நிலையை ஸ்தாபித்தார். 'இயற்கை விஞ்ஞானத்தின் வளர்ச்சி காரணமாக, அதில் இயக்க மறுப்பியல் கண்ணோட்டத்திற்கே இடமில்லை என்றாகிவிட்டது' என்பதையும், 'இயக்க இயலுக்குத் திரும்பிச் செல்வது என்பது தன்னுணர்வின்றி முரண்பாடுகளுடன் மெதுவாக நிகழ்கிறது' என்பதையும், ஹெகலிய மாயாவாதத்தைக் களைந்து விட்டால் இயக்க இயல், 'இயற்கை விஞ்ஞானத்தின் இன்றியமையாத் தேவையாகிவிடுகிறது' என்பதையும் அவர் மெய்ப்பித்தார். இயக்க இயல் முறையை உணர்வு பூர்வமாகப் பயன்படுத்தக் கற்குமாறு விஞ்ஞானிகளை அவர் அழைத்தார்."[10]

ஆயினும், முதலாளித்துவ அமைப்பில் அதன் தத்துவார்த்தக் கட்டுக்கோப்பிற்குள் இயங்கிய விஞ்ஞானிகளாலும் ஆய்வாளர்களாலும் இயக்க இயல் முறையை எளிதிற் பற்றிக்கொள்ள இயலவில்லை. அவர்கள் தடம்பட்ட வழியிலேயே சென்று தாம் வாழும் உலகை நுணுக்க விவரங்களுடன் வருணித்து விளங்கிக்கொண்டுவந்தனர். நுணுக்க விவரங்களிலும் வருணனை முறைகளிலும் மெருகும் கவர்ச்சியும் அதிகரிக்கக் கூடும். ஆனால், உலகம் இருந்தவாறே இருக்கும் என அவர்கள் கருதி வந்தனர். இதைக் கண்ணுற்றே மார்க்ஸ் தமது முற்பட்ட நூல் ஒன்றில் பின்வருமாறு கூறினார்: "தத்துவ ஞானிகள் உலகைப் பல வழிகளில் வியாக்கியானம் செய்து வந்துள்ளனர்; எனினும் அதை எப்படி மாற்றுவது என்பதுதான் எமது பிரச்சினை."[11]

சமூகவியல் பற்றிய இம்முரண்பாடுகளும் போராட்டங்களும் அடிப்படையில் தத்துவார்த்தப் பிரச்சினைகளாகும். முதலாளித்துவ சமூகவியலாளர் தமது ஆய்வுக்குரிய சமுதாயங்களைக் கூறுபடுத்திப் பார்ப்பது போலவே தத்துவத்தையும் கூறுபடுத்தி விடுகின்றனர். அறிவுத்துறைகளை ஒன்றுடன் ஒன்று பிணைத்து அவற்றின் சார்புத்தன்மையை நோக்காமல் தனித்தனியே நோக்குகின்றனர். இவ்விடத்தில் எமிலி பேர்ன்ஸ் கூறுவது பொருத்தமாயுள்ளது.

> உண்மைகளைத் தனித்தனியே பரிசீலனை செய்வதன் அடிப்படையில் விஞ்ஞான உண்மைகளை ஓரளவு ஸ்தாபிக்க முடியும் என்பதை மார்க்ஸிஸம் மறுக்கவில்லை. ஆனால், ஒன்றை ஒன்று சார்ந்து

நிற்கும் நிலையில் அவைகளைப் பரிசீலனை செய்தால், அவைகளின் வளர்ச்சியை ஆராய்ந்தால், அளவு குணமாக மாறுவதைப் பரிசீலனை செய்தால், இதிலிருந்து வெளிப்படும் விஞ்ஞான உண்மை நிச்சயமாக அதிக மதிப்புடையதாகவும் அதிக உண்மையானதாகவும் இருக்கும். சமூக விஞ்ஞானத்திற்கு இது ரொம்பப் பொருந்தும்.... நிகழ்காலத்தில் இயங்கும் சமூகத்தைப் பற்றி மாத்திரம் பரிசீலனை செய்யாது (இது மிகவும் முக்கியமானது) சென்ற காலத்தில் அது இயங்கிய முறையையும், உள்முரண்பாடுகளின் பலனாக அது எவ்வாறு வளர்கிறது என்பதையும் பரிசீலனை செய்வதுதான் மார்க்ஸிய சமூக ஆராய்ச்சிக்கு மதிப்புக் கொடுக்கிறது. நிகழும் நிகழ்ச்சிக்கு மார்க்ஸ் கூறுவதைப் போன்று 'நாம் காண விரும்பினால் நம் கண்ணுக்குத் தெரியும்', இயக்கம் உகந்த முறையிற் போத பூர்வமாகச் செயலாற்றச் சந்தர்ப்பம் அளிக்கிறது.[12]

இயற்கை, சமுதாயம், மனித சிந்தனை இவற்றின் இயக்கப்பாடு பற்றிய பொதுவிதிகளை விவரிப்பது தத்துவவியல் என்னும் மெய்ஞ்ஞானமாகும். மார்க்ஸீய முதல்வர்கள் மெய்யியல் ரீதியான பொருள்முதல்வாதத்தை மேம்படுத்திய அதே வேளையில் மனித சமுதாயத்தை ஆராய்வதற்கு அதனைப் பயன்படுத்தினர். பொருள்முதல்வாதக் கருத்தோட்டத்தில் வரலாற்றைக் கண்டறிந்தனர். சமுதாய இயக்கப் பாட்டையும் தத்துவவியலையும் ஒன்றுசேர்த்தமையால் ஒருமைப்பாடுடைய தத்துவவியலை அவர்கள் உருவாக்க முடிந்தது.[13]

முதலாளித்துவ சமூகவியல்வாதிகள் இயற்கை, சமுதாயம், மனித சிந்தனை ஆகியவற்றின் இயக்கப்பாடு பற்றிப் பொதுவான விதிகளைக் கடைப்பிடிக்காமையால் இயற்கை விஞ்ஞானப் பிரிவுகளையும் சமூக விஞ்ஞானத் துறைகளையும் தத்துவஞானத்தையும் வேறுவேறாக நோக்குவர். அவர்களது ஆய்வுமுறையில் சமூகவியல், பொருளியல், வரலாறு என்பன தொடர்பற்று நிற்பன. இதனை நிவர்த்தி செய்யும்பொருட்டே மார்க்ஸ் ஒருமைப்பாடுடைய ஒரு விஞ்ஞான ரீதியான தத்துவத்தை உருவாக்க உழைத்தார்.

தத்துவவியலின் சமூக முக்கியத்துவம் யாதெனில் எந்தவொரு விஞ்ஞானத்துறையிலும் உழைக்கும் ஆய்வாளனுக்குப் புறநிலையதார்த்தம் சம்பந்தமான மிகப் பொதுவான வகையினங்கள் பற்றிய அறிவை

அது வழங்குகிறது. ஆய்ந்து தெளியப்பட்ட இவ்வகையினங்கள் பற்றிய அறிவானது குறிப்பிட்ட பிரிவுகள் அனைத்திலும் விஞ்ஞான ரீதியான அறிவாற்றலை எளிதாக்குகிறது. அத்தோடு ஆரம்பத்திலிருந்தே பொருள்களையும் நிகழ்வு களையும் பகுத்தாய்வதற்குரிய பொதுவான விஞ்ஞான அணுகுமுறையையும் அது அளிக்கிறது. இவ்வாறு பார்க்கும்பொழுது விஞ்ஞானங்கள் அனைத்துக்கும் தத்துவவியல், பிரதானமாக ஆராய்ச்சிமுறை முக்கியத்துவம் வாய்ந்ததாகும். வரலாறு பற்றிய பொருள்முதல்வாதக் கண்ணோட்டம் நிறுவப்பட்டமையும், வரலாற்றியல் பொருள்முதல்வாதப் பிரச்சினைகள் விளக்கம் பெற்றமையும், சமூக விஞ்ஞானங்கள் யாவற்றுக்கும் – அரசியல், பொருளியல், சமூகவியல், சமூக உளவியல் முதலியனவற்றுக்கும் – விஞ்ஞான பூர்வமான அடிப்படையொன்றை அளித்துள்ளன. இதனாலேயே வரலாறு பற்றிய பொருள்முதல்வாதக் கண்ணோட்டமும் சமூக விஞ்ஞானமும் ஒரு பொருட் பன்மொழி என்று லெனின் கூறினார்.[14]

எனினும், முதலாளித்துவ சமூகவியல்வாதிகள் ஒன்றிணைக்கப்பட்ட தத்துவத்தைக் கைக்கொள்ளாமையால் மார்க்ஸிஸத்தை வெறுமனே அரசியல் பொருளாதார சித்தாந்த மாகக் கூறி தமது ஆய்வுகளை "தூய" சமூகவியல் நோக்கிலே சிறுசிறு கூறுகளாக நடத்திக்கொண்டிருக்கின்றனர். ஒரு சிலர் மார்க்ஸ் சமூகவியலுக்கும் தொண்டு செய்திருக்கிறார் என்று வாயுபசாரம் செய்வர். இவர்கள் மார்க்ஸின் சிற்சில எழுத்துக்களைத் தமக்கு வசதியான முறையிற் பயன்படுத்திக் கொள்ளவும் தவறுவதில்லை. இன்னுஞ் சிலரோ மார்க்ஸினுடைய சிந்தனைகள் காலாவதியாகிவிட்டன என்றும் சமூகவியலின் வரலாற்றிலே மார்க்ஸ் ஒரு குறிப்பிட்ட காலகட்டத்தைக் குறித்து நிற்கிறார் என்றும் சுயதிருப்தி அடைந்து கொள்வர்.[15] (இவ்வாறு கருதித் தம்மைத்தாமே தேற்றிக்கொள்வோர் தமிழிலக்கிய உலகிலும் தற்காலத்தில் நடமாடுகின்றனர்.[16]) கோன்டிலிருந்து வழிவழி வரும் எதிர்ப் புரட்சிச் சமூகவியலின் நவீன வெளிப்பாடுகள் இவை என்பதில் எதுவித ஐயமுமில்லை. இவ்விடத்தில் மார்ட்டின் ஷா என்னும் ஆங்கில சமூகவியல்வாதி கூறியுள்ள கருத்து கவனிக்கத் தக்கது.

முதலாளித்துவ சமுதாயத்தின் தவிர்க்க இயலாத புரட்சிகர நியதியை வெளிப்படையாய்க் கூறி

> அதனை வளர்க்க முனையும் அளவிற்கு மார்க்ஸிஸம் ஒரு சமூகவியலாகும். வர்க்கப் போராட்டத்தின் இயக்காற்றலை நாம் கைக்கொள்ள வேண்டும் என்று நம்மை அவசியப்படுத்துவதால் ஒரு விதத்தில் அது சமூகவியலைச் சார்ந்து நிற்கிறது எனலாம். ஆயினும், சமூக உறவுகள் உற்பத்திச் சக்திகளி னின்றும் உறவுகளினின்றும் பொருளியலினின்றும் பிரித்தெடுக்கப் பட்டனவாய் இருக்க முடியும் என்று கருதக்கூடிய விதத்தில், சமூகவியல் அடிப்படையில் சமூகத்தின் நியதியை மார்க்ஸிஸம் காணவில்லை. அதுமட்டுமன்று; சமூகவியல் ரீதியில் அவற்றை விளங்கிக்கொள்ள இயலும் என்றோ, அல்லது சமுதாயத்தைப் புரட்சிகரமாக மாற்றியமைக்கும் பணியிற் பங்கு பற்றாமல் செயலிலிருந்து ஒதுங்கி நிற்கும் ஆய்வினால் அவற்றைப் புரிந்துகொள்ள இயலும் என்றோ மார்க்ஸிஸம் நம்பவில்லை. ஆகவே மார்க்ஸிஸம் சமூகவியலின் ஓர் அங்கமன்று. மாறாக, குறிப்பிட்ட பொருளில் வழங்கிவரும் சமூகவியலை அது அழிக்க முயற்சி செய்கிறது. மார்க்ஸ் நிறுவிய விஞ்ஞான சோஷலிஸத்திற்கும் சகல பூர்ஷ்வா தத்துவங்களுக்கும் விஞ்ஞானங்களுக்கும் உள்ள உண்மையான முரண்பாடு என்னவெனில், விஞ்ஞான சோஷலிஸம் புரட்சிகர வழிமுறையொன்றின் கொள்கை வெளிப்பாடாகும். பூர்ஷ்வா தத்துவங்களும் விஞ்ஞானங்களும் முற்றாக ஒழிக்கப்படுவதுடனேயே அப்புரட்சிகர நடைமுறையும் ஓயும். அதற்கு ஏதுவாக பூர்ஷ்வா தத்துவார்த்தத்துக்கு அடிப்படையான பொருளாதார உறவுகளும் அழிந்தொழிதல் வேண்டும்.[17]

இவ்விடத்திலே இன்னொன்றையும் குறிப்பிடுதல் பொருத்தமாகும். சமூகவியல் அதனுடன் நெருங்கிய தொடர்புடைய மானிடவியல் ஆகியன ஐரோப்பிய நாடுகளிலும் அமெரிக்காவிலும் துரித வளர்ச்சியடைந்த காலப்பகுதி உலக அரங்கில் ஏகாதிபத்தியம் வலுவுடன் விளங்கிய யுகமாகும்.[18] ஆசியா, ஆப்பிரிக்கா, லத்தீன் அமெரிக்கா முதலிய கண்டங்களிலெல்லாம் குடியேற்ற நாடுகள் (காலனிகள்) இருந்தன. பல்வேறு இன மக்கள் பலதரப்பட்ட நாகரிக நிலைகளில் இந்நாடுகளில் வாழ்ந்து வந்தனர்; வருகின்றனர். இவர்களையெல்லாம் அடக்கியாளவும் அதற்குச் சாதகமாக அவர்களது சமூக அமைப்பு, கலை, கலாசாரம், மொழி முதலியவற்றை விளங்கிக்கொள்ளவும் தேவையிருந்தது. இத்தகைய சூழலிலேயே மேலைத் தேயங்களிலே

சமூகவியலும் மானிடவியலும் செழித்து வளர்ந்தன.[19] கைத்தொழில் மயமான ஏகாதிபத்திய நாடுகளில் வாழ்ந்த பெரும்பாலான ஆய்வறிவாளரும் ஏகாதிபத்தியச் சிந்தனை வட்டத்துக் குள்ளேயே இயங்கினர். இதன் விளைவுகள் பல. பெரும்பாலான காலனிகளில் வாழ்ந்த மக்கள் பின்தங்கிய – 'புராதன' பண்பாட்டை யுடையவர்கள் என்றும் அவற்றை ஆய்வதே மானிடவியலின் பிரதான நோக்கம் என்றும் சமூகவியல்வாதிகள் கருதலாயினர். அதன் உடனிகழ்ச்சியாக மனித இனப்பிரிவு சார்ந்த வகையில் மானிடவியலும் சமூகவியலும் வளரலாயின.[20] காலனிகளில் வாழ்ந்த மக்களிடையே இனவாதம், வகுப்புவாதம், மதப்பூசல்கள் முதலியன முண்டெழுவதற்கு இத்தகைய கருத்துப் பரவல்கள் ஓரளவு காரணிகளாய் அமைந்தன. நுணுக்கமாகப் பார்த்தால் இந்தியாவிலே கடந்த ஒரு நூற்றாண்டிற்கு மேலாகக் கற்றோரையும் மற்றோரையும் பிடித்தாட்டிவரும் ஆரிய – திராவிடப் பிரச்சினைகூட மேலைத்தேய மானிடவியலாளரது 'இனப்பிரிவு சார்ந்த' கலாசார ஆய்வுகளின் தருக்கரீதியான விளைவெனக் கருதுவதில் தவறிருக்காது. ஏகாதிபத்தியவாதிகளின் பிரித்தாளும் சூழ்ச்சியும் இதில் ஓர் அம்சமாய் இருந்தது.[21]

சமூகவியலின் இன்றைய நிலையை ஒருவாறு சுருக்கமாக மேலே கூறினோம். அடிப்படையில் சோஷலிஸக் கோட்பாடுகளை ஆதாரமாகக் கொண்ட ஒன்றும், சோஷலிஸ விரோத நெறியில் வளர்ந்த மற்றதுமான இருவகைச் சமூகவியல்கள் இன்றைய உலகில் உள்ளன எனலாம். இதனை மேலும் நுனித்து நோக்கினால் உலகைப்பற்றிய இருவகைக் கண்ணோட்டத்தின் வெளிப்பாடாயும் பிரதிநிதிகளாயும் இவ்விரு சமூகவியல்களும் அமைந்துள்ளன என்பதில் ஐயமில்லை. அஃது அவ்வாறாக, சமூகவியல் சமூக விஞ்ஞானங்களில் ஒன்றாகப் பரிணமித்த காலமுதல் அதிகம் அதிகமாக ஏனைய துறைகளைப் பாதித்து வந்துள்ளது என்பதும் மனங்கொளத்தக்கதே. இதனைச் சிறிது விரித்துரைத்தல் வேண்டப்படுவதாகும். திரட்டிக் கூறுவதாயின், விஞ்ஞான பூர்வமாகவும் புறநிலையாகவும் மனிதனையும் சமுதாயத்தையும் ஆய்வதே சமூகவியலின் சாராம்சமாகும். அதற்கு ஏதுவாகச் சமூக நிறுவனங்களும் நடைமுறைகளும் நம்பிக்கைகளும் வழக்காறுகளும் ஆராயப்படுகின்றன; சமூக நிறுவனங்கள் சமயம், பொருளாதாரம், அரசியல், குடும்பம் முதலியவற்றுடன் நெருங்கிய தொடர்புடையவை. இவை யாவற்றினதும் இயக்கத்தையும் இயக்காற்றலையும் ஆராய்வதே சமூகவியலின் தலையாய பண்பும் பணியுமாகும்.[22]

சமூகவியலின் இத்தகைய வளர்ச்சி காரணமாக அண்மைக் காலத்திலே பல்வேறு அறிவுத்துறைகளைச் சமூகவியல்

அடிப்படையில் நோக்குவதும் அணுகுவதும் பெருகிவருகின்றன. உதாரணமாக, இக்காலத்தில் விஞ்ஞானத்தின் சமூகவியல், சமயத்தின் சமூகவியல், கல்வியின் சமூகவியல், இலக்கியத்தின் சமூகவியல் என்றெல்லாம் புதிய ஆய்வுத் துறைகள் வளர்ந்து வருகின்றன. இவ்வடிப்படையிலேயே சமூகவியலுக்கும் ஆக்க இலக்கியத்துக்கும் உள்ள சம்பந்தத்தை நாம் இங்கு ஆராய்கிறோம். குறிப்பிட்ட ஒரு துறையின் சமூகவியல் என்பதன் அர்த்தம் யாது? சமூகவியற் பேராசிரியர் ஒருவர் உதாரண விளக்கத்துடன் இரத்தினச் சுருக்கமாக இதற்கு விடை பகிர்ந்துள்ளார்.[23]

> சிந்திக்கத் தொடங்கிய காலமுதல் புனிதமான அல்லது சமயச் சார்புடைய விஷயங்களைப்பற்றி மனிதர் சிந்தித்து வந்திருக்கின்றனர் எனலாம். எனினும், புனிதமான விஷயங்களைப்பற்றி மனிதன் ஏன் சந்திக்கிறான் என்பதைப்பற்றிச் சிந்திப்பது பெரும்பாலும் சமீபகால முயற்சியேயாகும்.

சமூகவியல் எவ்வாறு செயற்படுகிறது என்பதை இன்னுஞ் சிறிது விளக்குவோம். இலக்கியத்தைச் சமூகவியல் நோக்கில் அணுகுமிடத்து இலக்கியத்துடன் தொடர்புடையவர்கள் அல்லது இலக்கிய ஆர்வலர்கள் எவ்வாறு நடந்துகொள்கிறார்கள் என்றும், இலக்கிய ஆக்கத்தில் எவரெவர் எத்தகையோர் ஈடுபட்டுள்ளனர் என்றும், இலக்கியத்தின் செல்வாக்கிற்கு உட்படுவோர் யாவர் என்றும் ஆராயத் தோன்றும். இவற்றை மேலும் விரிவாகவும் ஆராய்தல் கூடும். இலக்கியக் கர்த்தாக்களின் ஒழுகலாற்றினைக் காரண காரியத் தொடர்பில் ஆராய்ந்து அதன் சமுதாய விளைவுகளை விவரிக்கலாம். சுருங்கக்கூறின் இலக்கியக் கர்த்தா, இலக்கியத்தைப் பயன்படுத்துவோர் அல்லது அநுபவிப்போர் ஆகிய இரு பிரிவினருக்கும் இலக்கியப் படைப்புக்கும் உள்ள சமுதாய ரீதியான சகல விஷயங்களும் இலக்கியத்தின் சமூகவியலின்பாற் படுவன.[24]

இலக்கியத்தின் சமூகவியல் இயங்குமாற்றைப் பொதுவாக இருவகைப்படுத்தலாம். முதலாவது கருத்து, இலக்கியம் காலக்கண்ணாடி என்பதாகும். இதனை முதன்முதலாக வற்புறுத்தியவர் லூயி–டி–பொனால்ட் (1754–1840) என்ற பிரெஞ்சு தத்துவவியல்வாதியாவர். இலக்கியம் தனிமனிதர் சிலராற் படைக்கப்படுவதாயினும் படைக்கப்பட்டபின் அது தனிமனிதருக்குச் சொந்தமானதொன்றன்று என்பது இவர் வழிவரும் அடிப்படைக் கருத்தாகும். எனினும், இக்கருத்தை மிகை எளிமைப்படுத்துதல் கூடாது. யாந்திரீக மயமாக விளக்கங்கூறுதல் விபரீதமான முடிவுகளுக்கு விமர்சகனை இட்டுச் சென்றுவிடும்.

இரண்டாவது கருத்து, இலக்கியக் கர்த்தாவின் சூழல் சம்பந்தமானது. இலக்கியப் படைப்பின் நயங்களை மாத்திரம் விவரிக்கும் நடைமுறைத் திறனாய்வுக்கு மாற்று மருந்தாக இந்நோக்கு எழுந்தது எனல் பொருத்தமாகும். எழுத்தாளனது வாசகர் தொகை, நூல் உற்பத்திச் செலவு, நூற் சந்தையின் தன்மை, மத்தியதர வர்க்க வாசகர்களின் இயல்பு, எழுத்தாளனது வர்க்கச் சார்பு இவை போன்றன ஒரு படைப்பின் உள்ளடக்கம், உருவம் என்பவற்றைப் பெருமளவிற் பாதிக்கின்றன. முன்னர் இவை தனியெழுத்தாளனது ஆற்றலை மாத்திரம் மனங்கொண்டு ஆராயப்பட்டன. சமூகவியலின் வருகைக்குப் பின்னர் இவை கண்ணுக்குப் புலப்பட்டும் புலப்படாமலும் உள்ள சமூக சக்திகளின் செயற்பாட்டினால் உருவாக்கப்படுபவை என்ற புறநிலை உண்மை தெளிவாகியுள்ளது. இவ்விரு நோக்குகளும் ஒன்றுக்கொன்று அநுசரணையானவை என்பது கூறாமலே விளங்கும்.[25]

உதாரணமாகத் தமிழிலக்கிய ஆய்வாளர்கள் இதுகாலவரை இலக்கியக் கர்த்தாக்களை மையமாகக் கொண்டு நூல்களின் பொருள், வடிவம், சிறப்பியல்பு இவற்றைச் சிலாகித்துப் பேசிவந்துள்ளனரே அன்றி, ஒவ்வொரு நூலும் தோன்றிய காலப்பகுதியில் அதற்கு இருந்திருக்கக்கூடிய *audience* – கேட்குநர், வாசகர், சுவைஞர் ஆகியோரது, ஏற்புடைமை நிலையினின்று நூலின் பண்புகளை விமர்சனஞ் செய்யவில்லை. பரணருக்கும் கம்பருக்கும் பாரதிக்கும் பட்டுக்கோட்டை கலியாணசுந்தரத்துக்கும் உள்ள சுவைஞரும் வாசகரும் வேறுபட்ட அறிவு நிலையிலும் உணர்வு வளத்திலும் இருப்பவர்கள். வெவ்வேறு காலத்து வாசகர்கள் வெவ்வேறு விஷயங்களையும் விழுமியங்களையும் இலக்கியத்திலிருந்து எதிர்பார்க்கின்றனர். “இலக்கியங் காலங் கடந்தது” என்று தத்துவம் பேசுவதில் பயனெதுவுமில்லை. வரலாற்றுணர்வும் சமூகவியல் நோக்கும் நமது இலக்கியத்தில் சரிவரப் பொருந்தும்வரை வரட்டு வேதாந்தமும், வாய்பாடாகக் கூறியதையே கூறித் திருப்தியடையும் மௌட்டீகமும் அரசு செலுத்தும் என்பதில் ஐயமில்லை.

மேற்கூறியவற்றின் அடிப்படையில் நமது நவீன இலக்கியத்தை நோக்கினால் பல உண்மைகள் புலனாகும். பூர்ஷ்வா சமூகவியல் வாதிகளைப் போலவே நமது பெரும்பாலான எழுத்தாளரும் ஒன்றிணைக்கப்பட்ட தத்துவார்த்த நோக்கின்றித் தமது சின்னஞ்சிறு உலகங்களைப் பற்றி எழுதிக்கொண்டிருக்கின்றனர். எவ்வாறு பூர்ஷ்வா சமூகவியல்வாதிகள் மனித சமுதாயத்தின் முழுமை யான வளர்ச்சிப்போக்கு, வர்க்க வேறுபாடுகள், உற்பத்தி உறவுகள் முதலிய அடிப்படைகளை மனங்கொள்ளாமல்,

வர்க்க வித்தியாசங்களைக் கடந்தவராகக் கருதப்படும் மாணவர்கள், இளைய தலைமுறையினர், கார்ச்சாரதிகள், விபசாரிகள், நாடோடிகள், புலம்பெயர்வோர்கள் முதலிய சிறுசிறு குழுக்களைப்பற்றிச் 'சமூகவியல்' ஆய்வுகள் நடத்தி வந்துள்ளனரோ, அவ்வாறே நமது எழுத்தாளரும் வர்க்கங்களை மறந்து தனிமனிதர்களைப் பற்றியும் சிறுசிறு குழுக்களைப் பற்றியும் சிறப்பாக எழுதிவந்துள்ளனர். பூர்ஷ்வா சமூகவியலாளர் "பூர்விகக் குடிகள்" குறித்தும் "புராதன மக்கட் கூட்டம்" பற்றியும் சுவையான மானிடவியல் ஆய்வுகள் நடத்தி வந்திருப்பதைப் போலவே நமது எழுத்தாளரும் பழங்காலத்து ராஜா ராணிக் கதைகளையும் பழங்குடி மக்கள் வாழ்க்கையையும் சுவாரஸ்யமான சிறுகதைகளாகவும் நெடுங்கதைகளாகவும் உற்பத்தி செய்துவந்திருக்கின்றனர்.[26] இவை மிகப் பொதுவான மேலோட்டமான சில ஒப்புமைகளாகும்.

இவற்றுக்கும் மேலாக அடிப்படை ஒற்றுமை ஒன்றுண்டு. நாம் முன்னர்க் கூறியிருப்பதுபோல் பூர்ஷ்வா சமூகவியல்வாதிகள், சமுதாயத்தை மாறும் பொருளாகக் கொள்ளாமல் அதனை மாற்றும் பணியிலும் நாட்டமின்றி, உள்ளதை உள்ளவாறே நுட்பமாக விவரித்துவந்துள்ளனர். நமது எழுத்தாளரிற் பலர் அவ்வாறே இயற்பண்பு வாதிகளாய்த் 'தத்ரூபமாக' யாவற்றையும் வருணிக்கும் கைங்கரியத்தை மேற்கொண்டு வந்துள்ளனர். பூர்ஷ்வா எழுத்தாளரிற் பிரபலியம் பெற்றிருப்பவர்களான ஜெயகாந்தன்,[27] இந்திரா பார்த்தசாரதி, தி. ஜானகிராமன், அகிலன், ஆதவன் போன்றோரெல்லாம் உளவியல் நுணுக்கம், நடைச்சிறப்பு பாத்திரவார்ப்பு முதலியவற்றில் தமது ஆற்றலை வெளிக்காட்டிக் கொண்டபோதும் அடிப்படையில் மேற்கூறிய பிரிவிற்குள் அடங்குபவராகவே காணப்படுகின்றனர்.

மேலெழுந்தவாரியாகப் பார்க்கும் ஒருவர்க்கு மேற்கூறிய நாவலாசிரியர்களை ஒரே பிரிவிற் சேர்த்துப் பேசுதல் பொருத்தமற்றதாகத் தோன்றவும் கூடும். குறிப்பிட்ட நாவலாசிரியரது பொருள், உருவமைதி, இலக்கிய உத்திகள் என்பனவற்றில் குறிப்பிடத்தக்க வேறுபாடுகள் உண்டென்பதை மறுப்பதற்கில்லை. தனிப்பட்ட எழுத்தாளர்கள் என்ற முறையில் இவர்கள் ஒவ்வொருவரும் தனித்தன்மை கொண்டவர்கள் என்பதும் ஏற்கக்கூடியதே. உதாரணமாக, அகிலனது கதை கூறும் போக்கிற்கும், ஜெயகாந்தனது தத்துவ விசாரப் போக்கிற்கும், இந்திரா பார்த்தசாரதியின் சமூக அங்கதப் போக்கிற்கும், ராஜம் கிருஷ்ணனின் மனிதாபிமான நாட்டப் போக்கிற்கும்[28] தனிச்சிறப்பியல்புகள் உண்டு. ஆயினும், இவ்வேறுபாடுகள் தத்துவார்த்த அடிப்படையில் வேறுபடுவன

அல்ல. முதலாளித்துவ சமுதாயத்தின் வளர்ச்சியிலே பல நோக்குகளும் போக்குகளும் வளர்ந்தன; அவை இடையறாமல் உருமாற்றமடைந்துகொண்டிருக்கின்றன. சமுதாயத்தைக் கூர்ந்து நோக்கி நுணுக்கமாக விவரிப்பது, நடப்பியலைக் கண்டு மனமுடைவது, அதனைக் கிண்டல் செய்வது, சிறுமையைக் கண்டு சீறுவது, சில சமயம் உலகினையே சபிப்பது என்றெல்லாம் எத்தனையோ மனப்போக்குகளை நவீன இலக்கியத்திற் காணக்கூடியதாயுள்ளது. இப்போக்குகள் ஒவ்வொன்றும் தமக்குகந்த உத்திகளையும் உருவாக்கியுள்ளமையும் தெளிவு. எனினும், நிதானமாக நோக்கினால் இப்போக்குகள் அனைத்தும் பூர்ஷ்வா உலக நோக்கின் விகற்பங்கள் என்னும் உண்மை புலப்படும். குறுகிய அர்த்தங் கற்பித்து இத்தகைய எழுத்தாளர்கள் நேரடியாகவே பூர்ஷ்வா வர்க்கத்தின் நலன்களைப் பிரக்ஞை பூர்வமாகக் கட்டிக்காக்க முனைபவர்கள் என்றோ, அல்லது ஆளும் வர்க்கத்தின் அடிவருடிகள் என்றோ நாம் விவரிக்க வேண்டியதில்லை. உண்மையில் முதலாளித்துவ சமுதாயத்தின் பௌதிக நிலைமைகளின் வரம்புக்குள் நின்றுகொண்டு இவர்கள் உலகை நோக்குவதால் அதனால் கட்டுப்படுத்தப் பட்டு விடுகின்றார்கள். இவர்கள் பூர்ஷ்வா தத்துவார்த்த எல்லையைத் தாண்ட மாட்டாதவராய் உள்ளனர். பூர்ஷ்வா சமுதாயத்தை எத்துணை விமர்சித்தாலும் அதிற் காணப்படும் பிரச்சினைகளுக்கும் முரண்பாடுகளுக்கும் தீர்வு காண்பதற்கு ஒரேவழி அவற்றை இல்லாமற் செய்வதே என்னும் அடிப்படை உண்மையை உணராமையே இவர்களது குறைபாட்டிற்குக் காரணமாகும். எனவே, தாம் அங்கீகரித்துள்ள சமுதாயத்தின் பிரச்சினைகளை மீண்டும் மீண்டும் சித்திரிப்பதல்லாது யதார்த்தத்தில் அவற்றுக்குத் தீர்வு காணக்கூடிய மார்க்கத்தை அவர்களாற் காட்டமுடியாதிருக்கிறது.

இலக்கிய உலகிலே காலத்துக்குக் காலம் புதிய பிரச்சினைகள் தோன்றுவதுண்டு. அதேபோல் காலங்காலமாக எழுப்பப்படும் சில வினாக்களும் உண்டு. அத்தகைய நித்தியமான வினாக்களில் ஒன்று, ‘இலக்கியம் எதற்காக’ என்பதாகும். காலத்தின் மாற்றங்களுக்கு ஏற்ப இவ்வினாவிற்கு வேறுபடும் விடைகள் அளிக்கப்படலாம். ஆயினும் இலக்கியம் சம்பந்தமான அடிப்படைக் கேள்விகளில் மேலே குறிப்பிட்டதும் ஒன்றாகும்.

இலக்கியத்தின் குறிக்கோள் பற்றிக் கருத்து ரீதியாக விடைகூறுவதிலும் பார்க்க, இலக்கியக் கர்த்தாக்களின் நோக்கையும் போக்கையும் விவரிப்பதனால் விளக்கம் தேடுதல் விரும்பத்தக்கதாகும். தனிப்பட்ட ஓர் எழுத்தாளன் காதல், புகழ், பணம், சமய நம்பிக்கை, அரசியல் ஈடுபாடு முதலிய பல்வேறு

காரணங்களில் ஒன்றோ பலவோ உந்துவதால் எழுதுகிறான் எனக் கூறலாம். எனினும் எழுத்தாளரைப் பொதுவாக நோக்குமிடத்து மூன்று நிலைப்பாடுகளைக் கவனிக்கலாம்.

எழுத்தாளன் தனித்து இருந்து வாழும் ஒருவன் அல்லன். அவன் சமூகப்பிராணி. சமுதாயத்தில் எல்லாக் காலங்களிலும் முரண்பாடுகளும் போராட்டங்களும் இயக்கங்களும் இடைவிடாது நடைபெற்றுக் கொண்டிருக்கின்றன. வர்க்க வேறுபாட்டினால் இவை எழுகின்றன. இவற்றின் மத்தியிலே எழுத்தாளனும் வாழ்கின்றான். இந்நிலையில் மூன்று நிலைப்பாடுகளைப் பொதுவாக எழுத்தாளரிடையே காணக்கூடியதாய் உள்ளது.

ஒரு பிரிவினர், பிரச்சினைகளையும் முரண்பாடுகளையும் துன்ப துயரங்களையும் எதிர்நோக்காதவராய், அவற்றுடன் சம்பந்தப்படாமல் இன்பமூட்டுவதையே எழுத்தின் தலையாய நோக்கமாய்க் கொண்டு அதற்கியையக் கற்பனைச் சம்பவங்களையும் கதைகளையும் உணர்ச்சிகளையும் இலக்கியமாக்குபவர்கள். இவர்களிற் சிலர் கூறும் வாதம் சுவையானது. "வாழ்க்கை பலருக்குத் துன்மயமாயுள்ளது என்பதை நாமும் அறிவோம். எனவே துன்பமயமாயமைந்த வாழ்க்கைக்கு மேலும் துயர் கூட்டுவதுபோல், சஞ்சலத்தையும் அவலத்தையும் அருவருப்பையும் இலக்கியத்தில் எதற்காகப் புகுத்த வேண்டும்? ஆகவே, துன்பத்தின் மத்தியில் துளிநேர மாற்றத்தை அளிப்பதாய், கற்பனையிலேனும் களிப்பையும் கவர்ச்சியையும் நாம் கொடுத்து உதவ விரும்புகிறோம்; முயல்கிறோம்." இவ்வாறு அவர்கள் தமது நிலைப்பாட்டிற்குச் சமாதானமும் விளக்கமும் கூறுவர். நடைமுறையில் பெருவணிக நிறுவனங்களின் குரலாகவே இது இருப்பதைக் கண்டுகொள்ள அதிக நேரம் பிடிக்காது. தென்னிந்தியாவில் பெரும் தொழில் துறையாக வளர்ந்துள்ள சினிமா இத்தகைய வாதத்தின் துணையுடனேயே, 'அபினி'யாக மக்களுக்கு ஊட்டப்படுகிறது என்பதனை நாம் அறிவோம். பல லட்சக்கணக்கில் வெளியிடப்படும் சஞ்சிகைகளும் "துன்பப்படும் மக்களுக்கு மகிழ்வூட்டுவதற்காகவே" வெளிவருகின்றன எனக் கூறப்படுவதுண்டு. "எனது குறிக்கோள் மக்களை மகிழ்விப்பது ஒன்றே" என்றுதான் ஜெமினி அதிபரும் *ஆனந்த விகடன்* நிறுவக ஆசிரியருமான எஸ்.எஸ். வாசன் எப்பொழுதும் கூறிவந்தார்.

இப்பிரிவினர் அனைவருமே பெருவணிகர் என்றோ, திட்டமிட்டு மக்களை ஏமாற்றிப் பணஞ் சம்பாதிப்போர் என்றோ நாம் கூறவேண்டுவதில்லை. இலக்கியம் தூய்மையானது, பேருணர்ச்சிகளுக்கு வாகனமாய் அமைய வேண்டியது, கற்பனை சார்ந்ததாய் இருக்கவேண்டியது என்று உண்மையாகவே

நம்பும் எழுத்தாளரும் இருக்கக்கூடும். எவ்வாறாயினும் சமூகப் பிரச்சினைகளைப் பிரதிபலிக்காமல் மானசீக உலகில் இருந்து கொண்டு எழுதுவோர் ஒரு பிரிவினர் எனலாம்.

வரலாற்று அடிப்படையில் நோக்கும்பொழுது மன்னராட்சிக் காலங்களிலும் நிலப்பிரபுத்துவ சமுதாய அமைப்பிலும் பாராட்டப்பெற்ற 'அரசவை' இலக்கியங்கள் இத்தகையன என்று பொதுப்படக் கூறலாம். குறிப்பாக, உயர்மட்டத்தினரின் காதல் வாழ்க்கை, இன்பக் கேளிக்கை, உல்லாசப் பொழுதுபோக்கு என்பவற்றை மையமாகக் கொண்டு எத்தனையோ சிற்றின்ப நூல்கள் தோன்றின. இவற்றின் மிச்ச சொச்சத்தை நவீன காலத்திலே ஐயத்துக்கிடமின்றி நாம் காணக் கூடுமாயினும் முதலாளித்துவ சமுதாயத்திலே வாழ்க்கையை முற்றுமுழுதாகப் புறக்கணிக்கும் இலக்கியங்கள் தோன்றுவது குறைவு என்றே கூறவேண்டும்.

இன்னொரு பிரிவினர், மேலே நாம் விவரித்த சமுதாய முரண்பாடுகளையும் பிரச்சினைகளையும் ஓரளவுக்கு நோக்கி அவற்றைத் தமது எழுத்தின் பொருளாகக் கொள்பவர்கள். சமுதாயத்திலே பரவலாய்க் காணப்படும் துன்பதுயரங்களை உணர்ச்சின் அடிப்படையிலே அநுதாபத்துடன் பார்க்கும் இப்பிரிவினர், முந்திய பிரிவினரோடு ஒப்பு நோக்குமிடத்து தம்மைச் சுற்றியுள்ள யதார்த்தத்தை எதிர்நோக்குகின்றனர் என்பதில் ஐயமில்லை. எனினும் சமுதாய நிலைமைகளைப் பிரதிபலித்தாலே போதும் என்னும் எண்ணம் இவர்களிற் பெரும்பாலானோரைப் பற்றிக்கொண்டிருக்கிறது என்பதிலும் ஐயமில்லை. அதாவது முதற்பிரிவினர் பிரச்சினைகள் இருப்பதையே எழுத்தில் பிரதிபலிக்கவில்லை; அதனால் அப்பிரச்சினை இலக்கியத்துக்கு உகந்த – உரிய – பொருள்கள் அல்ல என்னும் கருத்தைக் கொண்டவராய் உள்ளனர். இரண்டாவது பிரிவினரோ இதற்கு மாறாக, சமுதாயப் பிரச்சினைகள் இலக்கியத்தில் இடம்பெறுவதை ஏற்றுக்கொள்கின்றனர். எனினும் தமது கடமை அல்லது பொறுப்பு அவற்றைத் தத்ரூபமாகச் சித்திரித்து விடுவதே என்று கருதுகின்றனர். காலப்போக்கில் சமுதாயம் திருந்தும் என்ற நம்பிக்கை இவர்களுக்குண்டு.

வரலாற்று அடிப்படையில் நோக்கும்பொழுது நிலப்பிரபுத்துவ சமுதாயத்தையடுத்து வந்துள்ள முதலாளித்துவ சமுதாய அமைப்பில், சந்தைக்குப் பொருள் தயாரிப்போருள் ஒருவனாக மாற்றப்பட்டுள்ள எழுத்தாளன், வாழ்க்கைப் போராட்டத்தின் அடிப்படையில் வேலைத் தட்டுப்பாடு, மோசடி, ஏற்றத்தாழ்வு, சுரண்டல் முதலிய கொடுமைகளை

அநுபவரீதியாகவும் அறிவுரீதியாகவும் ஓரளவு கண்டு அவற்றை இலக்கியத்திலும் பிரதிபலிக்கிறான். ஆயினும் இவற்றையெல்லாம், அவன் எழுத்தாளன் என்னும் வகையில் தனிப்பட்ட முறையிலும் தனிப்பட்ட மாந்தரின் அவலங்களாகவுமே கண்டு எழுதுகிறான். இதன் விளைவாகத் துன்பதுயரங்களைக் கண்டு கண்ணீர் வடித்து, இரங்கி ஏங்கும் நிலைக்குப் பெரும்பாலும் அவன் தள்ளப்படுகிறான். யதார்த்தத்தைக் கண்டு மனம் நொந்து வெம்புகிறான்; சில சமயங்களில் சினங்கொண்டு சீறவும் செய்கிறான்; எனினும், அதற்குமேல் அவன் நோக்குப் பெரும்பாலும் போவதில்லை.[29]

நவீன உலகிலே பரவலாகப் பொதுமைச் சிந்தனைகளும் சோஷலிசக் கருத்துக்களும் நிலவுவதால் அவற்றாலும் இரண்டாம் பிரிவு எழுத்தாளர்கள் சிலர் ஈர்க்கப்படுவதுண்டு. எனினும் அவர்களிடத்தும் இலக்கியத்தைப் “பிரசார”மாக்குதல் கூடாது என்னும் சில ஐயங்களும் அம்சங்களும் ஆழமாக வேரூன்றியிருப்பதைக் காணலாம்.[30]

எனினும் சமீப காலத்தில் பல இளைஞர்களிடையே, குறிப்பாகக் கிராமங்களில் வாழும் எழுத்தாளர்களிடையே, பிரச்சினைகளை இன்னும் நுணுக்கமாகவும் தூலமாகவும் ஆராய்ந்து அவற்றுக்குப் பரிகாரம் கூறும் இலக்கியப் படைப்புக்கள் பெருக வேண்டும் என்னும் கருத்து வேகம் பெற்று வருதலைக் கவனிக்கக் கூடியதாய் உள்ளது. இதற்குத் தருக்கரீதியான காரணங்களும் இல்லாமல் இல்லை. மனிதாபிமான உணர்வுடன் நடைமுறைப் பிரச்சினைகளைச் சித்திரித்தல் ஏற்றதே என்னும் கோட்பாடு ஓரளவு வழக்காகியபின், அடுத்து என்ன என்னும் வினா எழுதல் இயல்பே. அதுமட்டுமன்று, பிரச்சினைகளை மேலும் மேலும் கூர்ந்து நோக்கி, ஒவ்வொன்றினதும் காரணகாரியத் தொடர்புகள் விளங்கிக்கொண்டு எழுதும்போது அவற்றை நீக்கவேண்டிய அவசியத்தையும் அதற்கான வழிவகைகளையும் விவரித்தல் தவிர்க்க இயலாததே. நோயை நுணுக்கமாக விளக்கி விவரித்தால் மட்டும் போதுமா? நோயாளியின் மீது இரக்கப்பட்டால் மட்டும் போதுமா? நோயின் வரலாற்றை ஆதியோடந்தமாய்க் கூறினால் மட்டும் போதுமா? நோய் தீர மருந்தும் மார்க்கமும் வேண்டாமா?

இன்னும் ஒரு காரணமும் உண்டு. ஒரு காலகட்டத்தில் இரண்டாவது பிரிவைச் சேர்ந்த எழுத்தாளர்கள் புதுமையின் பெயரிலும் புரட்சியின் பெயரிலும் இலக்கியத்தில் புகுத்திய பொருள்களும் சித்திரிப்பு முறைகளும் இன்று வர்த்தக வெளியீடுகளிலும் சாதாரணமாக இடம்பெறத் தக்கவையாகிவிட்டன.

'நியூவேவ்' திரைப்படங்களிற் பெரும்பாலானவை இன்று இந்நிலைமையைப் பிரதிபலிக்கின்றன.

இந்நிலையில், சமுதாயத்தில் காணப்படும் முரண்பாடுகளையும் துன்பதுயரங்களையும் போராட்டங்களையும் உதிரியான தனிமனிதர்களின் பிரச்சினைகளாக மாத்திரம் கண்டுகாட்டாமல் அவற்றை வர்க்கங்களுக்கிடையே நிகழும் போராட்டத்தின் வெளிப்பாடுகளாகக் காண்பது இன்றியமையாததாகிறது. இரண்டாவது பிரிவிலே தொடங்கியபோதும் வர்க்க அடிப்படையிலே பாத்திரங்களை அணுகாமல், விசேஷமான தனிப்பிறவிகளை இலக்கிய மாந்தராகக் கொண்டமையாலேயே ஒரு காலத்து "முற்போக்கு" எழுத்தாளர் ஜெயகாந்தன், பின்னர் 'பிரம்மோபதேசம்' செய்பவராக உருமாறியுள்ளார். இது ஒரு குறிப்பிட்ட எழுத்தாளனது தனிப்பட்ட பலவீனம் மட்டுமன்று; அவன் பற்றிக்கொண்டிருந்த இலக்கியக் கோட்பாட்டிலே உள்ளார்ந்த பலவீனமாய் இருந்த அம்சத்தின் பரிணாமம் என்றும் கூறலாமல்லவா? ஜெயகாந்தனை விதிவிலக்கான 'வில்லனாக' நாம் விவரிக்க வேண்டியதில்லை. பல எழுத்தாளரைப் பிரதிநிதித்துவப்படுத்தும் எடுத்துக்காட்டு என்றே கொள்ள வேண்டும். வர்க்க ஆய்வின் அடிப்படையில் தூலமான சந்தர்ப்பங்களில் பாத்திரங்களைச் சித்திரிக்கத் தவறும் எந்த எழுத்தாளனும் ஜெயகாந்தன் ஆவதற்கு அதிக நாள் பிடிக்காது.

இதை இன்னொரு வகையாகவும் நோக்கலாம். ஜெயகாந்தனது எழுத்தில் இன்றும் நுணுக்க விவரங்களைக் கூறும் "யதார்த்த"ப் பண்பு, அதாவது இயற்கையாகப் பாத்திரங்களைத் தீட்டும் ஆற்றல் குறைவின்றியே இருக்கிறது. 'மனிதாபிமான' உணர்வும் இல்லையென்று அடித்துக் கூறவியலாது. ஆயினும் சமுதாய மாற்றத்துக்கு ஆதரவு தருபவராக அவர் இன்று இல்லை. எனவே பிழை எங்கே உள்ளது என்று கவனமாய்த் தேடவேண்டும்.

இந்த இடத்திலேதான் மூன்றாவது பிரிவினர் முக்கியத்துவம் பெறுகின்றனர். சமுதாயத்தை நுணுக்கமாகப் பிரதிபலிப்பது மட்டுமன்றி, அதனை மாற்றி அமைக்கும் பணியில் பங்கு பற்றுவதுடன், அப்பணி வெற்றி பெறுவதற்குரிய மாற்றங்களை இலக்கியப் பொருளாகத் துணிந்து ஏற்றுக்கொள்வதும் இன்றைய தேவையாகும் என இப்பிரிவினர் வற்புறுத்துகின்றனர். இவ்வாதத்தை இலகுவில் ஒதுக்கிவிட முடியாது. அநுபவமும் அனைத்துலகப் போக்கும் இவ்வாதத்துக்கு அரண் செய்வனவாகவே உள்ளன. அண்மைக்காலத் தமிழ் நாவல்கள் சிலவும் புதுக்கவிதைப் படைப்புகள் சிலவும் இப்போக்கு நமது மத்தியிலும் வலுப்பெற்று வருவதைக் காட்டுகின்றன.

வரலாற்று அடிப்படையில் நோக்கும்பொழுது தொழிலாளர், விவசாயிகள் வர்க்கத்திலிருந்து தோன்றும் கலையிலக்கியக் கோட்பாட்டின் காத்திரமான குரல் இது என்பது வெளிப்படை. எதிர்காலத்தை மாற்றியமைக்கும் பெரும் பணிக்கு அவர்கள் தலைமை தாங்குபவர்கள் ஆதலின் அக்குரல் வலிமையுடையது என்பதில் ஐயமில்லை. இக்கோட்பாடு இலக்கியத்தில் செயற்படுகை யில் சிறப்பான பிரச்சினைகள் தோன்றும் என்பது உண்மை. கலையழகு, உருவம், நம்பகத்தன்மை, ஏற்புடைமை, மொழிநயம் முதலிய பல்வேறு அம்சங்கள் இணைதல் வேண்டும். புதிய நெறிமுறைகள் வகுக்கப்படல் வேண்டும். ஆயினும், இவை எதிர்நோக்க வேண்டிய சவால்களே.

இன்னொரு வகையாகச் சொல்லப்போனால் நவீன – மேலைத் தேய – சமூகவியல் வளர்ச்சிக்குச் சமாந்தரமாகவே தமிழகத்து பூர்ஷ்வா இலக்கியமும் நடைபோட்டு வந்துள்ளது. சமூகவியலில் மார்க்ஸியத்தின் செல்வாக்கால் எவ்வாறு புரட்சிகர சிந்தனைகளும் செயல்முறைகளும் நாளுக்கு நாள் வலுப்பெற்று வருகின்றனவோ அவ்வாறே இலக்கிய உலகிலும் புரட்சிகரப் போக்குகள் வேகமடைந்து வருகின்றன. எனினும் அவை வேறாக ஆராயப்பட வேண்டியவை.

சான்றாதாரம்

1. எங்கெல்ஸ், பிரெடெரிக், *இயற்கையின் இயக்க இயல்,* முன்னேற்றப் பதிப்பகம், மாஸ்கோ, பக். 8.

2. Lukacs, Georg, *The Historical Novel,* London, 1962, p. 23.

3. Martindale, Don, *The Nature and Types of Sociological Theory,* Boston, 1960, p. 62.

4. முற்பட்ட மேலைத்தேய சமுகவியலாளருள் ஸ்பென்ஸர் இந்தியச் சிந்தனையாளரையும் கல்விமான்களையும் பெரிதும் கவர்ந்தார். இந்தியாவை அப்பொழுது ஆண்ட இங்கிலாந்தைச் சேர்ந்தவர் என்ற வகையில் பிரெஞ்சு, அமெரிக்க சமுகவியலாளரைவிட பிரிட்டிஷ் ஆசிரியர்களே நம்மவரை அதிகமாகப் பாதித்தனர் எனலாம். தமிழநாட்டைப் பொறுத்தவரையில் ஸ்பென்ஸரின் செல்வாக்கு மிகுந்திருந்தமைக்கு மற்றுமொரு காரணமும் உண்டு. அவரது நேரடி மாணாக்கரும் அவருடைய நூல்கள் சிலவற்றை வகுத்துத் தொகுத்து வெளியிட உதவியவருமான டாக்டர் டேவிட் டங்கன், சென்னை மாநிலக் கல்லூரியிலே பல

வருடங்கள் தத்துவவியற் பேராசிரியராய் இருந்தவர். 1867ஆம் ஆண்டளவில் ஸ்பென்ஸருக்கு ஆராய்ச்சி உதவியாளராகப் பணிபுரியத் தொடங்கிய டங்கன் சில மாதங்களில் இந்தியா சென்றார். சென்னையிலிருந்துகொண்டே ஸ்பென்ஸரின் நூல்களைத் தொகுத்து விளக்கங்கள் எழுதிவந்தார். ஸ்பென்ஸரின் *விவரண சமூகவியல்* – Descriptive Sociology என்ற நூல் டங்கனது பெருமுயற்சியாலேயே இறுதி வடிவம் பெற்றது. சூரியநாராயண சாஸ்திரியார், வெ.ப. சுப்பிரமணிய முதலியார், பூண்டி அரங்கநாத முதலியார் முதலியோர் டங்கனது செல்வாக்கிற்கு உட்பட்டிருந்தனர் என்று கருத இடமுண்டு. தமிழ்நாட்டில் மட்டுமன்றி அனைத்து இந்தியா விலும் கல்வியாளர் ஸ்பென்ஸரின் கொள்கைகளினால் கவரப்பட்டிருந்தனர். பத்தொன்பதாம் நூற்றாண்டு இந்திய ஆய்வறிவாளர்கள் பலரின் நண்பனாயிருந்த எஸ்.கே. ரட்கிளிப் என்பார் இந்திய அறிஞரும் ஆங்கிலேய நிர்வாகிகள் பலரும் ஸ்பென்ஸரது கருத்துக்களை ஏற்றிருந்தனர் எனக் கூறியுள்ளார். பார்க்கவும்: Heimsath, C.H., *Indian Nationalism and Hindu Social Reform,* Princeton, 1964, p. 50.

5. Hofstadter, Richard, *Social Darwinism in American Thought,* Philadelphia, 1944.

6. எங்கெல்ஸ், *இயற்கையின் இயக்க இயல்,* பக். 62–3.

7. Hofstadter, Ibid., p. 58.

8. Davie, M.R., *William Graham Sumner,* New York, 1967, p. viii.

9. Weber, Max, *The Methodology of the Social Sciences,* Free Press, 1949.

10. எங்கெல்ஸ், *இயற்கையின் இயக்க இயல்,* பக். 16.

11. Marx, Karl, "Theses On Feuerbach". *1845*இல் மார்க்ஸ் முதன் முதலில் இக்கட்டுரையை எழுதினார். ஆயினும் 1888ஆம் வருடம் எங்கெல்ஸ் தனி நூலாக வெளியிட்ட பின்னரே உலகறிய வந்தது.

12. எமிலி பேர்ன்ஸ், *மார்க்சிஸம் என்றால் என்ன?* சென்னை, 1950, பக். 76–7.

13. Osipov, G., *Sociology,* Moscow, 1969, p. 7.

14. Ibid., p. 10.

15. Gouldner, A. W., *The Coming Crisis of Western Sociology,* London, 1970.

16. தமிழ்நாட்டில் க.நா. சுப்ரமண்யம் வழிவரும் சில விமர்சகர்கள், குறிப்பாக வெ. சாமிநாதன், தருமு சிவராமு முதலியோர் மார்க்சியத்தின் வாழும் சிந்தனைகளைக் காண மறுத்து, மார்க்சின் கல்லறைபற்றி அடிக்கடி பிரஸ்தாபிப்பர். இலங்கையில் காலஞ்சென்ற மு. தளையசிங்கமும் அவரது வழிவரும் சிலரும் மார்க்சிற்கு அப்பாற்பட்ட தத்துவம் பற்றி மேனாட்டு பூர்ஷ்வா எழுத்தாளர்கள் சிலர் கூறியுள்ளவற்றை எதிரொலிப்பர். இவர்கள் அனைவரினதும் சிந்தனை இந்திய மரபுவழித் தத்துவ ஞானங்களுக்குள்ளேயே முடங்கிக் கிடப்பது வெளிப்படை. *Encounter* போன்ற ஆங்கில மார்க்சிய எதிர்ப்பு ஏடுகளில் வெளிவரும் கட்டுரைகளை இவர்கள் அப்படியே திரும்பவும் கூறிவிடுவதைக் காணலாம். அதீத நம்பிக்கை வரட்சியின் விளைவை இவர்கள் எழுத்துக்களிற் காணலாம்.

17. Shaw, Martin, *Ideology in Social Science,* London, 1975, p. 43-4.

18. Gough, Katharine, "Anthropology Child of Imperialism", *Monthly Review,* Vol. 19., No. 11., 1968.

19. *Ideology in Social Science,* pp. 45-60.

20. Jerry D. Rose*, Introduction to Sociology,* Chicago, 1974, p. 70-71.

21. ஏகாதிபத்தியம், காலனித்துவம் ஆகியவற்றின் அரசியல் பொருளாதார விளைவுகள் ஆசிய நாடுகளில் ஆய்வறிவாளரால் ஓரளவு ஆராயப்பட்டுள்ளனவாயினும் காலனித்துவத்தின் கலாசார ஆதிக்கமும் அதன் பாரதூரமான பாதிப்புகளும் இன்னும் சரியாக ஆராயப்படவில்லை என்றே கூறவேண்டும். அரசியல் ரீதியாக அந்நியரை எதிர்த்த நம்மவரிற் பலர் ஆத்மார்த்த ரீதியாக மேலைத்தேய பூர்ஷ்வா சிந்தனை மரபுக்கு ஆட்பட்டவரே. எனவே தமது பாரம்பரிய மரபாலும் அந்நிய சிந்தனை முறைகளினாலும் ஏககாலத்தில் இவர்கள் அமுக்கப்பட்டனர்; பலர் கிழக்கிற்கும் மேற்கிற்கும் இடையில் ஒரு திரிசங்கு சுவர்க்கத்தில் சஞ்சசித்தனர். நமது 'புகழ்பூத்த' அறிஞர்கள் பலர், மேலைத்தேய 'விற்பன்னர்கள்' கூறியவற்றை வேதவாக்காகக் கொண்டு இயங்கிவந்திருக்கின்றனர். இன்றும் நவ காலனித்துவத்தின் செல்வாக்கு நமது நாட்டுக் கல்வியாளரிடையே அபரிமிதமாகப் படர்ந்துள்ளது. புரட்சிகர இயக்கங்களின் அயராத உழைப்பினாலேயே இப்போக்கை அம்பலப்படுத்தி நமக்கேற்ற ஆய்வு முறைகள் உருவாகும் சூழ்நிலையைத் தோற்றுவிக்கலாம்.

22. Diana T. Laurenson & Alan Swingewood, *The Sociology of Literature,* London, 1971, p. 11.

23. Robert N. Bellah, " The Sociology of Religion" in *Knowledge and Society,* (Forum Lectures), USIS, 1968, p.231.

24. Cf. Norman W. Storer, "The Sociology of Science", Ibid., p. 215-6.

25. *The Sociology of Literature,* p. 13-19.

26. ஒரு வகையில் பார்க்கப்போனால் "வரலாற்று நாவலாசிரியர்" எனப் புகழ்ப்படும் கல்கி (ரா. கிருஷ்ணமூர்த்தி) முதல் சாண்டில்யன் வரை இத்தகைய உற்பத்தியிலேயே ஈடுபட்டு வந்துள்ளமை புலனாகும். காலங் கடந்த காலத்துக் கதைகளாகவே இவற்றிற் பெரும்பாலானவை இருக்கின்றன. தமிழ்நாட்டு வரலாறு ஓரளவு தெளிவுறுத்தப்பட்டுள்ள இன்றைய நிலையிலும் அற்புதக் கதைப் பாணியில் "பழந்தமிழ் நாட்டு" வீர வரலாறு கூறப்படுவது நமது சிந்தனை வரட்சியையே நிரூபிக்கிறது.

27. பார்க்கவும்: தோதாத்ரி, எஸ்., *ஜெயகாந்தன்: ஒரு விமர்சனம்,* சிவகங்கை, 1976. ஜெயகாந்தன் பற்றி விமர்சகர் கூறுபவை மற்றைய நாவலாசிரியர் சிலருக்கும் பொருந்துவனவாய் உள்ளன.

28. கடந்த சில வருடங்களுக்குள் ராஜம் கிருஷ்ணன் குறிப்பிடத்தக்க அளவில் சமுதாய இயக்கப்பாடுகளை உணர்ந்து எழுதுபவராகப் பரிணமித்துள்ளார். இன்றைய தமிழ் நாவலிலக்கியத்தில் ஆக்கபூர்வமான அம்சங்களையும் பரிபக்குவத்தையும் அவரது அண்மைக்காலப் படைப்புக்களிற் காணலாம்.

29. தமிழ்ச் சிறுகதை உலகின் தலைமக்களில் ஒருவரான புதுமைப்பித்தன் யதார்த்தவாத எழுத்தாளராகப் பலரால் பாராட்டப் பெற்றிருப்பினும், உண்மையில் அவர் சமுதாய மாற்றத்தை வேண்டி நின்றவர் அல்லர். திரு. ரகுநாதன் கூறியிருப்பது போல, "அன்றாட வாழ்க்கையின் வேதனைக் குரலை மறந்து சிரிப்பதற்குக் கதை சொன்னாரேயொழிய வேதனையை நீக்கும் மார்க்கத்தைக் கூறவில்லை; காணவில்லை." *புதுமைப்பித்தன்,* சென்னை, 1951, பக். 203.

30. பிரசார வசதிகள் படைத்த இலக்கிய ஜாம்பவான்களும் இலக்கியத்தைப் போதிக்கும் பேராசிரியர்கள் பலரும் யதார்த்த இலக்கியத்தில் கலையழகு இல்லையென்றும் பிரசாரப்

பண்பு மிக்குள்ளது என்றும் தன்மேட்டிமைத் தனத்துடன் கூறுவர். இது முற்போக்கு அணியைச் சேர்ந்த ஆரம்பகால எழுத்தாளரை மனங்கலங்கச் செய்து விடுகிறது. ஈழத்து எழுத்தாளர் என். சண்முகரத்தினம் இவ்விஷயம் குறித்துக் கூறியிருப்பது கவனத்திற்குரியது: "புரட்சிகர அரசியல் நோக்குள்ள எழுத்தாளர்கள் கலை என்ற பெயரில் வெறும் சுலோகங்களை எழுதித் தள்ளுகிறார்கள் என்ற குற்றச்சாட்டை அடிக்கடி கேட்கிறோம். முற்போக்கு இலக்கியமென்று முன் வைக்கப்படும் சிலவற்றைப் பார்க்கும்போது இத்தகைய விமர்சனங்கள் நியாயமானவையாகவே படுகின்றன. ஆயினும் பிற்போக்கு அழகியல்வாதிகளின் அளவுகோல்களோ முற்றிலும் பொருந்தாதவை. ஆளும் வர்க்கத்தின் அழகியல் ரசனைகளை அடிப்படையாகக் கொண்ட அளவுகோல்களினால் முற்போக்கு இலக்கியத்தை மதிப்பீடு செய்யும் அபத்தம் முற்றாக எதிர்க்கப்பட வேண்டியதாகும். சமுதாயத்தின் 'அசிங்கங்களை' அழகுபடுத்துவதும் அநீதிகளை மூடி மறைப்பதுமே முதலாளித்துவ அழகியல்வாதத்தின் அரசியல் கடமைகளாகும். இலக்கியத்தில் ஜானகிராமன் முதல் அகிலன் வரை இதைத்தான் செய்கிறார்கள்." பார்க்கவும்: *ஆக்க இலக்கியமும் அறிவியலும்* (ஆய்வுக் கட்டுரைகள்) யாழ்ப்பாணம், 1977, பக். 129–30. விமர்சகர்கள் பதின்மரின் கட்டுரைகள் அடங்கிய இந்நூல் யாழ்ப்பாணப் பல்கலைக்கழக வளாக வெளியீடாகும்.

~~

2

தன்னுணர்ச்சிப் பாடல்களும் தனிமனிதவாதமும்

நவீன தமிழ்க் கவிதை அதற்கு முந்திய கவிதைகளினின்றும் பல விதங்களில் வேறுபடுவதை நாம் எல்லோரும் நன்கறிவோம். புதுமைக் கவிதை, மறுமலர்ச்சிக் கவிதை, புரட்சிக் கவிதை, பழகு தமிழ்க் கவிதை என்றெல்லாம் இருபதாம் நூற்றாண்டுத் தமிழ்க் கவிதையை – குறிப்பாகப் பாரதி பரம்பரைக் கவிதையை – இலக்கிய மாணவர் வருணிப்பர். பொருளடக்கம், மொழிநடை, பண்பாட்டு நிலை முதலியவற்றை ஆதாரமாய்க் கொண்டே முற்கூறிய அடைமொழிகள் வழங்குவன. கவிதை வகையின் அடிப்படையிலும் நவீன கவிதையை வேறுபடுத்திக் காட்டலாம்.

    கவிதை என்று கூறிய மாத்திரத்தே நமக்குச் சில பொதுப்பண்புகள் மனத்தில் எழுகின்றன. எனினும், வெவ்வேறு வகையான செய்யுள்களுக்கு வெவ்வேறு தனிச் சிறப்பியல்புகள் உண்டு என்னும் செய்தியையும் நாம் மனங்கொள்ள வேண்டியது அவசியம். அது மட்டுமன்று. தொன்றுதொட்டே இலக்கியவளம் படைத்த மொழிகளிலெல்லாம் கவிதைகளை வகைப்படுத்தியே வழங்கி வந்துள்ளனர். உதாரணமாகப் பண்டைக் கிரேக்கர்கள் தனிப்பாடல், காப்பியம், நாடகக் கவிதை என மூன்று வகைகளைக் கூறினர்.[1] பொதுவில் கவிதையை இருபெரும் பிரிவாக வகுக்கலாம்: பாடுவோர் பெயர் அறியமாட்டாத வாய்மொழிப் பாடல்கள் ஒருவகை; இன்னார் பாடினார் என்று அறியப்படும் கவிதைகள்

பிறிதொருவகை. ஆயினும், பல்வேறு மொழிகளிலும் பின்வரும் வகைகள் பெருவழக்காயுள்ளன.

குழந்தைப் பாடல்கள்
நாட்டுப் பாடல்கள்
கதைப் பாடல்கள்
தனிப் பாடல்
காவியம் (பிரபந்தங்கள் உட்பட)

தனிப்பாடல்களுக்கும் சில உப பிரிவுகளைக் குறிப்பிடுதல் கூடும்: தன்னுணர்ச்சிப் பாடல், இசைப்பாடல், புலமைச் செய்யுள், சமயாசமயப் பாடல் என்பன அவற்றின் பண்பு, பயன் முதலியவற்றில் வேறுபடுவன. இங்கே கவனிக்க வேண்டியது யாதெனில், வகை வேறுபாடுகளுக்கும் சிறப்பியல்புகளுக்கும் நெருங்கிய தொடர்புண்டு.[2] அதனை உணர்ந்து கொண்டாலன்றி வெவ்வேறு வகையான கவிதைகளைச் சுவைக்கவும் திறனாயவும் எம்மால் இயலாது. 'கவிதை' என்ற சொல் காதில் விழுந்த கணத்திலேயே கண்ணைச் சொருகிப் பரவசப்படும் கவின்கலை ஆர்வலரும் மேற்போக்காகக் கவிதையில் ஈடுபடுவோருமே மேற்கூறிய வகைப்பாடுகளைப் புறக்கணித்து இலக்கிய ரசனையில் இறங்குதல் முடியும்.

இருபதாம் நூற்றாண்டுத் தமிழ்க் கவிதையில் கணிசமான அளவு தனிப்பாடல்களாய் இருப்பது வெளிப்படை. அதாவது காப்பியம், பிரபந்தம் முதலிய இலக்கிய வடிவங்கள் அருமையாகவே இயற்றப்படுவதும், தனிப்பாடல்களே பெருவழக்காயிருப்பதும் மிகக் குறைந்தளவு இலக்கியப் பயிற்சி உள்ளவர்க்கும் புலப்படக் கூடிய செய்தியாகும். சென்ற நூற்றாண்டிலே வாழ்ந்த மகாவித்துவான் திரிசிரபுரம் மீனாட்சிசுந்தரம் பிள்ளை (1815–1876) நூற்றுக்கணக்கான பிரபந்தங்களை இயற்றினார். இருபத்திரண்டு புராணங்கள் உட்பட, பிள்ளைத்தமிழ், அந்தாதி, கலம்பகம், மாலை, கோவை, உலா, லீலை, வெண்பா, ஆனந்தக் களிப்பு முதலிய மரபுவழிப் பிரபந்தங்களை அநாயாசமாய்ப் பாடியவர் அவர். திருநாகைக் காரோணப் புராணம் இரண்டாயிரத்துக்கு மேற்பட்ட பாடல்களைக் கொண்டது. இவற்றைத் தவிர எத்தனையோ சாற்றுக் கவிகளும் பாடினார். பிறிதோரிடத்திலே நான் குறிப்பிட்டிருப்பது போல, இடைக்காலச் செய்யுள் மரபானது மீனாட்சிசுந்தரம் பிள்ளையுடன் முடிவடைகிறது எனலாம்.[3] அவருக்குப்பின் நாளதுவரை அவ்வப்போது சிலர் மரபு வழிப் பிரபந்தங்கள் இயற்றியுள்ளனராயினும் பெரும்பாலானோர் தனிக்கவிதைகளும் உணர்ச்சிச் செறிவுள்ள நெடும்பாடல்களுமே எழுதியிருக்கின்றனர். சுத்தானந்த பாரதியார் *பாரதசக்தி மகாகாவியம்* பாடியிருப்பினும் அது நவீனகாலக் கவிதைப்

பரப்பிற் சேராதது என்றே கூறவேண்டும். பொருளாலும் அமைப்பாலும் அது முற்காலத்துக்குரியதொன்றாகவே உள்ளது.

ஏறத்தாழ இந்நூற்றாண்டின் தொடக்கம் வரை தமிழிற் செய்யுள் செய்தோர் அனைவரும்—மரபு வழி நின்று நூலியற்றினோர் அனைவரும் "காரிகை கற்றுக்" கவிபாடியவர்களாகவும் பாட்டியல் நூல் பயின்றவராயும் இருந்தனர். அத்தகையோர் செய்யுள் இயற்ற முற்பட்டபொழுது அங்கீகரிக்கப்பட்ட யாப்பில் அறியப்பட்ட யாதாயினும் ஒரு பிரபந்தத்தைப் பாடுவோராகவே இருந்தனர். உதாரணமாக சென்னை மாநிலக் கல்லூரியில் கணிதநூற் பேராசிரியராகவிருந்த பூண்டி அரங்கநாத முதலியார் (1844–1893) செய்யுள் இயற்ற எண்ணியபோது 'கலம்பகம்' என்ற பிரபந்த வடிவத்தையே[4] கைக்கொண்டார். சென்னையிலும் மதுரையிலும் புதுச்சேரியிலும் தமிழ்த் தொண்டாற்றியவரான களத்தூர் சு. வேதகிரி முதலியார் (1795–1852) ஆய்வறிவு பூர்வமான பல முயற்சிகளை மேற்கொண்டவர்; செய்யுள் செய்ய முனைந்த வேளையில் *மநுநீதி சதகம், மநு வியாக்கியான சதகம்* முதலியவற்றையே ஆக்கினார். இருபதாம் நூற்றாண்டில் இவ்வழக்கம் மெல்ல மெல்ல வலுவிழந்தது. பலர் பழைய யாப்புவகைகளைக் கையாண்டபோதும் பழைய பிரபந்தப் பெயர்களைப் பயன்படுத்தவில்லை. சதகம், அந்தாதி, ஊஞ்சல், கோவை என்று பெயர் சூட்டாமல் பாடலின் பொருளை முதன்மைப்படுத்தித் தலைப்பு இட்டனர். உதாரணமாக, "புதுத் தமிழ்க் கவிதைகள்" இயற்ற விழைந்த நாவலர் ச. சோமசுந்தர பாரதியார் (1879–1959) *மாரிவாயில், மங்கலக் குறிச்சிப் பொங்கல் நிகழ்ச்சி* என்னும் பெயர்களையே இட்டனர். "பொங்கல் நிகழ்ச்சிப் பாடல்" தாழிசைக் கொச்சகச் செய்யுளால் அமைந்தது; அகத்திணை மரபு சார்ந்தது. ஆயினும் மரபுவழிப் பிரபந்தப் பெயர் எதனையும் கொண்டிருக்கவில்லை.

சுப்பிரமணிய பாரதியாரின் *குயிற்பாட்டு* பிரபந்த இலக்கணத்திற்குள் அடங்குமோ? அவர் இயற்றிய *ஸ்வசரிதை* மரபுவழிப் பாட்டியலில் அடங்குமோ? அது புதுமுறையான கவிதை என்று கவிஞரே கருதினார் என்பது அவர் எழுதிய முகவுரையாற் புலப்படும்.

> இச்சிறிய செய்யுள் நூல் விநோதார்த்தமாக எழுதப்பட்டது..... இதன் இயல்பு தன் கூற்றெனப்படும்; அதாவது, கதாநாயகன் தன் சரிதையைத் தான் நேராகவே சொல்லும் நடை. இக்காவிய முறை நவீனமானது. இஃது தமிழறிந்த நூலோர்கள் அங்கீகரிக்கத் தக்கதுதானா என்று

பார்த்திடும்பொருட்டுச் சிறிய நூலொன்றை முதலில் பதிப்பிடுகிறேன்.

“இக்காவிய முறை நவீனமானது” என்று கவிஞர் கூறுவதன் முழு அர்த்தத்தையும் நாம் புரிந்துகொள்ள வேண்டும். *தொல்காப்பியத்திலிருந்தோ, இலக்கண விளக்கத்திலிருந்தோ* மேற்கூறிய ஆக்கங்களுக்கு வரைவிலக்கணமோ, உதாரணமோ, அதிகாரமோ, பிரமாணமோ பெறவியலாது. ஒவ்வொரு புதுப்படைப்பையும் அதனதன் தகுதி நோக்கியே ஆராய்ந்து மதிப்பிட வேண்டியிருக்கிறது. ஆனால் மரபுவழிப் பிரபந்த ஆக்கத்திலே ஒருவர் ‘பிள்ளைத் தமிழ்’ என்று கூறிய மாத்திரத்தே அதுபற்றிய முக்காற் பங்கு விளக்கம் படிப்போர்க்கு ஏற்பட்டு விடும். இன்ன இன்ன விஷயங்களை நூலில் எதிர்பார்க்கலாம் என்று அவர்கள் அநுமானித்துக்கொள்வர். ‘பிள்ளைத் தமிழ்’ ஆசிரியர் விரும்பினாலென்ன, விரும்பாவிட்டாலென்ன? சிலபல அம்சங்களைக் கூறியேயாக வேண்டும். ‘பிள்ளைத் தமிழ்’ பிரபந்த இலக்கணம் விதித்துள்ளவற்றை அநுசரித்துச் செல்லும் கடப்பாடு அவ்வாசிரியருக்குண்டு. ஆனால், பாரதியின் *குயிற்பாட்*டை அவ்வாறு பிரபந்தப் பெயர்கூறி விவரிக்க இயலாதாகையால், அதனைப் பலமுறை படித்தே அதன் சிறப்பியல்புகளையும் நலன்களையும் ஒருவர் அறிந்துகொள்ள வேண்டும். நவீன கவிதைகளின் அடிப்படை அம்சங்களில் ஒன்று இதுவாகும். பிரபந்தங்கள் வலுவிழந்து, வழக்கற்றுப்போகப் போக, தனிச் செய்யுள்கள் அதிகம் அதிகமாக முதன்மை பெறலாயின. உதாரணமாக, பரிதிமாற் கலைஞர்[5] 1902ஆம் வருடம் *பாவலர் விருந்து* என்ற கவிதைத் தொகுப்பை வெளியிட்டார். அதிலே அடங்கிய பதினான்கு செய்யுள்களும் தனிச்செய்யுள்களே. கலிவெண்பா, கலிவிருத்தம், ஆசிரியவிருத்தம், வஞ்சிவிருத்தம் முதலிய யாப்பமைதிகளை ஆசிரியர் கையாண்ட போதும் பிரபந்தப் பெயர்கள் எதுவும் இடம்பெறவில்லை. ‘தாமரைத்தடம்’, ‘கலங்கரை விளக்கம்’, ‘கடற்கரையுலா’, ‘பட்டினக் காட்சி’ முதலிய பொருள் விளக்கத் தலைப்புக்களே இடம்பெற்றுள்ளன. அக்கால முதல் புலவர்கள் தனிப் பொருள்கள் பற்றிப் பாடுதலே பெருவழக்காயிற்று. இதனைப் பாரதியார் பிரசித்தப்படுத்தினார் எனலாம். ஆகவே, தனிப்பாடல் எமது காலப்பகுதிக்குரிய தலையாய கவிதை வடிவம் எனக் கொள்வதில் தவறெதுவும் இல்லை. இத்தனிப்பாடல் பெற்றுள்ள சிறப்பியல்வே இருபதாம் நூற்றாண்டுத் தமிழ்க் கவிதைக்குத் தனித்துவத்தை அளிக்கிறது எனலாம்.

தனிப்பாடல் தமிழிலக்கிய உலகுக்குப் புதியது ஒன்றன்று. எமக்குக் கிடைத்துள்ளவற்றுள் காலத்தால் மிக முற்பட்ட

சான்றோர் செய்யுட்களிற் பெரும்பாலானவை தனிச் செய்யுட்களே. இவை எட்டுத்தொகை நூல்களாக வழங்கி வருகின்றன. அக்காலந்தொட்டு இன்றுவரை தனிப்பாடல்கள் இடையீடு இன்றி இயற்றப்பட்டுவந்துள்ளன என்பதில் ஐயமில்லை. இலக்கிய வரலாற்று மாணவர் இவ்வுண்மையை நன்கறிவர். கடவுள் வாழ்த்திலிருந்து கடிதம் வரை (சீட்டுக்கவி) எத்தனையோ சந்தர்ப்பங்களுக்குரிய தனிப்பாடல்கள் தோன்றியிருக்கின்றன. தனிநிலை, தனியன், முத்தகம், தனிநிலைச் செய்யுள் என்பன தனிப்பாடல்களுக்குப் பழைய இலக்கண ஆசிரியர்கள் வழங்கிய பெயர்களிற் சில. ஆயினும் இருபதாம் நூற்றாண்டிலே தனிப்பாடல் முக்கியமான குணமாற்றத்தைப் பெற்றது.

மேனாட்டவரின் தொடர்பினால் எமது இலக்கியத்தில் ஏற்பட்ட விளைவுகளில் ஒன்றே கவிதை பெற்ற குணமாற்றம் எனலாம். ஆங்கில இலக்கிய பரிச்சயத்தினாலும் பயிற்சியினாலும் தமிழ் இலக்கிய உலகிற்கு அறிமுகமான கவிதை வகைகளில் ஒன்று 'லிரிக்' (lyric) எனப்படும் இசைப்பாடல் ஆகும். அது ஒன்றே சென்ற நூற்றாண்டின் இறுதியிலிருந்து தமிழ் இலக்கிய கர்த்தாக்களைக் கவர்ந்துவந்துள்ள ஆங்கிலக் கவிதை வகையாக விளங்குகிறது. தமிழில் மட்டுமன்றி ஆசிய மொழிகள் பலவற்றிலும் நவீன காலத்திலே இக்கவிதை வகையே பெருவழக்குப் பெற்றதாயும் பேராற்றல் உடையதாயும் விளங்குகிறது என்பது தெளிவு. இந்திய மறுமலர்ச்சிக் கவிஞர்கள் அனைவரும் தனிப்பாடல் வகைகளை ஆர்வத்துடன் எழுதியவர்களே. வங்காள இலக்கிய முன்னோடி மைக்கேல் மதுசூதன தத்தர் (1824-1873) முதல் புகழ்பெற்ற மலையாளக் கவிஞர் குமாரன் ஆசான் (1873-1924) வரையும், அவர்களுக்குப் பின்வந்தவர்களும் இசைப் பாடல்களையும் தனிச்செய்யுள்களையுமே தமது பிரதான வெளிப்பாட்டுச் சாதனங்களாய்க் கொண்டனர்.

'தனிப்பாடல்', 'இசைப்பாடல்' என்னும் இரு சொற்றொடர் களை இங்கு வழங்கும்போது சில மயக்கங்கள் தோன்றக்கூடும். இவை பெயரளவில் எத்தகைய புதுமையையும் குறிப்பன அல்ல. ஏனெனில், தனிப்பாடல்களும் இசைப்பாடல்களும் தமிழில் பழங்காலத்திலிருந்தே ஏராளமாக இயற்றப்பட்டிருக்கின்றன. தனிப்பாடல் திரட்டு இடைக்காலத்தில் எழுந்த தனிநிலைச் செய்யுள்கள் அடங்கிய தொகை நூல். இசைப்பாடல்களோ எண்ணிறந்தவை. "இசை நுவல் மரபின் இயன்ற செய்யுள்" என்று மறைந்துபோன தமிழ் இலக்கண நூல்களுள் ஒன்றான அணியியல் சூத்திரம் ஒன்று செய்யுள் வகைகளைத் தொகுத்துக் கூறுமிடத்துக் குறிப்பிடுகிறது. இசை நுவல் மரபு சார்ந்தவை இசைத் தமிழுக்குரிய பாட்டுக்கள். இவற்றை இசைப் பாட்டுக்கள்

என்றும், உருப்படிகள் என்றும், ஸாஹித்தியம் என்றும் வழங்கி வந்துள்ளனர். இசைப் பண்பே இவற்றில் முக்கியமாக இருக்கும். ஆனால் நாம் மேலே குறிப்பிட்ட 'லிரிக்' வழிவந்த நவீன தனிப்பாடல்கள், தனிப்பாடல்கள் திரட்டுத் தொகுதிகளில் உள்ளவற்றினின்றும் உருப்படிகளினின்றும் வேறுபட்டவை. எனவே அவற்றைப் பிரித்து அறியக்கூடிய வகையில் வேறு பெயரால் குறிப்பிடுவது பொருத்தமாகும்.

இதனை மனங்கொண்டே நவீன தமிழ் இலக்கிய முன்னோடிகளில் ஒருவரான பரிதிமாற் கலைஞர் (வி.கோ. சூரியநாராயண சாஸ்திரியார் (1870–1903), தாமியற்றிய புதுவகைச் செய்யுள்களுக்குத் *தனிப்பாசுரத் தொகை* என்றும், *பாவலர் விருந்து* என்றும் பெயரிட்டார். யாப்பின் பெயரையோ, பிரபந்தப் பெயரையோ சூட்ட விரும்பவில்லை ஆசிரியர். தன்னுணர்ச்சியாகக் கூறிய அப்பாடல்களிலே புதுப் பண்புகள் இருந்தமையைக் கருத்திற்கொண்டே அவர் 'தனிப்பாசுரம்' என்ற சொற்றொடரைக் கையாண்டார் எனலாம்.

> நம் தமிழ் மொழியிலே நடைபெறும் நூல்களெல்லாம் ஒருமுறை பற்றி மூன்று பிரிவினவாம். அவைதாம் சங்க மருவிய நூல்களெனப் புலவர்களால் மதிக்கப்படும் *எட்டுத்தொகை, பத்துப்பாட்டு* முதலியனவும் இடையிற்றோன்றி இதிகாச புராணக் கதைகளை மிகவுந் தழுவி உயர்வு நவிற்சி யாதிய அணிகளையே தமக்கு அங்கமாகப் பெற்று நடைபெறுவனவும், இக்காலத்திலே சங்கநூற் கடலிற்றிளைத்துப் பிரகிருதி தத்துவ வுணர்ச்சியிலே விருப்பமுற்றுத் தம்மை யூக்குதற்கு ஆங்கில நூற்றுணையுங் கொண்டு செய்யப்படுவனவுமாம். இம்மூன்றனுள் இறுதியில் நின்றனவே மிக்க உறுதி பயத்தற்பாலவென்று வேண்டப்படுகின்றமையின் இக்காலத்துப் புலவர் பலரானுஞ் செய்யப்படும் நெறியினவாம். இப்பகுப்பிற்படுஞ் செய்யுட்களை உலகந்தழீஇக் கோடல் இயல்பே.... புதுமை வழியால் ஏதேனும் செய்யவேண்டுமென்று புகுந்தேம். அங்ஙனம் புக்குழி யாம் அவ்வக் காலங்களிற் சிற்சில விடயங்களைப் பற்றிக்கொண்ட கருத்துக்களைச் செய்யுளுருவ மாய்ச் செய்து வெளியிடலாமென்று உன்னினேம். அவ்வாறே அவ்வக் காலத்துச் செய்த பாசுரங்களை *ஞானபோதினி* யென்னுமொரு மாதாந்தத் தமிழ்ப் பத்திரிகையின் வாயிலாய்ச் சிறிது சிறிதாக வெளிப்படுத்தினேம்.... இதன் பாசுரங்களனைத்தும்

தனித்தனி பதினாலடியளவினவாய்ப் பல்வேறு
வகைய பொருள் பொதிந்தனவாம்.⁶

தனிச் செய்யுள்களாய் அமைந்த சான்றோர் பாடல்களின்
சிற்சில பண்புகளைத் தழுவியும் மேலைத்தேய sonnet பாவகையைப்
பெரிதும் பின்பற்றியும், அவ்வப்போது தன் மனத்தெழுந்த
கருத்துக்களுக்கும் உணர்வுகளுக்கும் உருவங் கொடுப்பதா
யமைந்த தனிக் கவிதைகளுக்குப் பழைய பெயரெதனையும்
வழங்காது 'தனிப்பாசுரம்' என ஆசிரியர் பெயரிட்டமை கவனிக்க
வேண்டியதாகும். திருப்பாடல், திருமுகம், மொழிவகை, வாய்பாடு,
புல்லாங்குழலோசை முதலிய பொருள்களைத் தரும் பாசுரம்
என்ற பதத்திற்குத் 'தனி' என்னும் அடை கொடுத்துத் தனிப்பட்ட
ஒருவரது தனிப்பட்ட கருத்துக்கு வாகனமாய் அமைந்த பாடல்
என்னும் பொருள்பட அவர் பயன்படுத்தியிருத்தல் புதிய போக்கு
ஒன்றின் வெளிப்பாடேயாகும். மு. வரதராசனார் *இலக்கிய
மரபு* என்னும் நூலிலே 'லிரிக்' என்பதனைத் தன்னுணர்ச்சிப்
பாடல்⁷ என மொழிபெயர்த்திருக்கிறார். வசதி கருதி அதனையே
இவ்விடத்தில் நாமும் வழங்குவோம்.

'அகப்பாடல்', 'சன்னதக் கவிதை', 'பொறிப்பாடல்',
'உணர்ச்சிப் பாடல்', 'ஸ்வானுபவக் கவிதை' என்னும்
தொடர்களும் இவ்வகைக் கவிதையைக் குறிக்குமுகமாகத் தமிழ்
எழுத்தாளர்களால் ஆங்காங்கே கையாளப்பட்டிருப்பினும்⁸
தன்னுணர்ச்சிக் கவிதை என்னும் சொற் பிரயோகமே இப்பொழுது
வழங்குவனவற்றுள் பெரிதும் ஏற்புடைத்தாயிருக்கிறது எனலாம்.
ஏனெனில், தன்னுணர்ச்சிப் பாடல்கள் யாவுமே உணர்ச்சிப்
பிழம்புகளாக இருத்தல் வேண்டும் என்ற இன்றியமையாமை
கிடையாது. உண்மையில், மேனாட்டிலே நவீன காலத்தில்
பெரிதும் வளர்ச்சி பெற்றுள்ள தன்னுணர்ச்சிப் பாடல்கள்
உணர்ச்சிச் சுளிப்புகள் எதுவுமற்று, சிந்தனா பூர்வமான
கருத்தோவியங்களாகவும் இருப்பதைக் காணலாம். அல்லது
நேரடியான உணர்ச்சி வெளிப்பாடாக அன்றி முரண்பட்ட
உணர்ச்சிகளின் ஈரடிநிலையை உணர்த்துவனவாய் இருப்பதைக்
காணலாம்.⁹ தன்னுணர்ச்சிப் பாடலில் உணர்ச்சிப் பெருக்கு
அல்ல பிரதானம்; ஒருவரது சொந்த அநுபவ வெளிப்பாடே
முதன்மை பெறுகிறது. தனித்துவமே – தனிநோக்கே –
விதந்து போற்றப்படுகிறது. பொதுக் கருத்துக்களையோ,
சிந்தனைகளையோ, உணர்வுகளையோ அன்றி, தனது
மனநிலையை வெளிப்படுத்துவதற்கு ஒருவன் முனையும்
பொழுதே தன்னுணர்ச்சிப் பாடல் சிறப்படைகிறது. எனவே
இவ்விடத்தில் தன்னுணர்ச்சிப் பாடல் என்ற தொடரையே
நாம் எடுத்தாள்வோம்.

ஆங்கிலத்தில் *lyric* என்பது *lyre* என்பதன் அடியாகப் பிறந்த சொல்லாகும். *lyre* என்பது வழக்கற்றுப்போன நரம்புக் கருவி வகை; யாழ் போன்றது எனக் கொள்ளலாம். இசைக் கருவியுடன் பண்டைக் காலத்தில் ஐரோப்பாவில் பாடப் பெற்ற சிறிய பாடல்களே 'லிரிக்' என்னும் பெயரில் வளர்ந்து தனிச்சிறப்பியல்பு களுடன் திகழ்ந்தன. ஆயினும் காலப்போக்கில் இசைக்கருவி இன்றிப் பாடப்பெறும் பாடலாகவும், அதற்கும் பிற்பட்ட நிலையில் இசைப்பண்பு இன்றி அமைந்த கவிதையாகவும் 'லிரிக்' மாற்றம் பெற்றது. 'லிரிக்' என்பதன் நேர்ப்பொருள் இசைப்பாடல் என்றிருப்பினும் அதன் வளர்ச்சியில் இசையும் அதன் கூறுகளும் காலப்போக்கில் மறைந்தன. அதற்கு ஈடு செய்வது போல ஆழ்ந்த உணர்ச்சிச் செறிவும் கருத்துருக்கமும் கனிவும் நெகிழ்ச்சியும் மேல்நாட்டு 'லிரிக்' பாடல்களின் தனிச்சிறப்பியல்புகளாய் அமைந்தன. அதாவது இசையுடன் பாடும் பண்பு குறையக் குறைய பொருள் அழுத்தமும் நுணுக்கமும் அதிகரித்தல் என்று கூறலாம்.

ஆங்கில இலக்கியத்திலே 'ரொமாண்டிக்' இயக்கம் எனப்படும் பாவனை நவிற்சி செல்வாக்குடன் விளங்கிய காலப்பகுதியில் வேட்ஸ்வொர்த், கீட்ஸ், பைரன், ஷெல்லி முதலிய கவிஞர்கள் 'லிரிக்' பாக்களையே பெருவிருப்புடனும் பேராற்றலுடனும் அதிகமாக இயற்றினர். இப்புலவர்களது கவிதைகளே ஆங்கிலேயராட்சியின் போது கீழைத்தேயங்களின் பிரபலியமாயிருந்தன.[10] அவற்றின் தாக்கத்தினால் இந்திய மொழிகள் பலவற்றில் 'லிரிக்' முக்கியத்துவம் பெற்றது. இது வரலாற்றுக் காரணி. இனி, கவிதையின் அக வளர்ச்சியைக் கவனிப்போம்.

ஆங்கிலேயர் ஆட்சியிலே ஆங்கில இலக்கியக் கல்வியின் செல்வாக்கு எத்துணை வலுவுடையதாய் இருந்திருப்பினும், 'லிரிக்' செழித்து வளரக்கூடிய இயல்பான சூழ்நிலை இருந்திராவிட்டால் அது வேரூன்றியிருக்காது. ஏறத்தாழச் சென்ற நூற்றாண்டின் இறுதிக்காலம் வரை புலவர்கள் (ஆங்கிலக் கல்வியுடையோரும் கூட) பழைய முறைச் செய்யுட்களையே இயற்றிவந்தனர். காரிகை கற்றுக் கவிபாடியவர்களே பெரும்பாலானோர்; பிரபந்த வகைகளை இயற்றுவதே புலமைக்குச் சான்றாகக் கருதப்பட்டது. மிகுந்த பிரயாசைப்பட்டுப் பல புலவர்கள் எத்தனையோ வகையான செய்யுள் நூல்களைச் செய்து வந்தனர். பொதுவான அறக்கருத்துக்களையும் நீதிநெறிகளையும் வாய்பாடாக இவர்கள் செய்யுள் வடிவில் அமைத்துக்கொண்டிருந்தனர்.

இந்நிலையிலேயே ஆங்கிலத் தனிப்பாடல்கள் புதிய ஒரு நோக்கையும் உணர்ச்சியையும் சிலருக்கு எற்படுத்தின.

ஆங்கில 'லிரிக்' பாடல்களிற் காணப்பட்ட தன்னுணர்ச்சி, மரபுவழிவந்த தமிழ்க் கவிதைகளில் காணப்படாத தொன்றாகும். இவ்விடத்தில் 'லிரிக்' பாடலின் வரைவிலக்கணத்தைக் கவனிப்பது பொருத்தமாகும். சென்ற நூற்றாண்டிலே ஆங்கில 'லிரிக்' பாக்களில் தலைசிறந்தவற்றைத் தொகுத்து The Golden Treasury (1861)–பொற்களஞ்சியம்–என்னும் பெயரில் வெளியிட்ட எப்.டி. பால்கிரேவ் (F.T. Palgrave, 1844-1897) என்பார் அத்தொகை நூலுக்கு எழுதிய முன்னுரையில் பின்வரும் வரைவிலக்கணத்தைக் கூறினார்.

> தனி ஒரு சிந்தனை, உணர்ச்சி அல்லது சந்தர்ப்பத்தை ஆதாரமாய்க் கொண்டு அமைந்த பாடலையே 'லிரிக்' என்று சிறப்பு நோக்கி இங்குக் கருதுகிறேன். இதற்கிணங்க, வேகமும் ஓட்டமும் சுருக்கமும் மனித உணர்ச்சியும் பொருந்தப் பெற்றாலன்றி, கதைப் பாடல்களும் வருணனைப் பாடல்களும் அறநெறிப் பாடல்களும் இத்தொகையில் தவிர்க்கப் பட்டுள்ளன.

பால்கிரேவ் முதல் வாக்கியத்தில் கூறுவதே முக்கியமானது. தனியொரு உணர்ச்சி அல்லது நிகழ்ச்சி அல்லது சிந்தனை இவற்றை அடிநாதமாய்க் கொண்டு தன்னளவில் நிறைவுடையதான சிறிய பாடலே இசைப்பாடல் அல்லது தனிப்பாடல் அல்லது தன்னுணர்ச்சிப் பாடல் என்று ஆங்கிலத்தில் வழங்கப்பெறும். ஆயினும், இது மிகப் பொதுப்படையான வரைவிலக்கணமே அன்றி முழுமையானது எனக் கூறுவதற்கில்லை.

கவிஞன் சிறிய அளவிலான பாடலில் தனது சொந்த உணர்ச்சியையோ மனச்சலனத்தையோ எண்ணப் படிவத்தையோ வாசகனுக்கு எடுத்துரைப்பதும் தன்னுணர்ச்சிப் பாடலின் மற்றோர் அம்சமாகும். அதன் காரணமாகவே 'தன்னுணர்ச்சிப் பாடல்' என்று 'லிரிக்' விளக்கியுரைக்கப்படுகிறது. இவ்வரைவிலக்கணத்தின்படி பார்க்கும்போதே தமிழிலுள்ள பழைய தனிப்பாடல்களில் பெரும்பாலன தன்னுணர்ச்சிப் பாடல்கள் அல்ல என்பது தெளிவாகிறது. சான்றோர் செய்யுள்கள், குறிப்பாக அகத்திணைப் பாக்கள், கூற்றுக்களாக அமைந்திருப்பதால் அவை புலவர்களின் நேரடியான குரல் அல்ல. அவை நாடக மாந்தரின் மொழிபோல் அமைந்தவை. சுட்டி ஒருவர் பெயர் கூறாத பண்பும் தன்னுணர்ச்சி வெளிப்படத் தடையாக இருந்தது என்று கருதலாம். எனினும், எட்டுத்தொகை நூல்களில் ஆங்காங்கே அருந்தலாகச் சில தன்னுணர்ச்சிப் பாடல்கள் இடம்பெற்றிருக்க காணலாம்.

சமூகவியலும் இலக்கியமும்

அகம், புறம் என்று திணைப் பாகுபாடு செய்த தொகை நூலாசிரியரும், பின்னர் எழுந்த *தொல்காப்பியம்* நூலாசிரியரும் சான்றோர் செய்யுள்களைக் கூற்றுக்களாகவே கொண்டனர். தொல்காப்பியர் அகத்திணையில் வரும் மாந்தரது கூற்றுக்களை வகைப்படுத்தியும் கூறியுள்ளார். எனவே கூற்றுக்களுக்கும் சிலபல வரையறைகள் இருந்தமை புலனாகும். இயல்பான தன்னுணர்ச்சிப் பாடல்களுக்கு அங்கே இடமில்லை. அது மட்டுமன்று; அன்பின் ஐந்திணைபற்றி இலக்கணக்காரர் கொண்டிருந்த இலட்சியபூர்வமான கோட்பாடு தலைவன், தலைவியர் தமது காதலைச் சிற்சில வரம்புகளுக்குள்ளேயே எடுத்துரைத்தல் வேண்டும் என விதித்தது. உதாரணமாக ஓர் ஆணோ பெண்ணோ தன் மனத்தெழுந்த காதலை மாத்திரம் எடுத்துக்கூறினால் அது “ஒரு மருங்கு பற்றிய கேண்மை” என்றும், அன்பின் ஐந்திணைக்கு அப்பாற்பட்ட கைக்கிளை என்றும் கூறி அத்தகைய பாடலைப் புறத்திணையுள் அடக்கிவிடும் போக்கையும் காண்கிறோம். “தனிப்பட்டவர் உணர்ச்சியைக் கவிதைமூலம் வெளியிடுதல் அநாகரிகமாகக் கருதப்பெற்ற காலம் அது.[11] அத்தகைய சூழலில் தன்னுணர்ச்சிப் பாடல்கள் செழித்து வளர இயலாது என்பது வெளிப்படை. இரண்டொரு அகத்திணைப் பாடல்கள் “கைக்கிளைக் காமக் காதல்” சம்பந்தமானவை என்று கருதப்பட்டமையால் *புறநானூற்றில்* சேர்க்கப்பட்டுள்ளன.

நக்கண்ணையார் என்னும் பெண், போரவைக் கோப்பெருநற்கிள்ளி என்னும் குறுநிலத் தலைவனைக் கண்டு காமுற்றுப் பாடியதாய்க் கூறப்படும் பாடல்களில் பாடியவரின் மனநிலையும் சுயாநுபவமும் குறிப்பிடத்தக்க அளவு வெளிப்படுகின்றன.

அடிபுனை தொடுகழல் மையணற் காளைக்கென்
தொடிகழித் திடுதல்யான் யாயஞ் சுவலே
அடுதோள் முயங்க லவைநா ணுவலே
என்போற் பெருவிதுப் புறுக என்றும்
ஒருபாற் படாஅ தாகி
இருபாற் பட்டவிம் மைய லூரே. (புறம். 83)

கோப்பெரு நற்கிள்ளி மீது தான் கொண்ட காதலாலும் அவனைக் கூடப்பெறாமையாலும் தனது உடல் மெலிந்து தொடியும் வளையும் கழலுவதால் தன் தாய்க்கு அஞ்சுவதாகவும், அவனைக் கட்டித் தழுவிச் சேர்ந்திருப்பதற்குப் பெரு விருப்பம் இருந்தும் ஊர் அவையினருக்குப் பயந்து நாணி அவ்வாறு செய்யாமலிருப்பதாகவும், தான் தத்தளிப்பது போல் தெளிவற்ற அவ்வூரும் நடுக்கமுறுவதாக என்று காதல் வயப்பட்ட

பெண் பாடுவதாகச் செய்யுள் அமைந்துள்ளது. "என்போல் பெருவிதுப்புறுக, இருபாற்பட்ட இம் மையல் ஊர்" என்று நக்கண்ணையார் பாடும்பொழுது அவரது உணர்ச்சி நிலை ஒருவாறு நமக்குப் புலப்படுகிறது. அவர் பாடியனவாகப் *புறநானூற்றில்* உள்ள ஏனைய இருபாடல்களிலும் இப்பண்பினைக் காணலாம்.

புறநானூற்றில் உள்ள சில கையறுநிலைப் பாடல்களிலும் இத்தகைய உணர்ச்சி வெளிப்பாட்டை உணரக்கூடியதா யிருக்கிறது. காட்டாக, வேள்பாரி, மூவேந்தருடைய சூழ்ச்சியால் இறந்தபின் அவன் மகளிர் பாடியதாய்க் கூறப்படும் பாடலும் (*புறம்.* 112), அதியமான் நெடுமானஞ்சியின் மறைவு குறித்து ஔவையார் பாடியதாகக் கூறப்படும் "சிறிய கட் பெறினே எமக்கீயுமன்னே" என்று தொடங்கும் பாடலும் (*புறம்.* 235) தன்னுணர்ச்சிப் பாடலின் தன்மையைப் பெற்றுள்ளன எனக் கூறுவதில் தவறில்லை. ஆயினும் இதனை அளவுக்கு மீறி நாம் அழுத்திக் கூறுதல் இயலாது. ஏனெனில் மொத்தத்தில் சான்றோர் செய்யுள்கள் மரபுவழிவந்த வாய்மொழிப் பாடல்களே.[12] ஆகையால் தனிப்பட்ட கவிஞர்களின் சொந்த அநுபவங்களை அவை எமக்குணர்த்துகின்றன எனக் கொள்வது பொருந்தாது. சிற்சில பாடல்களில் கூற்றுக்கள் உருக்கம் நிறைந்தனவாய் இருக்கின்றன எனக் கொள்வதே சாலப் பொருத்தமாகும். தந்தையை இழந்த பாரிமகளிருடைய அவலம், அற்புதமான உணர்ச்சிச் சித்திரமாக அன்றைய வாய்மொழி இலக்கியத்தில் உருப்பெற்றது என்றும், அதியமானோடு நெருங்கிய நட்புக் கொண்டிருந்த ஔவையின் சோகம் உளமுருக்கும் பாடலாக உருப்பெற்றது என்றும் கொண்டால் வாய்மொழி இலக்கிய வரம்பிற்குள் சந்தர்ப்ப சூழ்நிலைகளைத் தத்ரூபமாகச் சித்திரிக்கும் உயிரோவியங்கள் தோன்றிய விதத்தை உணர்ந்தவராவோம். உண்மையில் சான்றோர் செய்யுள்களை நெறிப்படுத்திய இலக்கிய மரபுகள் தன்னுணர்ச்சிப் பாடல்களுக்கு ஏற்றவை அல்ல. எனினும் சிற்சில தனிப்பாடல்களில் பிற்காலத்துத் தனிப்பாடல்களிற் காணும் பண்புகள் பொருந்தியுள்ளன எனக் கூறலாம்.

எவ்வாறாயினும் பழங்காலத்திலிருந்தே தமிழில் தனிப்பாடல்கள் ஏராளமாகத் தோன்றிவந்தபொழுதும் தன்னுணர்ச்சிப் பாட்டு வெகு அருமையாகவே எழுந்தது என்பதில் எவ்வித ஐயமுமில்லை. பக்திப்பாடல்களிற்கூட இறைவன் புகழ்பாடும் துதிப்பாடல்களை நீக்கிவிட்டால் கவிஞனது சொந்த அனுபவத்தை நேரடியாக எடுத்துக்கூறும் பாடல்கள் மிகக் குறைவு என்றே சொல்ல வேண்டும். அவற்றுள்ளும்

பிரபந்தங்களின் செல்வாக்குக் குறிப்பிடத்தக்கதாயுள்ளது. பெரும்பாலான தேவாரங்கள் 'பதிகம்' என்னும் இலக்கிய வடிவத்தில் அமைந்தவை. *திருவாசகம்* பல பிரபந்தங்களையும் இலக்கிய வடிவங்களையும் தன்னகத்தே கொண்டதாயுள்ளது. *திருவெம்பாவை, திருவம்மானை, திருபொற்சுண்ணம்* முதலியன எல்லாம் பல செய்யுள்களைக் கொண்ட பிரபந்தங்கள் என்றே கூறவேண்டும். திருமுறைகளில் *திருப்பல்லாண்டு, திருவிசைப்பா* முதலியனவும் தனித்தனி இலக்கிய வடிவங்களே. *சிவபுராணம்* இறைவனது பெருமைகளை எடுத்துரைக்கும் நெடும்பாடல் என்றே கருதத்தக்கது. இவ்வாறு பார்க்குமிடத்து, சமயப் பாடல்கள் அனைத்தும் தன்னுணர்ச்சிப் பாடல்கள் எனக் கூறவியலாது. இறையடியார்கள் தன்மையிற் பாடியிருப்பினும் சமுதாயத்திலுள்ள பலரும் சேர்ந்து அநுபவித்துப் பாடக்கூடிய பொது உணர்வு நிலையில் பல பாடல்களை இயற்றினர் என்பது மனங்கொளத்தக்கது. பக்திப் பாடல்களுள்ளும் மிகச் சிலவே நேரடியான அகமன அநுபவத்தின் விளைவாகத் தோன்றின. சுந்தரமூர்த்தி சுவாமிகள் பாடிய பாடல்கள் சில – குறிப்பாக இரு கண்களையும் இழந்த நிலையில் பாடியனவாய்க் கூறப்படும் பதிகங்கள் – தன்னுணர்ச்சிப் பாடலின் தன்மையைப் பெற்றுள்ளன என்பதில் ஐயமில்லை. மாணிக்கவாசக சுவாமிகளின் பாடல்களிற் சிலவும் ஆழ்ந்த அநுபவ உணர்ச்சியின் வெளிப்பாடாக உள்ளன. *திருச்சதகம்* இத்தொடர்பில் நினைவுகூர வேண்டியதாகும்.

இன்னுமொன்று, இந்தியாவில் நிலவிய பாரமார்த்திகக் கோட்பாடுகளின் விளைவாக, 'தான்' என்ற முனைப்பு வெறுப்புக்குரியதொன்றாகக் கொள்ளப்பட்டது. இலக்கியத்திலே கவிஞனது ஆளுமை நேரடியாகப் பிரதிபலிக்காமற் போனமைக்கு இக்கோட்பாடும் ஏது எனலாம். பெரு நூல்களுக்கு உரையெழுதியவர்களும் தமது கருத்துக்களைத் தம் முன்னோர் கருத்தாகவே கூறியமைத்தனர். இவை யாவும் இலக்கியக் கர்த்தாவின் சொந்த அநுபவமும் எண்ணமும் இலக்கியத்திற் சிறப்பான இடம்பெறத் தடையாயிருந்தன.

தன்னுணர்ச்சிப் பாட்டோ, 'தன்னை' மறைக்கும் போக்கிற்கு முற்றிலும் மாறுபட்டதாகும். "எனதாவியார், யான் ஆர் தந்த நீ கொண்டாக்கினையே" என்று நம்மாழ்வார் பாடுகையில் ஆளுமையின் ஒடுக்கத்தை நாம் தெளிவாகக் கண்டுகொள்ளலாம். தனது அநுபவம், எண்ணம், கருத்து, சிந்தனை என்பன மதிப்புக்குரியவை, குறிப்பிடத்தக்கன, வெளியிடக் கூடியவை எனக் கவிஞன் நம்பும்போதே தன்னுணர்ச்சி பாட்டுத் தோன்றுகிறது. சமயப் பாடல்கள் பலவற்றில் அந்நம்பிக்கை இல்லை.

இருபதாம் நூற்றாண்டிலே பாரதியுடன் இத்தகைய தன்னுணர்ச்சிப் பாட்டு ஆரம்பிக்கிறது எனலாம். அது மட்டுமன்று; எவ்வாறு மேனாட்டிலே 'லிரிக்' பாவானது இசையிலிருந்து விடுபட்டு, கவிதையாக உருப்பெற்றதோ அவ்வாறே பாரதியின் நாவில் சிந்து, கண்ணி முதலிய இசைப்பா வடிவங்கள் உயரிய கருத்துக்களுக்கும் பேருணர்ச்சிகளுக்கும் உகந்த கவிதை வடிவமாக உருமாற்றம் பெற்றன. காவடியாட்டத்தின்போது பாடப்பெற்ற பாக்களையெல்லாம் கருத்துச் செறிவு மிகுந்த கவிதைகளாக்கித் தன்னுணர்ச்சிப் பாடல்களுக்கு வழிகாட்டினார் பாரதியார். 'சிந்துக்குத் தந்தை' என்னும் கட்டுரையில் "ஆடலுக்கும் பாடலுக்கும் என்றிருந்த தங்கச் சிந்து முதலியன அரும்பொருள் உணர்த்தும் கவிதையாக" பாரதி பாடலில் உருமாற்றம் பெற்றமையை விரிவாக விளக்கியிருக்கிறேன்.[13]

நவீன தமிழிலக்கியத்தில் தன்னுணர்ச்சிப் பாடலுக்கு வலுவும் வனப்பும் அளித்தவர்களில் பாரதியார் முதன்மையானவர்; முன்னோடியுமாவார். தமிழிலக்கியத்தில் அகக்காரணிகளால் ஏற்பட்ட இப்புதிய போக்கிற்கு ஆங்கில இலக்கியத்தின் பாதிப்பும் புறக்காரணிகளில் ஒன்றாயிருந்தது. ஷெல்லி, பைரன், கீட்ஸ் முதலிய 'ரொமான்டிக்' கவிஞர்களைப் படித்ததன் அருட்டுணர்விலும் பாரதியார் பல தன்னுணர்ச்சிப் பாடல்களை ஆரம்பகாலத்தில் எழுதினார். குறிப்பாக, ஷெல்லியின் தாக்கம் குறிப்பிடத்தக்கது. இவற்றை மனங்கொண்டு பெ.கோ. சுந்தரராஜன் நான்கு தஸாப்தங்களுக்கு முன்னர் கூறியவை இங்கு நினைவு கூரத்தக்கன.

> கருத்துருக்கத்திற்குக் காரணமான 'லிரிக்' என்று ஆங்கிலத்தில் வழங்கப்படும் தனிப்பாடலின் உருவம் நவீன இலக்கியத்தில் ஷெல்லியைப் போல யாராலும் கையாளப்படவில்லை யென்பது ஆங்கில விமரிசகர்களின் அபிப்பிராயம். அவ்வுருவத்தை பாரதி அதிசய வேகத்துடன் கையாண்டிருக்கிறார். 'ஊழிக்கூத்து' அதனுடைய முடிமணிகளில் ஒன்று. ஷெல்லியின் 'மேற்குக் காற்று', தாகூரின் 'ஊர்வசி', பிரான்ஸிஸ் தாம்ஸனது 'ஹவுண்ட் அவ் ஹெவன்' *(Hound of Heaven)* முதலியன அந்த 'லிரிக்' அமைப்பின் பூர்ணப் பொலிவிற்கு உதாரணங்கள் . . . பாரதியினுடைய கருத்துருக்கமும் உவமைத் திறமையும் அவ்வளவும் அவருடையதேயானாலும் அவைகளினமைப்பில் பாரதியின் கண்முன் இரண்டு லக்ஷிய புருஷர்கள் இருந்திருக்கிறதாக எனக்குத்

> தோன்றுகிறது; ஒருவர் ஷெல்லி, மற்றொருவர் காளிதாஸன்.[14]

'லிரிக்' என்னும் ஆங்கிலப் பதத்திற்கு தன்னுணர்ச்சிப் பாடல் என்ற பெயர்ப்பு வழக்கத்திற்கு வருமுன் 1937இல் 'சிட்டி' மேற்கண்டவாறு எழுதினார். பாரதி பற்றிய முன்னோடி நூலில் அவர் கூறியிருப்பது நமது கவனத்திற்குரியதாகும். பாரதி பரம்பரையில் வருபவர்களாகக் கருதப்படத்தக்கவர்களில் பாரதிதாசன். தேசிகவிநாயகம் பிள்ளை, ச.து.சு. யோகியார், கம்பதாசன், நாணல், பட்டுக்கோட்டை கல்யாணசுந்தரம், சோமு, கலைவாணன், 'மஹாகவி', முருகையன், நுஃமான் முதலியோர் அவ்வப்போது குறிப்பிடத்தக்க தன்னுணர்ச்சிப் பாடல்களை இயற்றியுள்ளனர். பாரதிதாசனின் தன்னுணர்ச்சிப் பாடல்கள் குறித்து வி.ஆர்.எம். செட்டியார் பின்வருமாறு கூறியிருக்கிறார்:

> சொந்த அநுபவங்களைப் பாரதிதாசன் இசைச் சிறப்புடன் பாடியிருக்கும் சின்னஞ்சிறு கவிதைச் சித்திரங்கள் அழகின் ஜ்வாலையை அள்ளி வீசுகின்றன. உள்ளத்தில் மின்னும் உண்மைகளைத் தமிழ்மொழியில் ஆவேசத்துடன் அமைத்திருக்கிறார்.[15]

சுமார் முப்பத்தைந்து வருடங்களுக்கு முன்னர் 'சோமு' (மீ.ப. சோமசுந்தரம்) வெளியிட்ட *இளவேனில்* கவிதைத் தொகுதியில் தன்னுணர்ச்சிப் பாடல்கள் பல இடம்பெற்றிருந்தன. தமிழ்நாட்டிலே முதன்முதலாக நடைபெற்ற வானொலிக் கவியரங்கத்தில் ஒலிபரப்பாகிய 'எழில்' என்ற அவரது கவிதையும் ஏனைய ஏழு வானொலிக் கவிதைகளும் அத்தொகுதியில் இடம்பெற்றன. டி.கே.சி. பரம்பரையில் வரும் 'சோமு', அடிப்படையில் "கலை கலைக்காகவே" என்னும் கோட்பாட்டின் வழி நிற்பவர் எனலாம். ஆ. முத்துசிவன், தீத்தாரப்பன் முதலியோர் இவரது இளமைக்கால நண்பர்களாயிருந்தனர். விதந்துரைக்கத்தக்க உணர்ச்சிச் செறிவுடன் 'சோமு' பல சிறிய கவியுருவங்களைப் படைத்தளித்தார். முதற்பதிப்பிற்கு முன்னுரை வழங்கிய பேராசிரியர் எஸ். வையாபுரிப் பிள்ளை கவிதைகளை இனங்கண்டு மேல்வருமாறு கூறியிருந்தார்:

> இப்பாடல்களில் எளிய சொற்களே உள்ளன. ஆனால் எத்தனையோ ஆற்றல் வாய்ந்தன. இவற்றை இசையோடு பொருளுணர்ச்சியோடு நாம் பாடும்போது ஊனையும் உயிரையும் உருக்கும் தன்மையதாய் இவ் ஆற்றல் சிறந்து திகழ்கின்றது. சோகத்தின் உருவென்றே இப்பாடல்களின் அமைப்பைக் கூறுதல் மிகையாகாது.[16]

பல காரணிகளுள், நவீன தமிழிலக்கியத்தில் தன்னுணர்ச்சிப் பாடல்கள் செழித்து வளர்ந்தமைக்குக் கவியரங்கமும் முக்கியமான தொன்றாக விளங்கியுள்ளது என்பது இவ்விடத்தில் குறிப்பிடத்தக்கதாகும். தன்னுணர்ச்சி வெளிப்பாட்டிற்கு எடுத்துரைக்கும் கவியரங்கப் பண்பு பேருதவி புரிந்துள்ளது எனலாம்.

எனினும், 'தன்னுணர்ச்சி' என்னும் விவரணத்தை நாம் சற்று நிதானமாகவே கையாளல் வேண்டும். பெரும்பாலான 'லிரிக்' பாக்கள் கவிஞனது சொந்த – அந்தரங்கமான – தனிப்பட்ட உணர்ச்சியின் வெளிப்பாடாக இருப்பினும் பல தன்னுணர்ச்சிப் பாடல்கள் பொது விஷயங்கள் குறித்துக் கவிஞன் பாடுவனவாயும் உள்ளன. ஹங்கேரிய இலக்கியத் திறனாய்வாளர் ஒருவர் தன்னுணர்ச்சிப் பாடல் குறித்துக் கூறியிருப்பது இவ்விடத்திலே பொருத்தமாயுள்ளது:

> முற்றிலும் புலன் கடந்த தன்னுணர்ச்சிப் பாடல்கூட, கவிஞனது உணர்ச்சி, மனநிலை என்பன சம்பந்தமாகப் பல செய்திகளை எமக்குத் தருகிறது. கவிஞனது மனோநிலையைப் பற்றித் தெரிவிக்கின்ற அதே வேளையில் பொதுவாக உலகத்தைப் பற்றியும் வாசகனுக்கு உணர்த்த வல்லதாயுள்ளது. தன்னுணர்ச்சிப் பாடலில் தனிச்சிறப்பியல்பு அற்புதம் – இதுவேயாகும். நவீன தொடர்பு சாதனங்களைவிட மிகவும் சுருக்கமாகவும் நுட்பமாகவும் உலகியலைப் பற்றி ஒரு தன்னுணர்ச்சிப் பாடல் உணர்த்தும் ஆற்றல் பெற்றிருக்கிறது. அதற்கே சிறப்பாயமைந்த குறியீட்டுச் செய்தி முறையால் கூறப்படாதவற்றையும் குறிப்பாயுணர்த்தும் சக்தி அதற்கு உண்டு. சொற்களின் இசையும் தொனியின் நயமும் இதனைச் சாத்தியமாக்குகின்றன.[17]

இதுபற்றி கதரீன் இங் என்னும் ஆங்கிலத் திறனாய்வாளர் கூறுவது மனங்கொளத்தக்கது:

> 'லிரிக்' பாலின் அதிமுக்கியமான சிறப்பு அம்சம் என்னவென்றால், அது ஒரே அளவு ஆர்வத்துடன், தனிப்பட்ட உணர்ச்சி வெளிப்பாட்டுக்கும் அரசியல் சமுதாயப் பிரச்சினைகள் போன்ற பொது விஷயங்கள் பற்றிய ஆழ்ந்த ஆராய்வுக்கும் கையாளப்படுவதுதான்!

ஏறத்தாழ இதே கருத்தையே இன்னொரு ஆசிரியர் கூறியிருக்கிறார்.

> தன்னுணர்ச்சிப் பாடலின் உள்ளியல்பு தனிமனித ஆளுமையாயினும், உலகிலே சிறந்தவையாக வைத்தெண்ணப்படும் பெரும்பாலான தன்னுணர்ச்சிப் பாடல்கள் இலக்கிய அந்தஸ்துப் பெற்று விளங்குவதற்குக் காரணம் அவை தனிமனிதனுடைய அநுபவங்களுக்கும் தனி ஒருவர்க்கு மட்டுமே உரிய உணர்வுகளுக்கும் வடிவம் கொடுக்காமல் மனிதருக்கும் பொதுவான உணர்வுகளுக்கும் அநுபவங்களுக்கும் உருவம் கொடுப்பதேயாகும். அதனால் பலரும் அப்பாடல்கள் கூறும் உணர்வுடன் ஒன்றிக் கலக்க வாய்ப்புண்டா கிறது.[18]

தனிப்பட்ட ஒருவரது சொந்த அனுபவமும் மநுக்குலத்துக்குப் பொதுவான பிரச்சினையும் மேலெழுந்தவாரியாகப் பார்க்கும்பொழுது ஒன்றுக்கொன்று எதிர் எதிரானவையாய்த் தோன்றக்கூடும். ஆனால் சொந்த விஷயமாகட்டும், பொது விஷயமாகட்டும் அது கவிஞனது அனுபவ வாயிலாக வெளிப்பட்டுக் கவிதை வடிவம் பெறும்போது தன்னுணர்ச்சிப் பாட்டு என்ற தகுதியை அடைந்து விடுகிறது. உதாரணமாக,

காற்று வெளியிடைக் கண்ணம்மா – நின்தன்
காதலை யெண்ணிக் களிக்கின்றேன்

என்று தொடங்கும் காதல் பாட்டும்,

வெடிபடு மண்டத் திடிபல தாளம் போட

என்று தொடங்கும் விசுவரூப தரிசனப் பாட்டும்,

நெஞ்சு பொறுக்கு திலையே – இந்த
நிலைகெட்ட மனிதரை நினைந்து விட்டால்

என்று தொடங்கும் சமுதாய நோக்குப் பாட்டும் பொருளடிப் படையில் வேறுபாடுடையனவேனும் கவிஞனது உணர்ச்சியிற் கலந்தமையால் ஒன்றிய பாட்டுக்களாக இருக்கின்றன. இவை சிறந்த தன்னுணர்ச்சிப் பாடல்களாம்.

இவ்விடத்திலே நவீன தன்னுணர்ச்சிப் பாடல்கள் பற்றிய முக்கியமான கருத்தொன்று கவனிக்கத் தக்கது. முற்காலத்திலே கவிதையின் பொருள் வரையறுக்கப்பட்டிருந்தது. காதல், போர், மன்னர் – பெரியோர் புகழ், இறை துதி, தத்துவம் தல மகிமை முதலிய சிலபல விஷயங்களே கவிக்குரியவனவாய்க் கருதப்பட்டன. அதாவது சிறப்புடையனவாய்ச் சில பொருள்கள் வைத்தெண்ணப்பட்டன. ஆனால் நவீன காலத்தின் அடிப்படைப்

பண்புகளில் ஒன்று, எந்தப் பொருளும் கவிதைக்குரியதே என்ற எண்ணம் செல்வாக்குப் பெற்று வந்திருப்பதாகும். இயல்பாகவே "சிறப்பான" பொருள் என்று ஒன்றும் இப்பொழுது இல்லை. பாடப்படும் முறை, பொருளின் சமூகத் தன்மை, நேர்மை முதலியவற்றாலேயே பொருள் முதன்மை பெறுகிறது. விழுமிய பொருள் என்று எதனையும் கவிஞன் தேடித் திரிய வேண்டியதில்லை. சாதாரண பொருள்களும் விஷயங்களும் பாடலில் இடம் பெறுவதனால் தகைமை பெற்றுவிடலாம்.

இது உண்மையில் நவீன சமுதாய நோக்கில் ஏற்பட்டுள்ள மாற்றங்களின் பிரதிபலிப்பேயாகும். முன்னர் "உலகம் என்பது உயர்ந்தோர் மேற்றே" என்ற வாக்கு வலிமையுடன் விளங்கியது. சாதியால், பிறப்பால், பொருளால், அந்தஸ்தால், அதிகாரத்தால் சிறந்தோரே உயர்தோராகவும் முக்கியஸ்தராகவும் முன்னுரிமைக்கு உரியோராயும் போற்றப்பட்டனர். இன்னும் அந்நிலை முற்றாக மாறாவிடினும் கொள்கையளவில் அதனை வெளிப்படையாக ஏற்றுக்கொள்வோர் மிகச் சிலரேயாவர். "எல்லோரும் ஓர் குலம்; எல்லோரும் இந்நாட்டு மன்னர்" என்று பாரதியார் பாடியதுபோல் சமத்துவக் கொள்கை செல்வாக்குப் பெற்றுள்ளது. இயற்கையாகவே சிலர் கருவிலே திருவுடையார் என்பதை இன்று ஏற்பவர் இல்லை. அதுபோலவே இயல்பாகவே சில விஷயங்கள் கவிதைக்கு ஏற்றன என்று இப்பொழுது வாதிடுவோர் பலர் இருக்க மாட்டார்கள். இந்நிலைமையை விளக்குவதுபோல இருக்கிறது கவிஞர் முருகையனின் பாடலடிகள்:

> **சாதாரணமான சம்பவங் கள்கூடத் தத்துவத்தை**
> **ஆதாரமாக்கி அமைந்து கிடத்தல் அதிசயந்தான்.**[19]

இன்னுமொன்று. சாதாரணமான பொருள்களும் கவிதைக்குரியனவாகக் கருதப்படும் நிலைமை தோன்றும் வேளையிலேயே மொழிநடை பற்றிய கருத்திலும் மாற்றம் ஏற்படுகிறது.[20] வழக்குத் தமிழில் கவிதை எழுதல் கூடும் என்ற எண்ணம் அண்மைக் காலத்திலேயே பலராலும் ஏற்கப் பெற்றிருத்தல் கண்கூடு. கருத்துலகில் ஏற்பட்டுள்ள இம்மாற்றங்கள் தன்னுணர்ச்சிப் பாடலின் வளர்ச்சிக்கு வாய்ப்பாயமைந்தன என்பதை வற்புறுத்த வேண்டிய அவசியமில்லை.

இன்று கவிஞன் எத்தனையோ விஷயங்களைப் பற்றி எழுதக்கூடியவனா யிருக்கின்றான். நவீன உலகில் புதிய புதிய நிறுவனங்களும் உற்பத்திப் பொருள்களும் சிந்தனைகளும் தோன்றியுள்ளன. செய்மதியிலிருந்து, சிறுபான்மை இனத்தவர் பிரச்சினைகள் வரை, அணுக்குண்டிலிருந்து ஆதிவாசிகள் வரை எண்ணற்ற பொருள்களை இன்று கவிஞன் தனது

கவனத்திற்குட்படுத்துகிறான். முந்தைய தலைமுறைக் கவிஞர்கள் கனவிலும் கண்டிருக்க மாட்டாத விஷயங்கள் இன்றைய கவிஞருக்கு அநுபவப் பொருள்களாயிருக்கின்றன. இதன் விளைவாக இக்காலத்தில் நிலாவையும் வானத்து மீனையும் காற்றையும் நேரிழையார் காதலையும் பாட முற்படும் கவிஞரும் அவற்றை முன்பு பாடினோர் பாடிய முறையிலே பாட இயலாதவராயுள்ளனர். இவற்றை நோக்கும் விதமும் மாறிவிட்டது எனலாம். விஞ்ஞான வளர்ச்சியும் இந்நோக்கு வேறுபாட்டிற்கு ஏதுவாயிருந்திருக்கிறது. தன்னுணர்ச்சிப் பாடல் வளர்ச்சியில் இவை கவனிக்க வேண்டிய அம்சங்களாகும்.

ஆயினும், இருபதாம் நூற்றாண்டுத் தமிழ்க் கவிஞர்கள் பாடிய பாடல்கள் அனைத்தும் தன்னுணர்ச்சிப் பாடல்கள் அல்ல. தன்னுணர்ச்சி என்னும் ரஸவாதத்தினால் அரசியல் சமுதாய விஷயங்களையும் உணர்ச்சிச் செறிவுள்ள இசைப் பாடல்களாக்கியமையால் பாரதியார் தமிழ்க் கவிதையுலகில் மாபெரும் மாற்றத்தை உண்டாக்கினார் என்பது கவனிக்கத் தக்கது. தன்னுணர்ச்சி என்னும் பண்பைப் பாரதியாரது நெடும்பாடல்களிற்கூட இனங்கண்டு கொள்ளலாம். ஏனெனில், பாரதியாரின் சிறப்பியல்பு தன்னுணர்ச்சி வெளிப்பாட்டிலேயே பிரகாசிக்கிறது. ஏற்கெனவே குறிப்பிட்ட 'ஸ்வசரிதை' என்னும் படைப்பை நோக்குவோம். விஷயத் தெளிவிற்காக அதனை மற்றொரு சுயசரிதை நூலோடு ஒப்புநோக்கி ஆராய்வோம்: பாரதியாரின் சமகாலத்தவரும் நெருங்கிய நண்பருமான வ.உ. சிதம்பரம் பிள்ளை (1872–1936) அரசியல் வாழ்க்கையோடு இலக்கிய ஆய்வையும் இணைத்தவர். சிறையிலிருந்தபோது பரலி சு. நெல்லையப்பரின் வேண்டுகோளுக்கு இணங்கத் தனது சுயசரிதையைச் செய்யுளில் இயற்றினார்.[21] இருவரது ஆக்கங்களும் சுயசரிதைகள். செய்யுளால் ஆனவை. எனவே ஒப்பியல் ஆய்வுக்கு உகந்தவை.

சிதம்பரம் பிள்ளையின் 'சுயசரிதை' அகவற்பாவால் இயற்றப் பெற்றது. கால அடைவை ஒட்டி ஆசிரியரது பிறப்பு, இளமைப் பிராயம், கல்வி, தொழில், அரசியல் பிரவேசம் என்பவை ஒன்றன்பின் ஒன்றாகவும் ஒழுங்குமுறையிலும் கூறப்பட்டுள்ளன. நூலின் தொடக்கத்திலே நாட்டுச் சிறப்பு, நகர்ச் சிறப்பு, குடும்ப வரலாறு என்பன 'காவிய' மரபைப் பின்பற்றிக் கூறப்பட்டிருக்கின்றன. ஆசிரியர் உரைநடையிலும் இதே தகவல்களை எழுதியிருத்தல் கூடும். கடந்த கால வாழ்க்கையைப் பின்னோக்கி எழுதிய ஆசிரியர் அவ்வாழ்க்கை அமைந்த விதத்தைப் பற்றியோ, அதன் குறை நிறைகளைப் பற்றியோ, பெறுபேறுகளைப் பற்றியோ அபிப்பிராயம் எதுவும்

கூறுவதாயில்லை. அடுக்கடுக்காகக் கதை கூறிச் செல்வது போலச் சம்பவங்களை விவரித்துச் செல்கிறார். தனது வாழ்க்கையைப் பற்றி உணர்ச்சி பூர்வமாகவோ, உளங்கலந்த வகையிலோ குறிப்புரை எதுவும் கூறவில்லை, உதாரணமாக,

என்னுடைய வயதன் றீரே ழாயது
அருமந் திரத்தை அம்மைக் கருளிய
திருமந் திரநகர் சென்றேன்; தந்தை
உத்தம உரோமன் காதலிக் சாலையில்
மத்திய பள்ளி வகுப்பினிற் சேர்த்தனன்.
மதுரநா யகம்எனும் மாணிறை புலவன்
சதுரமா எனக்குச் சாற்றின னாயினும்,
என்னுடை குறையால் இடரினேன் பரீட்சையில்

என்று நிகழ்ச்சிகளைப் புறநிலையில் நின்று கூறிச் செல்கிறார். இந்நிகழ்ச்சிகள் பற்றிய மதிப்பீடு கூறப்படவில்லை. சுருங்கக் கூறின் மாமூலான சுயசரிதை போலச் சிதம்பரம் பிள்ளையின் விவரணம் அமைந்துள்ளது.

ஆயினும், பாரதியின் பாடலோ முற்றிலும் வேறுபட்டது. நெகிழ்ச்சி நிரம்பிய விருத்தப்பாவினால் இயற்றப்பெற்ற ‘ஸ்வசரிதை’ கால அடைவை ஆதாரமாய்க் கொண்டு அமைந்ததன்று. நாட்டு, நகர் வருணனை, பிறப்பு வளர்ப்பு முதலியனவெல்லாம் கூறப்படவில்லை. தனது வாழ்க்கையைப் பின்னோக்கிப் பார்த்த கவிஞர் சிற்சில சம்பவங்களைத் தேர்ந்தெடுத்து அவைபற்றித் தான் கொண்டிருந்த உணர்ச்சியைப் பாடுவதாகவே கவிதை அமைந்துள்ளது. பாடலுக்கு முதலில் மேற்கோளாகப் பாரதியார் எடுத்தாண்டுள்ள பட்டினத்துப் பிள்ளையின்,

பொய்யாய்ப் பழங்கதையாய்க் கனவாய்
மெல்லப் போனதுவே

என்னும் அடிகள் கடந்த காலத்தைப் பற்றிய கண்ணோட்டத்தை நிலைநிறுத்துகிறது. அதன்பின் முன்னுரை, பிள்ளைக் காதல், ஆங்கிலக் கல்வி, திருமணம், முடிவுரை முதலியவற்றைச் சம்பவங்களாக அன்றி, அச்சம்பவங்கள் பற்றிய உணர்ச்சிக் குறிப்புரைகளாகக் கூறிவிடுகிறார். உதாரணமாக,

சூதி லாத வுளத்தினன் எந்தை தான்
  சூழ்ந்தெ னக்கு நலஞ்செயல் நாடியே
ஏதி லார்தருங் கல்விப் படுகுழி
  ஏறி யுய்தற் கரிய கொடும்பிலம்
தீதி யன்ற மயக்கமும் ஐயமும்
  செய்கை யாவினும் மேயசி ரத்தையும்

வாதும் பொய்மையும் என்றவி லங்கினம்
வாழும் வெங்குகைக் கென்னை வழங்கினன்

என்று தனது கல்விக்கூடத்தைப் பற்றிக் குறிப்பிடுகின்றார். சிதம்பரம் பிள்ளையின் படைப்பு கதை கிளத்தலாய் (*narration*) உள்ளது; பாரதியின் படைப்பு குறிப்புரையாய் (*commentary*) உள்ளது. குறிப்புரையில் ஆசிரியர் தான் கலந்து பாடுகிறார். இன்னொரு விதத்திற் கூறுவதானால் சிதம்பரம் பிள்ளையின் நூலிலே ஆசிரியரது உள்ளத்தையும் ஆளுமையையும் நாம் காண இயலாது. வேறொருவர்கூட அதே வாழ்க்கைச் சம்பவங்களைக் கால ஒழுங்கிற் கூறியிருக்கலாம். இன்று நமக்குக் கிடைக்கும் 'சுயசரிதை' நூலில் சிதம்பரம் பிள்ளை சிறையினின்றும் விடுதலை பெறும் வரையிலேயே பாக்கள் உள்ளன. அதன் பின் உள்ள வரலாற்றை அவரது குமாரர் வ.உ.சி. சுப்பிரமணியம் உரைநடையில் எழுதிச் சேர்த்திருக்கிறார். இரண்டனுக்கும் அதிக வேறுபாடு இருப்பதாகக் கூறமுடியாது.

ஆனால் பாரதியாரின் 'ஸ்வசரிதை', செய்திகள் அடங்கிய தற்சரிதம் அன்று; வாழ்க்கை பற்றிய மதிப்பீடாக விளங்குகிறது. தன்னுணர்ச்சிப் பாடலின் தன்மைகள் அத்தனையும் அதில் அடங்கியுள்ளன. சுயசரிதை என்ற பொருளினூடாகக் கவிஞரது ஆத்மார்த்தக் குரல் ஒலிக்கக் கேட்கலாம். அதனால் அப்பாடல் சுயசரிதையாகவும் ஒரு காலகட்டத்துச் சரிதமாகவும் மிளிர்கிறது.

ஆங்கிலக் கல்வியின் பயனாக 'லிரிக்' தமிழ்க் கவிதையுலகில் முக்கியமான மாற்றங்கள் ஏற்படக் காரணமாயிருந்தது. எனினும் பாரதியும் அவர் வழிவந்த கவிஞர் சிலரும் அதனைத் தமிழ் மயப்படுத்தி, இசைத் தமிழுக்கும் இயற்றமிழுக்கும் நாடகத் தமிழுக்குமிருந்த வேறுபாட்டைக் குறைத்து, இசைப் பாக்களை இயற்றமிழ் வடிவங்களாக்கி நவீன தமிழ்க் கவிதைக்கு வீறும் வேகமும் அளித்தனர். இசைப்பாக்களைப் பற்றிப் பேசும்பொழுது கீர்த்தனைகளைப் பற்றிச் சிறிது கூறுதல் அவசியமாகிறது. இறைவனின் புகழைப் பாடவும் சமய தத்துவங்களைக் கூறவும் பயன்பட்டு வந்த கீர்த்தனை முதலிலே முழு நிறைவான இசைப்பாவாகவே இருந்தது. புராண இதிகாசக் கதைகளை நாடகத் தன்மையுடன் உபந்நியாசஞ் செய்வதற்கேற்ற பாடல்களாகக் கீர்த்தனைகள் அமைந்தன. *இராம நாடகக் கீர்த்தனை*, *நந்தனார் சரித்திரக் கீர்த்தனை* முதலியன இதனை நிரூபிக்கின்றன. பல்லவி, அனுபல்லவி, சரணம் என்ற உறுப்புக்களைப் பெற்ற கீர்த்தனை என்னும் இசைப்பா வடிவம் தஞ்சையிலிருந்து அரசாண்ட மகாராஷ்டிர மன்னர்கள் காலத்திலேயே இறுதி வடிவம் பெற்றது எனலாம். பல்லவர் காலத்திலே பதிகம் எவ்வாறு பக்தி வெளிப்பாட்டிற்கு உகந்த வடிவமாக அமைந்ததோ,

அவ்வாறே கடந்த இரண்டு மூன்று நூற்றாண்டுகளாகக் கீர்த்தனை பலரது பக்தி உணர்ச்சிக்கு இசைந்த வடிவமாக இருந்து வந்திருக்கிறது. கீர்த்தனைகள் அனைத்தும் தன்னுணர்ச்சித் தன்மை கொண்டன அல்ல. கதை கிளத்தற் பண்பு பெற்ற கீர்த்தனைகளே பெரும்பான்மை. ஆயினும், சொற்கள் சுருங்கி இறுக்கமான இசை வடிவம் பெற்றதன்பின் சொற்செட்டுடன் உருக்கமாக உணர்ச்சியை எடுத்துக் கூறக்கூடிய வடிவமாக – கவிதையாக – கீர்தனை உருமாற்றம் பெறலாயிற்று. குறிப்பாக, முற்பட்ட கீர்த்தனாசிரியர்களில் ஒருவரான முத்துத்தாண்டவரின் கீர்த்தனைகளிலே தன்னுணர்ச்சிப் பண்பு குறிப்பிடத்தக்க விதத்திலே தலைதூக்கக் காண்கிறோம்.

> முத்துத்தாண்டவர் கீர்த்தனைகளையும் நாயகன் நாயகி பாவத்தில் அமைந்துள்ள தில்லைத் திருத்தலப் பதிகங்களையும் முற்றும் நோக்கும்போது தத்துவத்தைக் காட்டிலும் தன் உணர்ச்சியாகிய அனுபவமே மேல் ஓங்கி நிற்றலைக் காணலாம். இத் தன் உணர்ச்சியின் ஆழ்ந்த நிலையே இவருடைய பாடல்கள் தில்லையை மட்டுமே கருப்பொருளாகக் கொண்டமைக்குக் காரணமாகும்.[22]

இறைவனின் புகழைப் பொதுப்படையாகக் கூறுவதாகவோ அல்லது கதையொன்றைக் கூறுவதாகவோ, நாமாவலியாகவோ அன்றி இறையனுபவத்தைக் கூர்நோக்குடன் ஒருமுகப் படுத்திக் கூறுவதாகச் சில கீர்த்தனைகள் அமைந்தன. முத்துத் தாண்டவருடன் தொடங்கும் இப்போக்கு வேதநாயக சாஸ்தியார், வேதநாயகம் பிள்ளை வழியாக வளர்ந்துவந்து அண்மைக் காலத்தில் உளுந்தூர்ப்பேட்டை சண்முகம், பெரியசாமித் தூரன் ஆகியோர் கீர்த்தனைகளில் தொடர்ந்து காணப்படுகிறது. சுத்தானந்த பாரதியார், தேசிகவிநாயகம் பிள்ளை ஆகியோரது கீர்த்தனைகளில் தன்னுணர்ச்சிப் பண்பு குறைவு என்றே கூறத் தோன்றுகிறது. இறைவனைப் படர்க்கையிலும் முன்னிலைப் படுத்தியும் பாடும் கீர்த்தனைகளையே இவர்கள் அதிகமாக இயற்றியுள்ளனர். தாம் கலந்து பாடும் கீர்த்தனைகள் மிகக் குறைவே. ஆயினும், கவிமணியின் இசைப் பாடல்கள் சிலவற்றில் தன்னுணர்ச்சிப் பண்பு வெகு சிறப்பாகப் பொருந்தியிருப்பதை ஆங்காங்குக் காணலாம். உதாரணமாக, பண்டிதமணி கதிரேசன் செட்டியார் (1881–1953) காலமான வேளையில் இரங்கற்பாவாக அவர் எழுதிய பாடல் ஒன்று இவ்விடத்திலே குறிப்பிடத்தக்கது. சாதாரணமாக இறந்த ஒருவரைப் பற்றி இயற்றமிழ்ப் புலவர்கள் பல வகையான செய்யுள்கள் செய்வர். சம்பந்தப்பட்டவர் இறந்த வருஷம், மாதம், தேதி நட்சத்திரம் முதலியவற்றைக் கூறி

அவரது “அருமைபெருமைகளை” அடுக்கிச் செல்லும் வகையில் இரங்கற்பா இருக்கும். அவற்றிற் பெரும்பாலானவை வாய்பாடு போலவே பாடப்படுபவன. பண்டிதமணியின் மறைவு குறித்து கவிமணி பாடிய இசைப்பாவும் ஏறத்தாழ அதே பாணியிலேயே அமைந்தது.

விஜய வருஷம் விளங்குதுலா மாதம்
இசைய வருந்தேதி எட்டாம் – இசையெங்கும்
பெற்றான் கதிரேசன் பேரம் பலத்தானார்
நற்றாள் கலந்துய்ந்த நாள்

என்று முடியும் அப்பாடலில்,

என்று வருவான் எமனென் றெதிர் நோக்கி
நின்று தளர்கின்றேன் நித்தமுமே – மன்றில்
நடங்கண்ட ஈசன் நடராஜன் பாதத்
திடங்கண்டு வைநீ எனக்கு

என்னும் அடிகள் இடையே வருகின்றன. சம்பிரதாயமான இரங்கற்பாவிலே தன்னையும் கலந்து, தனது தளர்ச்சியையும் அந்திமக்கால உணர்வையும் தொடர்புபடுத்திக் கூறுகையில் பண்டிதமணியின் மறைவு பற்றி மட்டுமன்றி அது கவிமணியின் உள்ளத்தில் எழுப்பிவிட்ட உணர்ச்சியும் எண்ணமும் உருக்கமும் எமக்குப் புலனாகின்றன. தெய்வபக்தி நிரம்பியவராய் வாழ்ந்த கவிஞர் மரணத்தை எதிர்நோக்கும் நிலையில் – நோய்வாய்ப்பட்டிருந்த வேளையில் – தனது நண்பனின் மரணத்தைப் பற்றிப் பாடுகையில் – தனது மரணத்தையும் பற்றியும் எண்ணிக்கொண்டது எதிர்பார்க்கக் கூடியதொன்றே. “நின்று தளர்கின்றேன்” என்ற கூற்று உண்மையின் நாதத்துடன் ஒலிக்கிறது. 1953இல் கதிரேசன் செட்டியார் இறந்த பொழுது நோய்வாய்ப்பட்டிருந்த தேசிகவிநாயகம் பிள்ளை (1876–1954) அடுத்த ஆண்டு இறந்து விட்டார். எனவே, அநுபவ உணர்வுடன் அப்பாடலை அவர் பாடினார் என்பது வெளிப்படை. பாடலில் தன்னுணர்ச்சிப் பண்பு பொருந்தியிருப்பதற்குக் காரணமும் அதுவாகும். பெரும்பாலான தன்னுணர்ச்சிப் பாடல்களில் ஒரு குறிப்பிட்ட சந்தர்ப்பத்திலே கவிஞனது அகமனநிலை இருந்தவாறு பிரதிபலிக்கப்படுதலைக் காணலாம். இதனாலேயே மேனாட்டுத் திறனாய்வாளர் ஒருவர் தன்னுணர்ச்சிப் பாடலானது “ஒரு கணத்தின் நினைவுச் சின்னம்” என்று வருணித்துள்ளார்.

இவ்விடத்திலே தமிழ்நாட்டுக் கிறிஸ்தவ கவிஞர்கள் கீர்த்தனைகளை இயற்றிவந்திருக்கும் விதத்தையும் அக்கீர்த்தனைகளிற் சில தன்னுணர்ச்சிப் பாடல்களாக அமைந்தமையையும் குறிப்பிடுதல் பொருத்தமாயிருக்கும் என எண்ணுகிறேன். பதினாறாம்

நூற்றாண்டிலிருந்து கிறிஸ்தவர்கள் தமிழில் இலக்கியம் படைத்து வருகின்றனர். வீரமாமுனிவர் (1680–1746) *தேம்பாவணி* என்னும் காப்பியமும் *திருக்காவாலூரர்க் கலம்பகம்* என்னும் பிரபந்தமும் வேறு செய்யுள் நூல்களும் பாடியவர்.

எனினும், தஞ்சை வேதநாயக சாஸ்திரியார் (1774–1864) இயற்றிய சில தனிப்பாடல்களும் கீர்த்தனைகளுமே தன்னுணர்ச்சிப் பாடல்களாக அமைந்தன. கிறிஸ்தவர்களுடைய சமயப் பாடல்கள் இருபெரும் பிரிவாக வகுக்கப்படுவன. ‘ஞானப் பாட்டுகள்’ (*hymns*), கீர்த்தனைகள் (*lyrics*) என அவை வழங்கப்படும். ஞானப்பாட்டுகள் ஏறத்தாழ அனைத்துமே மேனாட்டு மெட்டுகளில் தமிழ்ச் சொற்களை அமைத்து இயற்றப்பெற்ற மொழிபெயர்ப்புக் கீதங்கள் எனலாம். கீர்த்தனைகள் கர்நாடக இராகங்களிலும் தமிழ் இசை வடிவங்களிலும் புதுவதாக–சொந்தமாக–இயற்றப்பெற்ற பாக்கள் எனலாம். கிறிஸ்தவ தத்துவங்களை உள்வாங்கித் தனதாக்கிச் சுயமாகச் சிறிய தமிழ்ப் பாடல்களை முதன்முதலில் எழுதியவர் வேதநாயக சாஸ்திரியார். சரபோஜி மகாராஜாவின் காலத்தவரான வேதநாயக சாஸ்திரியார், தியாகராஜ சுவாமிகளின் சமகாலத்தவர் என்பதும் நினைத்துகொள்ளத் தக்கதே. இராம பக்தரான தியாகையர் கீர்த்தனைகள் இயற்றியதைப் போலவே இயேசு பக்தரான வேதநாயகர் உருக்கமான இசைப்பாடல்களை யாத்தார்.[23] நெடிதுநாள் வாழ்ந்த வேதநாயகர் வாழ்க்கையில் பல இன்னல்களை எதிர்நோக்கினார். அவ்வாறு துன்பத்தின் பிடியில் சிக்கித் தவித்த வேளைகளிலெல்லாம் ஆற்றாமை மேலிட அகமுருக்கும் கீர்த்தனைகளைப் பாடி அமைதியடைந்தார். கீர்த்தனைகளின் இறுதிச் செய்யுள்களில் தன் பெயரை இவர் அமைத்துப் பாடியது அக்காலத்தில் ஐரோப்பிய குருமாருக்குப் பிடிக்கவில்லை. தமிழறிஞராக விளங்கிய ஜி.யூ. போப் ஐயர் இவர் கீர்த்தனைகளை ஆராதனையில் பாடக்கூடாதென்று கட்டளையிட்டார்.[24] நரரைப் பாட மறுத்தமையால் புரவலர் சரபோஜியின் ஆதரவையும் பிற்காலத்தில் வேதநாயகர் இழந்தார். இத்தகைய நிகழ்வுகளினால் மனமுடைந்த நிலைகளில் உளமுருக்கும் கீர்த்தனைகள் உருப்பெற்றன. உதாரணமாக, 1811ஆம் வருடம் வேதநாயகர் குடும்பத்துடன் யாழ்ப்பாணத்திற்குச் சென்று சில காலம் தங்கியிருந்து பஜனைகள் நடாத்திக்கொண்டிருந்தார். அக்காலத்தில் அவர் உடைகள் களவுபோன சமயத்தில் இயற்றப்பட்டதே “நெஞ்சே நீ கலங்காதே” என்ற கீர்த்தனை.

வேதநாயக சாஸ்திரியாருக்குப் பின் தமிழ்நாட்டிலும் இலங்கையிலும் கிறிஸ்தவத் தமிழ்க் கவிஞர்கள் கனிவுருக்கமான கீர்த்தனைகளையும் இசைப் பாடல்களையும் அவ்வப்போது

ஆக்கியிருக்கின்றனர். இவர்களில் திருப்பத்தூர் ஜி. ஞானானந்தன், உரும்பிராய் யோ. சின்னத்தம்பி, யாழ்ப்பாணம் கே.பி. முத்தையா, சி.உ. தாமோதரம் பிள்ளை, எஸ். சோமசுந்தரம், சென்னை ஜி.த. எலியேசர் ஆகியோர் குறிப்பிடப்பட வேண்டியவர்கள் தமிழிலே தன்னுணர்ச்சிப் பாடல்களின் பரிணாமத்தில் கிறிஸ்தவ கீர்த்தனைகளுக்கு ஓர் இடமுண்டு.[25]

அண்மைக் காலத்தில் புதுக்கவிதை பெருவளர்ச்சியுற்று வந்திருக்கிறது. யாப்பமைதி, ஓசைநயம், சொல்வளம் முதலியவற்றிலே புதுக்கவிதைகள் மரபுவழிக் கவிதைகளினின்று பெரிதும் வேறுபடுகின்றன. ஆயினும், கூர்ந்து நோக்கின், புதுக்கவிதைகளிற் பெரும்பாலன தன்னுணர்ச்சிப் பாடல்களே என்பது புலனாகும். பாரதியும் அவனுக்குப் பின்வந்த மறுமலர்ச்சிக் கவிஞர் பலரும் கையாண்ட பாவகைகளையும் யாப்பமைதிகளையும் புதுக்கவிதை எழுத்தாளர் பிரக்ஞை பூர்வமாக நிராகரிக்கின்றனர் என்பது உண்மையே. (இது பொதுவான போக்கேயன்றி முழுமையான நியதியன்று.) எனினும் பொருளிலும் உணர்விலும் தொனியிலும் புதுக்கவிதை ஆசிரியர்கள் தன்னுணர்ச்சிப் பண்பினையே முதன்மைப்படுத்துகின்றனர் என்பதில் ஐயமில்லை. இன்னும் சொல்லப்போனால் தன்னுணர்ச்சிப் பண்பின் தருக்க ரீதியான வளர்ச்சியையே புதுக்கவிதைகள் காட்டுகின்றன எனலாம். எத்தகைய மரபிலிருந்தும் விடுபட்டு, தனித்துவமான முறையில் சுருக்கமான வடிவத்தில் பாடுவதே புதுக்கவிதை எழுத்தாளரின் பிரதான பண்பு எனக் கொண்டால் அது தன்னுணர்ச்சிப் பாடலின் வரைவிலக்கணமாகவும் அமைந்துவிடுகிறது.

புதுக்கவிதையின் வளர்ச்சிப் பாதையில் ஒரு கட்டத்திலே, குறிப்பாக, *எழுத்து* சஞ்சிகையின் ஆதரவிலும் வழிகாட்டலிலும் 'புதுக்கவிதைகள்' வெளிவந்த தஸாப்தத்திலே அவற்றில் தன்னுணர்ச்சிப் பண்பு குறைவாகவே காணப்பட்டது. அதீத நம்பிக்கை வரட்சி, அந்நியமயப்பாடு, பாலியற் பிறழ்ச்சி, மனோவிகாரம், போலி மேதாவித்தன்மை முதலியவற்றால் உந்தப்பெற்று, மேனாட்டு நாகரிகப் பேதலிப்பில் பிறந்த 'ஒலிமுறிவுக் கவிதைகளை'க் கண்மூடித்தனமாக நகல் செய்த *எழுத்து* வட்டத்தினர் ஏறத்தாழ எல்லாருமே வடிவ அமைதியும் உணர்வுச் செறிவும் பொருந்திய தன்னுணர்ச்சிப் பாடல்களை எழுத இயலாதவராயிருந்ததில் வியப்பெதுவுமில்லை. தன்னுணர்ச்சிப் பாடலின் வெற்றிக்கு மொழி நடைச் சிறப்பு இன்றியமையாதது.

ஆயினும் *புதிய தலைமுறை*, *வானம்பாடி*, *தாமரை*, *செம்மலர்* முதலிய சிற்றேடுகள் புதுக்கவிதையை நெறிப்படுத்தத் தொடங்கியபின் தத்துவ வீச்சும் தமிழ்த் திறனும் தனித்துவமும்

பொருள் தெளிவும் கருத்து அழுத்தமும் வாய்க்கப்பெற்ற புதுக்கவிதைகள் பல தோன்றியுள்ளன.[26] நா. காமராசன் முதல் ரவீந்திரன் வரை புதுக்கவிதை வளர்ச்சி இன்று இலக்கிய வரலாற்றில் இடம்பெற்றுள்ளது. இக்கவிதைகள் உளப்பாட்டுத் தன்மைப் பன்மையில் எழுதப்பட்டுப் பிரகடனப் பண்பைப் பெற்றிருப்பினும் நுனித்து நோக்கும் பொழுது தன்னுணர்ச்சிப் போக்கு ஆழமாகப் பதிந்திருப்பதைப் பார்க்கலாம். மானுடத்தின் குரலே தன்னுணர்ச்சிப் பாடல்களாக ஓங்கி ஒலிக்கிறது என்பதில் ஐயமில்லை.

சிறுகதையும் நாவலும் எவ்வாறு மேனாட்டு இலக்கியத்தி லிருந்து தமிழுக்கு வந்து நவீன உரைநடை இலக்கியத்தின் பிரதான பிரிவுகளாக இரண்டறக் கலந்து விட்டனவோ அது போலவே 'லிரிக்' என்ற தனிப்பாடலும், இசைப் பாங்கும் தன்னுணர்ச்சியும் பின்னிப் பிணைந்த நவகவிதையாக நமது இலக்கியத்தில் நிலைத்து விட்டது.

இவ்விடத்திலே ஒரு பிரச்சினை எழுகின்றது. மேலைத் தேயங்களில் கைத்தொழில் மயப்பட்ட சமுதாயங்களில் தனிமனித வாதம் உச்சநிலையை அடைந்துள்ளது. மனிதருக்குப் பதிலாக யந்திரங்களும் கணினிகளும் (computers) பல கருமங்களைக் கவனிக்கின்றன. மனிதத் தன்மை மறைந்து போகும் அளவிற்கு நகர நாகரிகம் அமைந்து காணப்படுகிறது. அத்தகைய சூழ்நிலையில் சூன்யத்தைக்கூடச் சில மேனாட்டுக் கவிஞர்கள் தன்னுணர்ச்சிப் பாடலாக இயற்றுவதில் வியப்பெதுவுமில்லை.[27] தமிழ்நாட்டுக்கு கவிஞர் ஒருவர் பாடியிருப்பது போல,

சுற்றும் பாழ்வெளியாய்த்
தோற்ற மிலாச் சூனியத்தில்
பற்றிப்படர வெணும்
பகற்கனவு மனக் கொடிதான்
வற்றி நினைவழிய
வாடி யுணர் வொழிய
மற்றுமொரு வழியின்றி
மயங்கி விழும் என்துயரம்[28]

என்று மேனாட்டுத் தன்னுணர்ச்சிக் கவிஞர்கள் பாடலாம். ஆனால் நமது கவிஞர்கள் வாழ்கின்ற சூழ்நிலை வேறு. சமூக ரீதியாக அணி திரண்டு, இயக்கங்கள் நடத்தி எவ்வளவோ விஷயங் களைச் சாதிக்க வேண்டியுள்ளது. அதற்குத் தகுந்த தத்துவம் அவசியமாகிறது. மேனாடுகளிலே தன்னுணர்ச்சிப் பாடல்களின் சமனற்ற வளர்ச்சியிலே தத்துவங்களை நிராகரித்துவிடும் போக்கும் காணப்படுகிறது. கோட்பாடுகள் மனித சிந்தனைக்குத் தளையாக அமைகின்றன என்பது அப்போக்கின் அடிப்படை வாதமாகும்.

தத்துவச் சார்பற்ற பாடலே தலையாய தன்னுணர்ச்சிப் பாடல் என்று தர்க்கிப்பவர்களும் உள்ளனர்.

இவ்விடத்திலே இரண்டொரு செய்திகள் கூற வேண்டி யுள்ளன. பொதுவாகக் கூறுமிடத்து கவிதை வேறு; தத்துவம் வேறு. தத்துவம் என்றதும் கருத்துப் படிவங்களையே நாம் நினைத்துக்கொள்கிறோம். கவிதையென்றதும் அதன் விளைவையே சிறப்பாகக் கருதுகின்றோம். நாம் எண்ணும் விளைவை ஏற்படுத்துவதிலே கவிதையின் உருவத்துக்கும் உரிய பங்குண்டு என்பதை மறுப்பதற்கில்லை. இவ்வாறு சிலர் வாதிடுவர்.

எனினும், இவ்வாதத்தை நாம் வரலாற்றடிப்படையில் நோக்குவது பயனுடையது. உணர்ச்சிதான் கவிதையின் பிரதான பண்பு என்ற கொள்கை இந்நூற்றாண்டிலேயே தமிழிலக்கிய உலகிற் பிரசித்தமானது.[29] இதன் தருக்க ரீதியான முடிவாக, திருக்குறள் இலக்கியம் அல்ல என வாதிட்டார் க.நா. சுப்ரமண்யம். பாட்டென்றால் பரவசம் என்ற ஒருதலைச் சார்பான குறுகிய இலக்கியக் கொள்கையின் குரலே இவ்வாறு ஒலிக்கின்றது. கவிதையின் சிறப்பியல்புகளில் ஒன்றை வலியுறுத்திக் கூறுவதற்கு இது ஒருகால் ஏற்றதாகும். ஆனால், எமது நீண்ட இலக்கிய வரலாற்றில் உணர்ச்சி இலக்கியம், அறிவு இலக்கியம் என்ற பாகுபாடு இந்நூற்றாண்டுவரை இல்லை.

நமது சமுதாயத்தில் எழுந்துள்ள பல்வேறு முரண்பாடுகளின் வெளிப்பாடுகளில் அறிவுக்கும் உணர்ச்சிக்குமுள்ள பேதமும் ஒன்றாகும். எமது கல்விக்கூடங்களிலே கலைப் பகுதிக்கும் விஞ்ஞானப் பகுதிக்குமுள்ள தாரதம்மியம் இத்தகையதொன்றே. இரு கவர்ப் பிரிவாக – ஒன்றுக்கொன்று முரண்பட்டனவாக – அறிவும் உணர்ச்சியும், தூய அறிவியலும் தொழில் நுட்பமும், ஆய்வறிவும் உடலுழைப்பும் கருதப்படுவது கண்கூடு. இவ்வடிப்படையில் எழுந்து சில விகற்பங்களுடன் வெளிவருவதே 'இலக்கியத்தில் அரசியல் கலத்தல் கூடாது' என்ற தூய்மைவாதம். இதனைக் கூறுவோர் "சுத்த இலக்கியவாதிகள்."

அரசியலையும் தத்துவத்தையும் இலக்கியத்திலிருந்து விலக்கி வைப்பவர்கள் உண்மையில் தமக்குப் பிடிக்காத தத்துவங்களையே விலக்கிவைக்க விரும்புகின்றனர். இவர்களது கூற்று பாசாங்கும் போலி நடப்புமேயாகும். ஆகவே, கவிதைக்குத் தத்துவம் பகை என்ற பசப்புமொழி எம்மைத் தடுத்து நிறுத்தக் கூடாது.

வர்க்கங்களாகப் பிளவுண்டு கிடக்கும் எல்லாச் சமுதாயங் களிலும் எல்லாக் காலங்களிலும் நேரடியாகவோ அன்றி மறைமுகமாகவோ கவிஞன் தான் சார்ந்த வர்க்கத்தின் தத்துவத்தையே வெளிப்படுத்துகின்றான். கணியன் பூங்குன்றனி

லிருந்து கண்ணதாசன் வரை தத்துவமின்றிப் பாடியவர் இல்லை என்று கூறிவிடலாம். வர்க்கச் சார்பின்றிப் பாடியவர்களும் இல்லை என்பது உறுதி. தத்துவம் வேண்டுமா வேண்டாமா என்பதல்ல பிரச்சினை. எந்தத் தத்துவம் என்பதே பயனுள்ள கேள்வியாகும்.

தத்துவத்தைத் தொடாப் பொருளாக்கி, உணர்ச்சியை கவிதைத் தவிசில் ஏற்றிவைத்தவர்கள் இறுதியில் அர்த்தமற்ற சொற்சிலம்பத்தில் சுகங்காணலாயினர். “அண்ணாந்து கொட்டாவி விட்டதெல்லாம் கூறுதமிழ்ப் பாட்டாச்சே – முட்டாளே இன்னமுமா பாட்டு” என்று புதுமைப்பித்தன் விரக்தியுடன் கேட்டது உணர்ச்சிக் கொள்கையின் சீரழிவையே காட்டுகிறது.

இங்கிலாந்திலே பதினேழாம் நூற்றாண்டில் வாழ்ந்து கவிபாடிய சிலரை இயற்கையதீதக் கவிஞர் *(metaphysical poets)* என்பர். இவர்களுடைய பாக்களிலே தத்துவம் வியாபகமாக யிருந்தது. இவர்களுக்கு முன்னர் கி.மு. இரண்டாம் நூற்றாண்டிலே எபிக்கூரஸ் என்ற கிரேக்க தத்துவ ஞானியின் சீடனான லியூக்கிறத்திஸ் என்பான் *பிரபஞ்சத்தின் இயல்பு* என்ற செய்யுளை இயற்றினான். ஆதி அணுக் கொள்கையை அற்புதமான கவிதையாக்கினான் அவன். தமிழில் சமண, பௌத்த மதங்களைச் சேர்ந்த புலவர்கள் தத்துவக் கருத்துக்களைக் கவிதையாகவே படைத்தளித்தனர். இயற்கையதீதப் பாடலுக்கு விளக்கம் கூறிய கிரியர்ஸன் என்பவர், அது “பிரபஞ்சத்தைப் பற்றிய தத்துவக் கோட்பாட்டினாலும் உளதாயிருத்தல் என்னும் நாடகத்திலே மனித உயிருக்குரிய பங்கைப் பற்றிய உணர்வினாலும் உந்தப்பட்ட கவிதை” என்றார்.

தமிழிலே சித்தர் பாடல்கள் சிலவற்றிலும் தாயுமானவர் பாடல்களிலும் இப்பண்பினைக் காணலாம். தத்துவமே அனுபவமாகி அதிலே தான் கலந்து – ஐக்கியப்பட்டுக் கவிஞன் உவமை உருவகங்களுடன் உணர்வு நிலையிற் பாடுவானாகில் அது சிறந்த கவிதையாவதில் தடையென்ன? தாயுமானவர் பாடல்களையும் பாரதியார் பாடல்களையும் படித்துச் சுவைக்கும் தமிழிலக்கிய இரசிகருக்கு இதனை மேலும் எடுத்து விளக்க வேண்டியதில்லை. தத்துவக் கவிதை உணர்ச்சிமயமான சிந்தனைக் கவிதையாகும். தன்னுணர்ச்சிப் பாடல் இதனையும் உள்ளடக்குவதுதான். தருக்கமும் அதில் தக்கபடி இடம்பெறுதல் கூடும். *பொய்யோ? மெய்யோ* என்னும் பாடலிலே,

> நானுமோர் கனவோ ? – இந்த
> ஞானமும் பொய்தானோ

காலமென்ற ஓருநினைவும் காட்சியென்றே பல நினைவும்
கோலமும் பொய்களோ ?

என்று பாரதியார் உலகத்தை நோக்கி வினாவும்பொழுது தத்துவ உணர்வு கவிதையாய் நடக்கிறதல்லவா?

தத்துவ மானதடி அகப்பேய்
சகலமாய் வந்ததடி
புத்தியுஞ் சொன்னேனே அகப்பேய்
பூத வடிவல்லவோ

என்று அகப்பேய்ச் சித்தர் பாடுகையில் பொருள் முதலிடம் பெறுகிறதன்றோ? சைவ சித்தாந்தக் கருத்தின் அடிப்படையிலே பூதாதிகளின் உற்பத்தியிலிருந்து தன்னையறிதல் ஈறாகத் தத்துவ வீச்சுடன் பாடிச்சென்றிருக்கிறார் அகப்பேய்ச் சித்தர். பொருள் கருகலாயிருந்தபோதும் பொது மக்களும் பன்னெடுங்காலமாய் இத்தகைய பாடல்களைப் பாடிவந்திருக்கின்றனர்.

தன்னுணர்ச்சிப் பாடல் நவீன காலத்திலே தனிச் சிறப்புள்ள கவிதை வடிவமாகப் பரிணமிப்பதற்குக் காரணம் உண்டு. உண்மையில் முதலாளித்துவத்தின் வளர்ச்சியின்போதே தன்னுணர்ச்சிப் பாடல் வீறும் வேகமும் பெற்றது. நிலமானிய அமைப்பை மூலதனம் நிர்மூலமாக்கியதைப் பற்றி மார்க்ஸ் நாடகத் தன்மையுடன் வருணித்துள்ளார். சரித்திர ரீதியாகப் பார்க்கும்பொழுது பூர்ஷ்வா வர்க்கம் ஆரம்ப கட்டத்திலே முற்போக்கான பாரத்திரத்தை வகித்துச் செயலாற்றியிருக்கிறது என்று கூறிவிட்டு மார்க்ஸ் எழுதுகிறார்:

> எங்கெல்லாம் பூர்ஷ்வா வர்க்கத்தின் கை ஓங்கிற்றோ அங்கெல்லாம் அது சலக நிலப்பிரபுத்துவ உறவுகளுக்கும் தந்தைவழி உறவுகளுக்கும் சம்பிரதாய உறவுகளுக்கும் முடிவு கட்டியது. தன்னைவிட "இயற்கையிலே மேம்பட்டவர்" என்போரிடம் மனிதன் கட்டுண்டு கிடக்கும்படி செய்த பல்வகை நிலப்பிரபுத்துவத் தளைகளை அது தயவு தாட்சணியமில்லாமல் அறுத்தெறிந்தது. அம்மணமான சுயநலத்தைத் தவிர, உணர்ச்சியற்ற "ரொக்கப் பட்டுவாடா"வைத் தவிர, மனிதனுக்கும் மனிதனுக்குமிடையே வேறு எந்த உறவும் இல்லாமல் அது செய்துவிட்டது. சமய உணர்ச்சி வேகம், வீராவேசம், பிலிஸ்டைன்களின் உளநெகிழ்ச்சி ஆகியவற்றால் ஏற்படும் மிகத் தெய்வீகமான ஆனந்த பரவச உணர்ச்சிகளைத் தன்னலமயமான கணக்கீடு என்னும் உறைபனி நீரில் அது மூழ்கடித்துவிட்டது.

> அது மனிதனின் மேன்மையைப் பரிவர்த்தனை மதிப்பாகப் பாகுபடுத்திவிட்டது. எண்ணிலடங்காதவையாகவிருந்த, அகற்றமுடியாத, சாஸனப்படுத்தப்பட்ட சுதந்திரங்களுக்குப் பதிலாக, வர்த்தக சுதந்திரம் என்ற, பிறரைப் பற்றி அக்கறை கொள்ளாத ஒரே சுதந்திரத்தை பூர்ஷ்வா வர்க்கம் ஏற்படுத்திவிட்டது.[30]

இந்த அடிப்படையிலேயே தனிமனிதவாதம் முதலாளித்துவ சமுதாய அமைப்பில் தோன்றியது. முந்திய சமுதாயங்களிலே பல பந்தங்கள் மனிதனை ஏனைய மனிதருடன் பிணைத்திருந்தன. கலைஞனும் பொருள்களை உற்பத்தி செய்பவனும் தாம் ஒரு சமூகத்தைச் சேர்ந்தவர்கள் என்னும் உணர்வுடன் செயல் பட்டனர். ஆனால், முதலாளித்துவத்தின் வருகையுடன் உற்பத்தி செய்பவனுக்கும் அதை நுகர்பவனுக்குமிருந்த நேரடி உறவுகள் அழிக்கப்பட்டன. முன்னர், கலைஞன் குறிப்பிட்ட ஒரு புரவலனுக்கு அவன் விரும்பியதைச் செய்துகொடுத்தான். ஆனால் முதலாளித்துவ உலகில் கண்காணா நுகர்வோருக்காக உறபத்தியில் ஈடுபடுகிறான். குணங்குறியற்ற பொருளாதார சக்திகள் அவனை ஆட்டிப் படைக்கின்றன. அதனால் சமூக உறவுகளிலிருந்தும், தன்னிலிருந்துமே கலைஞன் அந்நியப்பட்டு விடுகின்றான். ஒரே வாக்கியத்தில் சொல்வதென்றால், மதம் சம்பந்தமான பிரமைகளாலும் அரசியல் பிரமைகளாலும் திரையிட்டு மறைக்கப்பட்டிருந்த சுரண்டலுக்குப் பதிலாக பூர்ஷ்வா வர்க்கம், அம்மணமான, வெட்கமில்லாத, நேரடியான, முரட்டுத்தனமான சுரண்டலை ஏற்படுத்திவிட்டது. அதுவரை நன்மதிப்புக்கும் பயபக்திக்கும் பாத்திரமாக விருந்த எல்லா அலுவல்களினதும் மகிமையை பூர்ஷ்வா வர்க்கம் அகற்றிவிட்டது. அது மருத்துவரையும் வக்கீலையும் மதகுருவையும் கவிஞனையும் விஞ்ஞானியையும் தன்னிடம் கூலிபெறும் உழைப்பாளிகளாகச் செய்துவிட்டது.[31]

முற்காலத்தில் வாழ்ந்த மதிப்பார்ந்த, சமூக அந்தஸ்து பெற்றிருந்த மரபுவழிப்பட்ட கலைஞன் "கூலிபெறும் சந்தை வியாபாரியாக" மாறிவிட்டான் என்று பலர் கவலைப்படலாயினர். இதன் விளைவாகச் சிலர் "தூய" கலையென்று தமது சொந்தக் கனவுகளையும் கற்பனைகளையும் ஒரு சிலருக்காகப் படைக்கும் நிலையும் தோன்றுவிடுகிறது. இங்கேயே கலையில் தனிமனிதவாதம் தலைதூக்குகிறது. தொழில் வேறு, கலை வேறு என்ற இருமுனைவாதமும் தோன்றுகிறது. எரிக் கில் *(Eric Gill)* என்ற ஆங்கிலேய கலாவிமர்சகர் கூறியிருப்பது போல, "ஒருபுறம் தனது சொந்த வெளிப்பாட்டைப் பிரதானப்படுத்தி

அதில் மாத்திரம் அக்கறை கொண்ட கலைஞன்; மறுபுறம் வெளிப்படுத்துவதற்குத் தனதென்று கூறவே எதுவும் அற்ற நிலைக்குத் தள்ளப்பட்டுள்ள தொழிலாளி."[32]

முதலாளித்துவத்தின் வளர்ச்சியின்போது பழைய மரபுகளினது மட்டுமன்றிச் சமகால அரசாங்கங்களினது தலையீட்டையும் பூர்ஷ்வா வர்க்கம் விரும்பவில்லை. "பூரணமான – வரையறை எதுவுமற்ற – சுதந்திரம்" என்ற கோஷத்தின் பேரிலேயே கட்டுப்பாடற்ற மூலதன விஸ்தரிப்பையும் சுரண்டலையும் அது மேற்கொண்டது. அதற்கு நியாயம் கூறுவது போலவும் விளக்கம் கூறுவது போலவுமே தனிமனிதவாதம் உருவாகியது. அதன் பொருளாதார அடிப்படையையே மார்க்ஸ் நுணுக்கமாக விவரித்தார்.

தனிமனிதவாதம் பூர்ஷ்வா வர்க்கத்தின் தத்துவமாகும். அதனடிப்படையிலேயே தத்தளிக்கும் தனிமனிதப் பாத்திரங் களைக் கொண்ட நாவல்களும் சிறுகதைகளும் எழுந்தன. இதனைப் பிறிதொரு நூலிலே விரிவாக விளக்கியிருக்கிறேன்.[33] அதன் தருக்கரீதியான வளர்ச்சியாகவே, தனிமனிதவாதத்தின் சாரமாக – கொடுமுடியாக – தன்னுணர்ச்சிப் பாடல் இருக்கிறது. சமூகத்திலிருந்து பெருமளவு விலகி, தனது சொந்த அகமன உணர்வுகளை வெளிப்படுத்துவதே உயர்கலையின் பண்பு என நவீன கவிஞர் பலர் எண்ணுகின்றனர். இது விஷச் சுழல் போல் காரண காரியத் தொடர்பில் இயங்குகிறது. சமூகப் பொருளிலிருந்து கவிஞர்கள் விலகுவதால் அவர்கள் தனிமைப் பட்டுப் போகின்றனர். தனிமைப்பட்டு நின்று பாடுவதால் சமூகத்தில் அவர்கள் ஒன்றிணைய இயலாமல் உள்ளது.[34] இந்நிலையில் தனிமையை இலட்சியப்படுத்துவதாகவே கவிதை அமைந்து விடுகிறது.[35] இந்த எதிர்மறை நிலைமாறி, கவிஞன் சமுதாயத்துடன் இயக்கரீதியாகச் சங்கமப்பட்டு நிற்கும் வேளையிலேயே கவிதைக்குரிய இயல்பான பண்பு – சமுதாயத்தின் மனச்சாட்சியாகவும் குரலாகவும் அமையும் பண்பு – உயிர்த்துடிப்புடன் விளங்கும். அப்பொழுதுதான் கவிதை முழுமை பெறும்.

சான்றாதாரம்

1. Bowra, C.M., *Ancient Greek Literature,* London, 1952, p. 9.

2. இது பற்றி எனது *இலக்கியமும் திறனாய்வும்* (சென்னை, 1976: பக். 50–52) என்ற நூலில் ஓரளவு விரிவாக எழுதியிருக்கிறேன்.

3. *ஒப்பியல் இலக்கியம்,* சென்னை, 1978, பக். 286–7.

4. அவரியற்றிய நூலின் பெயர் *கச்சிக்கலம்பகம்.*

5. பரிதிமாற் கலைஞர் என்று தனித் தமிழ்ப் பெயரைத் தமக்கு அமைத்துக்கொண்ட வி.கோ. சூரியநாராயண சாஸ்திரியார், இன்றைய இலக்கிய ஆய்வாளர்களால் போதியளவு கவனிக்கப்படவில்லை என்றே தோன்றுகிறது. 1970ஆம் வருடம் அவரது நூற்றாண்டு நிறைவு கொண்டாடப்பட்ட பொழுது பேராசிரியர் ந. சுப்ரமணியன் பதிப்பித்து வெளி யிட்ட *பரிதிமாற் கலைஞர் நூற்றாண்டு விழா மலர்* (மதுரை, 1970) இவ்விடத்தில் விதந்துரைக்கத்தக்கது. பார்க்க: க. கைலாசபதி, "பரிதிமாற் கலைஞர்: மறுமதிப்பீடு", பக் 49–55.

6. *தனிப்பாசுரத் தொகை (முதற் பகுதி)* மூன்றாம் பதிப்பு, சென்னை, 1957, பக். v. இக்கவிதைகள் வெளிவந்த காலத்து ஆங்கிலத் தமிழ் ஆய்வாளரான போப் ஐயர் பெரு மகிழ்ச்சியுற்று அவற்றை ஆங்கிலத்தில் மொழிபெயர்த்தார்.

7. மு. வரதராசன், *இலக்கிய மரபு,* சென்னை, 1960, பக். 31–3.

8. வரதராசனாருக்கு முற்பட வி.ஆர்.எம். செட்டியார், அ.ச. ஞானசம்பந்தன் ஆகியோர் இத்தகைய தொடர்களைக் கையாண்டனர். *கவிதை மின்னல், காரைக்குடி,* 1952; *இலக்கியக் கலை,* சென்னை, 1953, பக். 169–179. ஆயினும் தன்னுணர்ச்சிப் பாடல் குறித்து ஞானசம்பந்தனுக்குத் தெளிவான கருத்து இருக்கவில்லை என்றே கூறத் தோன்றுகிறது.

9. இதனை விரிவாக இவ்விடத்தில் விவரித்தல் இயலாது. கருத்துணர்வை மையமாகக் கொண்டு தற்காலத் தமிழில் கவிதை படைத்தோருள் அ. சீனிவாசராகவன், ரா.ஸ்ரீ. தேசிகன், சிதம்பர ரகுநாதன், முருகையன், நுஃமான், சிவசேகரம, குலோத்துங்கன் (வி.சி. குழந்தைசாமி) முதலியோரும் அண்மைக் காலத்தில் 'புதுக்கவிதை' எழுதி வரும் சிலரும் விசேஷமாய்க் குறிப்பிடத்தக்கவர்கள்.

10. Cf. Fischer Ernst, *The Necessity of Art,* London, 1963, பக். 56.

11. *இலக்கியக் கலை,* பக். 183.

12. பார்க்கவும்: *ஒப்பியல் இலக்கியம்,* பக். 66–82.

13. *ஒப்பியல் இலக்கியம்,* பக். 211–257.

14. ராஜகோபாலன், கு.ப., சுந்தரராஜன், பெ.கோ., *கண்ணன் என் கவி: பாரதியின் கவிதையும் இலக்கிய பீடமும்,* சென்னை, 1937, பக். 31

15. முத்தையா, ப. (தொகுப்பாளர்), *புரட்சிக் கவிஞர்,* திருச்சி, 1947 (இரண்டாம் பதிப்பு), பக். 98.

16. *இளவேனில்*, திருச்சி, 1946, பக். xvi.

17. Maroti Lajos, in *The New Hungarian Quarterly*, 51, Vol. xiv, 1973.

18. Hudson, W.H., *Introduction to the Study of Literature*, London, 1955, p. 97. (பக். 54)

19. *நெடும்பகல் – முருகையன் கவிதைகள்*, சென்னை, 1967, பக். 44.

20. இதுகுறித்து ஈழத்துக் கவிஞர் இ. சிவானந்தனது *கண்டறியாதது*, (யாழ்ப்பாணம், 1969) என்னும் கவிதைத் தொகுதிக்கு நான் எழுதிய முன்னுரையில் விரிவாக விளக்கியிருக்கிறேன்: "தூக்குத் தராசு, குண்டுக்கூர்ப் பேனா, சைக்கிள் பம்பு, நெருப்புப் பெட்டி, மின்சூள் முதலியன நாள்தோறும் நாம் பயன்படுத்தும் பொருள்கள். இவை போன்றவற்றின் வரலாற்றையும் இயக்க விதிகளையும் நாம் பயன்படுத்தும் மொழியை ஆதாரமாய்க் கொண்டே கூறிவிடுகிறார் கவிஞர். சின்னஞ் சிறிய பொருள்களில் அமைந்து கிடக்கும் பேருண்மை களை ஆசிரியர் பழகு தமிழில் விளங்க வைக்கிறார்." பக். 4.

21. *வ.உ.சி. சுயசரிதை* (மூன்றாம் பதிப்பு), சென்னை, 1960.

22. கண்ணன், கோ., "*கீர்த்தனைகள்*" (தட்டச்சுப் பிரதி) உலகத் தமிழாராய்ச்சி நிறுவனம் – தமிழ் இலக்கியக் கொள்கை கருத்தரங்குத் தொடர் – முப்பத்து ஒன்பதாம் கருத்தரங்கு, 7.12.1977.

23. "தியாகையர் ஓர் இசை மேதை. அவருடைய கீர்த்தனைகள் இசைப்பணியில் ஈடிணையற்றவை; வேதநாயகர் இசைப் புலமை ஓரளவிலேயே பெற்றிருந்தவர். ஆனால் குறிப்பிடத்தக்க கவித்துவம் அவருக்கிருந்தது. இராக பிரமாணங்களுக்கும் ஏற்றதாய் கீர்த்தனங்களை அமைக்க வரம் இருந்தது . . . தியாகராஜருடைய இன்னிசையமைந்த இராகங்கள் சிலவற்றைச் சாஸ்திரியார் இரவலாக ஏற்றுக் கொண்டதாக கர்ண பரம்பரையால் அறிகின்றோம்." பார்க்கவும்: தேவநேசன், தா.வீ., *தஞ்சை வேதநாயகம் சாஸ்திரியார்*, சென்னை, 1956, பக். 92.

24. கிறிஸ்தவ தமிழ்த் தொண்டராயும், இங்கிலாந்துப் பல்கலைக் கழங்களில் தமிழ் ஆராய்ச்சி இடம் பெறுவதற்குப் பெரு முயற்சி செய்தவரும், ஆக்ஸ்ஃபோர்ட் பல்கலைக் கழகத்திலிருந்து பழந்தமிழ்ப் பனுவல்கள் பலவற்றை ஆங்கிலத்திற் பெயர்த்து உலகறியச் செய்தவருமான ஜி.யூ. போப்பையர் (1820–1907) வேதநாயக சாஸ்திரியாருடன் பிணக்குற்றது புதிராகவே உள்ளது. தஞ்சாவூரிலே எட்டு வருட காலம் (1850–1858)

மிஷனெரியாகப் பணிபுரிந்த போப்பையர் தனித்துவம் வாய்ந்த சாஸ்திரியாரை மதிக்காதது ஆராய்ச்சிக்குரியது. போப்பையரினால் தமக்கு ஏற்பட்ட மனத்தாபங்களையும் கவலையையும் சாஸ்திரியார் *உபத்திராபத்திரம்*, என்னும் நூலில் விவரித்துள்ளார். மு.கு. நூல், பக். *xv*.

25. வேதநாயக சாஸ்திரியாரது "நெஞ்சே நீ கலங்காதே" என்ற கீர்த்தனை உட்பட இங்குக் குறிக்கப்படும் கீர்த்தனைகளுக்கு, *திருச்சபைப் பாட்டுப் புத்தகம்*, (மானிப்பாய் யாழ்ப்பாணம், 1961) என்னும் நூலைப் பார்க்கவும்.

26. தனிப்பட்டவர்களின் தொகுப்பு நூல்களாகவும் பலரது கவிதைகள் இடம்பெறும் தொகுப்புகளாகவும் கடந்த பத்தாண்டிற்குள் பல புதுக்கவிதை நூல்கள் தமிழ் நாட்டிலும் இலங்கையிலும் வெளிவந்துள்ளன. இவ்விடத்தில் வகைமாதிரிக் காக ஒரு தொகுப்பினைக் குறிப்பிடுதல் பொருத்தம் என எண்ணுகிறேன். *வெளிச்சங்கள்*, கோவை, 1973.

27. அந்நியப்பட்ட மனிதர்களின் அகமன உணர்வுகளாக அமைந்த தன்னுணர்ச்சிப் பாடல்களில் "செய்திகள்", "பாத்திரம்", "நிகழ்வுகள்", "செயல்" முதலியன இடம் பெறுவதில்லை என்றும் ஒரு கணத்தின் மனச்சலனமே தன்னளவில் நிறைவான உருவ அமைதியைப் பெற்றுவிடுகிறது என்றும் சில திறனாய்வாளர் கருத்துத் தெரிவித்திருக்கின்றனர். அதாவது, தன்னுணர்ச்சிப் பாடலிலே கவிஞர் **என்ன கூறுகிறார்** என்று வினவுவது பொருத்தமற்றது என்பது இவர்களது வாதம். கவிதைக்குப் புறமபாக உணமையும் கருத்துக்களையும் தத்துவங்களையும் நாம் கவனத்திற்கு எடுத்தல் கூடாது என்று இவர்கள் கூறுவர். புறஉலகை – யதார்த்தத்தை – நிராகரிக்கும் அதீத அகநிலைவாதம் இதுவாகும். அடிப்படையில் இது பொருள்முதல்வாதத்தை மறுக்கும் கருத்துமுதல்வாதத்தின் மற்றொரு வடிவமேயாகும். தன்னுணர்ச்சிப் பாடலின் "தூய" தன்மை குறித்துத் தருக்கரீதியாக எழுதியிருப்பவர்களுள் எல்டர் ஒல்ஸன் குறிப்பிடத்தக்கவர். (பார்க்கவும்: Elder Olson, *On Value Judgements in the Arts and Other Essays*, Chicago, *1976, pp. 3-14.)* மேலை நாடுகளில் கவிதையிலும் பார்க்க ஓவியம், சிற்பம் முதலிய காட்சிக் கலைகளிலேயே பொருள் மறுப்பு வாதம் உச்சநிலையை அடைந்துள்ளது. உருவச் சிற்பம், உருவ ஓவியம் என்பன மதிப்பிழந்து அருவச் சிற்பங்களும் ஓவியங்களுமே செல்வாக்குள்ள நிலையங்களில் போற்றப்படுகின்றன. ஓவியம், சிற்பம் என்பன நிஜ உலகில் உள்ள எதனையும் பிரதிபலிப்பதில்லை என்றும் தனிப்பட்ட

கலைஞனது மனவெளிப் படிமங்களே அவற்றுக்குப் பொருளாயமைவன என்றும் நவீன விமர்சகர்கள் வாதிப்பர். சமுதாய இயக்கங்களிலிருந்து கலைஞரை தனிமைப்படுத்தவே இத்தகைய கலைக்கோட்பாடுகள் ஏதுவாகின்றன. (சமகால மேலைத்தேய அருவ ஓவியங்கள் பற்றிய தத்துவ விளக்கத் திற்குப் பார்க்கவும்: Suzi Gablik, *Progress in Art,* London, 1976) *உண்மையான பொருளிலும் பார்க்க, இப்பொருளே நவீன பூர்ஷ்வா விமர்சகர்களால் கலையின் அடிப்படையாக வலியுறுத்தப்படுகிறது.*

28. *ரகுநாதன், கன்னிகா, சென்னை, 1950, பக். 42.*

29. *இலக்கியத்தில் உணர்ச்சிக் கொள்கை பற்றி இலக்கியமும் திறனாய்வும் என்ற நூலிலே விவரித்துள்ளேன், பக். 31–72. பார்க்கவும். க. கைலாசபதி, இ. முருகையன், கவிதைநயம், சென்னை, 1976, பக். 99–125.*

30. *கம்யூனிஸ்ட் கட்சியின் அறிக்கை, மாஸ்கோ, 1969, பக். 46.*

31. *மு.கு. நூல், பக். 47.*

32. Coomaraswamy, A.K., *Christian and Oriental Philosophy of Art,* New York, 1956, pp. 14-15.

33. *தமிழ் நாவல் இலக்கியம், பக். 117–157.*

34. Fischer, *The Necessity of Art,* pp. 89-95.

35. *அதீத தனிநபர்வாதம் அலட்சிய மனோபாவத்துடன் வெளிப்படுவதைப் பின்வரும் 'புதுக்கவிதை' (கணையாழி, நவம்பர், 1973. மலர் 9, இதழ் 4) காட்டுகிறது.*

> நானெழுதும் கவிதையிது
> நான் மட்டும்தான் படிப்பேன்
> ஏன் மற்றோர் படிக்கட்டுமே?
> என்று தானே கேட்கின்றீர்
> பேஷாகப் படிக்கட்டுமே
> படித்தாலும் புரியாது!!
>
> – கபந்தன்

~ ~

3

தமிழிலக்கிய மரபில் வளர்ந்த பொதுமைச் சிந்தனைகள்

தமிழிலே சமரச சன்மார்க்கத்தைச் சிறப்பாகப் பாடியவரில் ஒருவரான தாயுமானவர் 'பராபரக் கண்ணி' என்ற பாடலில்,

> **எல்லோரும் இன்புற் றிருக்க நினைப்பதுவே**
> **அல்லாமல் வேறொன் றறியேன் பராபரமே**

என்று ஏங்கியிருப்பது பலரும் நன்கறிந்ததொன்று. இருபதாம் நூற்றாண்டிலே தமிழிலக்கியத்தில் நவயுகத்தின் வருகைக்குக் கட்டியங் கூறிநின்ற சுப்பிரமணிய பாரதியார், 'பாரத சமுதாயம்' என்ற பாடலில்,

> **இனியொரு விதிசெய்வோம் – அதை**
> **எந்த நாளும் காப்போம்.**
> **தனி யொருவனுக் குணவிலை யெனில்**
> **ஜகத்தினை அழித் திடுவோம்**

என்று ஆவேசத்துடன் சபதஞ் செய்வதும் பலர் அறிந்ததொன்றேயாகும். மேலோட்டமாகப் பார்ப்பவர்களுக்கு இரு புலவர்களும் மனிதகுலம் இன்பமுடன் வாழவேண்டும் என்று விழைவதாகவே தோன்றும். ஆயினும், நுணுக்கமாக நோக்குவோர்க்கு இரு கவிஞருக்குமுள்ள வேறுபாடு புலப்படாமற் போகாது. பராபரக் கண்ணியிலே தாயுமான சுவாமிகள் எல்லோரும் இன்புற்றிருக்க வேண்டும் என்று இறைவனைப் பிரார்த்திக்கிறார். அதாவது "உயிரெல்லாம் இன்புற்றிருக்க வேண்டிநின் இருதாள் பணிகிறேன்" என்று பரம்பொருளைக் கேட்கும் பாவனையில் அவர் வாக்கு அமைந்துள்ளது.

ஆனால் பாரதியாரோ,

மண்மீ துள்ள மக்கள், பறவைகள்,
விலங்குகள், பூச்சிகள், புற்பூண்டு மரங்கள்,
யாவுமென் வினையால் இடும்பை தீர்ந்தே
இன்பமுற் றன்புடன் இணங்கி வாழ்ந்திடவே
செய்தல் வேண்டும், தேவ தேவா!
ஞான ஆகாசத்து நடுவே நின்றுநான்
'பூமண்ட லத்தில் அன்பும் பொறையும்
விளங்குக! துன்பமும் மிடிமையும் நோவும்
சாவும் நீங்கிச் சார்ந்தபல் லுயிரெலாம்
இன்புற்று வாழ்க' என்பேன். இதனை நீ
திருச்செவிக் கொண்டு திருவுளம் இரங்கி
'அங்ஙனே யாகுக' என்பாய், ஐயனே!

என்று விநாயகரிடத்து வேண்டியவரெனினும், மேற்கூறிய செய்யுள் அடிகளிலே இன்பமாய் மக்கள் வாழக்கூடிய புதிய சமுதாய அமைப்பு ஒன்றைத் தெய்வத்தின் துணை கொண்டன்றி, நாமாகவே படைத்துக்கொள்ள வேண்டும் என்கிறார். "இனியொரு விதி செய்வோம்" என்ற அதே குரலிலேயே, பிறிதோரிடத்தில்,

இல்லை என்ற கொடுமை – உலகில்
இல்லையாக வைப்பேன்

என்று சூளுரைக்கின்றார். அதாவது, உலகிலே இல்லாமை இருக்கக்கூடாது என்று கனவு காண்பதோடமையாது இல்லாமையை மனித முயற்சியால் இல்லாமற் செய்தல் வேண்டும், செய்ய இயலும் என்னும் துணிவுடனும் உறுதிப்பாட்டுடனும் பாடுகிறார் பாரதியார். இத்தகைய கூற்றுக்களிலேயே பாரதியின் தன்னார்வ முனைப்புவாதத்தை *(voluntarism)* நாம் தெளிவாகக் காணமுடிகிறது. தன்னுணர்ச்சிப் பாடல்களுக்கு முன்னோடியாயும் வழிகாட்டியாயும் விளங்கிய பாரதி செயலூக்கத்தைப் பாட்டாக்கியதில் வியப்பெதுவுமில்லை. பாரதி பாடல்களிலே எதிர்காலத் தன்மை, தன்மைப் பன்மை வினைமுற்றுக்கள் அடிக்கடி இடம் பெறுதலைப் பலரும் கவனித்திருப்பர்.

பொய்க்குங் கலியை நான்கொன்று,
பூலோ கத்தார் கண்முன்னே,
மெய்க்குங் கிருத யுகத்தினையே
கொணர்வேன், தெய்வ விதியிஃதே

என்றும்,

வலிமை வலிமை என்று பாடுவோம் – என்றும்
வாழுஞ் சுடர்குலத்தை நாடுவோம்
கலியைப் பிளந்திடக்கை யோங்கினோம் – நெஞ்சில்
கவலை யிருளனைத்தும் நீங்கினோம்

என்றும்,

> மாதர் தம்மை இழிவு செய்யும்
> மடமை யைக்கொ ளுத்துவோம்

என்றும்,

> ஆசையைக் கொல்வோம் – புலை
> அச்சத்தைக் கொன்று பொசுக்கிடுவோம்,
> .... – இன்பம்
> யாவையு முண்டு புகழ்கொண்டு வாழ்குவம்

என்றும் பலவாறு பாடுகையில் கவிஞரது கருத்தார்ந்த நெஞ்சுறுதியையும் செயல் வேட்கையையும் தெள்ளிதிற் கண்டு கொள்ளலாம்.

எல்லோரும் இன்புற்றிருக்க வேண்டும் என்று தாயுமானவர் கண்டது கனவு. எல்லோரும் இன்பமாக இருக்க வேண்டிய வழிவகைகளைக் காணவேண்டும் என்று பாரதியார் கருதியது நனவுலகத்துக்குரிய நடைமுறை வேட்கையாகும். இரண்டுக்கும் உள்ள அடிப்படை வேறுபாடு நுனித்து நோக்கத்தக்கது. அதாவது, தாயுமானவரது கனவு நல்லெண்ணமே ஆகும். தன் செயலின்றிப் பிறர் செயலுக்கு ஆட்பட்டு நிற்கும் துன்பமேற்கிற சாத்துவிக குணத்தைக் காட்டுகிறது அவரது வேண்டுகோள். இன்பத்தை விழைகின்ற போதும் எதனையும் எதிர்க்காத அடங்கிப் போகிற தன்மை அது. ஆனால் பாரதியாரது கூற்று மனத்திட்பமாக மட்டுமன்றி வினைத்திட்பமாகவும் அமையக் கூடியது. செயலுக்கு உந்து சக்தியாக அவரது வார்த்தைகள் இருக்கின்றன. எதையும் தாங்கக்கூடிய இரசோ குணத்தைக் காட்டுவனவாயுள்ளன.

இலக்கியத்திலே பொதுமைச் சிந்தனைகள் என்ற தலைப்பிலே எழுத முற்படும்பொழுது முற்கூறிய வேறுபாடு முதலில் தெளிவுறுத்தப்பட வேண்டியதொன்றாகும். ஏனெனில் பொதுமைச் சிந்தனைகள், அதாவது சோஷலிசக் கருத்துக்கள் உலகப் பொதுவானவை; சர்வ வியாபகமானவை. தமிழிலே தோன்றிய பொதுமைச் சிந்தனைகளைத் தனித்து நோக்குதல் இயலாத காரியம்.

மனித நாகரிகந் தோன்றிய காலம் முதல் பல்வேறு நாடுகளில், பற்பல காலங்களில், பல சிந்தனையாளர்களும் கவிஞர்களும் எல்லோரும் இன்பமாக வாழவேண்டும் என்ற உயரிய எண்ணத்தோடு எத்தனையோ கருத்துக்களையும் திட்டங்களையும் சொல்லிவந்திருக்கிறார்கள். கிறிஸ்துவிற்கு முன் ஐந்தாம் நூற்றாண்டிலே கிரேக்க தேசத்தில் வாழ்ந்த தத்துவஞானி பிளேட்டோவிலிருந்து கிறிஸ்துவிற்குப் பின்

பதினாறாம் நூற்றாண்டிலே இங்கிலாந்தில் வாழ்ந்த சர் தாமஸ் மூர்[1] (1478–1535), இருபதாம் நூற்றாண்டில் வாழ்ந்து மறைந்த நாடகாசிரியரும் பொதுமைச் சிந்தனையாளருமான ஜார்ஜ் பெர்னாட்ஷா[2] (1856–1950) வரை எத்தனையோ பேர் தத்தமக்குப் பிடித்த சமுதாயங்களைச் சித்திரித்துள்ளனர். காந்தியடிகளின் ராமராஜ்யமும் ஒரு கற்பனைச் சமுதாயமே. அவர் வழியில் வினோபா பாவே வற்புறுத்தி வருவதும் இலட்சிய பூர்வமான சமுதாய அமைப்பேயாகும். பன்னிரண்டாம் நூற்றாண்டிலே கவியரசர் கம்பர் கற்பனையில் கண்டு களித்த அயோத்தியும் அத்தகையதொன்றே. இவையெல்லாம் கற்பனையிற் கண்ட உலகுகள். மக்கள் எவ்வாறு இன்பமாக வாழ முடியும் என்று இவர்கள் கற்பனை செய்து பார்த்ததன் விளைவே இச்சித்திரங்கள். இவை சிறந்த இலட்சியங்களாக இருந்தன; படிப்போர்க்கு மானசீகமான இன்பத்தைக் கொடுத்தன. எதிர்காலத்தில் எப்போதோ மனிதன் சென்றடையக்கூடிய 'பொற்காலம்' ஒன்றைக் குறிப்பிடுவனவாய் அமைந்தன.

பத்தொன்பதாம் நூற்றாண்டிலே கார்ல் மார்க்ஸ், பிரடெரிக் எங்கெல்ஸ் ஆகியோர் தமது நூல்களை வெளியிடும்வரை பொதுமைச் சிந்தனைகள் நல்லெண்ணம் படைத்த சில பரோபகாரிகள், பண்பாளர்கள், அருளாளர்கள், ஆன்மிகவாதிகள் முதலியோரின் கனவுகளாயும் கற்பனைகளாயுமே இருந்தன. மார்க்ஸ் கூறிய மகத்தான பொன்மொழியொன்று இங்கு மனங்கொளத்தக்கது. அவர் சொன்னார்: "தத்துவவாதிகள் இதுகாலவரை உலகை விவரித்து வந்துள்ளனர்; எமது கடமையோ அதனை மாற்றியமைப்பதாகும்." இந்தக் குரல் எழுந்ததும் பொதுமைச் சிந்தனை வரலாற்றிலே மாபெரும் திருப்பம் ஒன்று ஏற்பட்டது எனலாம். இதன் காரணமாகவே சோஷலிஸ வரலாற்றை இரண்டாக வகுப்பர். மார்க்சுக்கு முந்திய காலப்பகுதிக்குரிய சோஷலிஸத்தை 'உடோபியன் சோஷலிசம்' அல்லது 'கற்பனா சோஷலிஸம்' என்றும் மார்க்சுக்குப் பிற்பட்ட சோஷலிஸத்தை 'சையென்டிபிக் சோஷலிஸம்' அல்லது 'விஞ்ஞான சோஷலிஸம்' என்றும் வரலாற்றாசிரியர்கள் கூறுவர். இதனை மனங்கொண்டே ருஷிய மார்க்சியவாதிகளில் முற்பட்டவரான ஜார்ஜ் பிளக்கனேவ் (1856–1918) கற்பனா சோஷலிஸ்டுகள் பற்றிப் பின்வருமாறு கூறினார்:

> பல்வேறுபட்ட கருத்தோட்டமுள்ள சகல கற்பனா சோஷலிஸ்டுகளும் மனித குலத்தின் முன்னேற்றத்தில் உறுதியான நம்பிக்கைவைத்திருந்தார்கள். பொற்காலம் எதிர்காலத்தைச் சேர்ந்ததே தவிர

கடந்த காலத்தைச் சேர்ந்ததல்ல என்றார் செயின்ட் சைமன்.... பதினெட்டாவது நூற்றாண்டு அறிவெழுச்சியாளர்களும்கூட மனுக்குலத்தின் வருங்கால முன்னேற்றத்தில் திடமான நம்பிக்கை கொண்டிருந்தார்கள். ஆனால் முன்னேற்றத்தில் நம்பிக்கை வைப்பது மட்டும் சோஷலிஸத்தின் விஷேச அம்சமாகிவிட முடியாது; அதற்குப் பதில் அந்த முன்னேற்றம் ‘மனிதனை மனிதன் சுரண்டும்’ இழிநிலையை ஒழிக்கும் பாதைக்கு இட்டுச் செல்கிறது என்ற தெளிந்த போதமும் ஏற்பட வேண்டும்.[3]

புராதன காலத்திலிருந்து தனது காலம்வரை மனித குலம் வளர்ந்து வந்த வரலாற்றை அரசியற் பொருளாளதார சமூகத்துறைகளின் அடிப்படையில் ஆராய்ந்து மனித வரலாற்றை இயக்கும் மூலசக்தியையும் காரணியையுங் கண்டறிந்தார் மார்க்ஸ். அதன் விளைவாக மனித வாழ்வு முழுவதையும் தழுவி நிற்கும் பூரணமான சோஷலிஸத்தை வகுத்தளித்தார். இன்ப வாழ்க்கையை யும் அதற்கு இன்றியமையாததான பொதுவுடைமைச் சமுதாயத்தையும் கேவலம் வெறும் மனோராஜ்யமாகவும் ஆகாயக் கோட்டையாகவும் வாய்ப்பந்தலாகவும் கருதிய நிலையை மாற்றி “சோஷலிஸத்தைத் தொழிலாளி வர்க்கத்தின் தொழிலாக” உருவாக்கினார். சுருங்கச் சொன்னால் பெரியோர்களின் கற்பனையாகவும் கனவாகவும் அன்றி, பாட்டாளி மக்களின் போராட்டமாக அமைவதே பொதுமைச் சிந்தனையின் சிறப்பு இயல்பு என்பதை நிலைநாட்டினார் மார்க்ஸ்.

இந்த மூலாதாரமான உண்மையை லெனின் தனக்கே உரிய முறையில் விளக்கினார்: “மார்க்சியத்தின் மூன்று தோற்றுவாய்களும் மூன்று உள்ளடக்கக் கூறுகளும்” என்ற கட்டுரையிலே ஜெர்மானியத் தத்துவவியல், ஆங்கிலேய அரசியல் பொருளாதாரம், பிரெஞ்சு சோஷலிஸம் என்ற வடிவத்தில் பத்தொன்பதாம் நூற்றாண்டில் மனிதகுலம் படைத்தளித்த தலைசிறந்த ஆக்கங்களுக்கு மகத்தான வாரிசாக மார்க்சியம் அமைந்தது எனக் கூறிவிட்டு, பின்வருமாறு எழுதினார்:

வேறு எவருக்கும் முன்பு மார்க்ஸ் உலக வரலாறு போதிக்கும் முடிபை கண்டறியவும், அந்த முடிபை முரணின்றிச் செயல்படுத்தவும் முடிந்தது என்பதில்தான் அவருடைய மேதாவிலாசம் அடங்கியிருக்கிறது; **வர்க்கப் போராட்டம்** பற்றிய போதனைதான் அந்த முடிபாகும். பழைமையைத்

துடைத்தெறியவும் புதுமையைச் சிருஷ்டிக்கவும் திறன் பெற்றவையும் சமுதாயத்தில் தாங்கள் வகிக்கும் ஸ்தானத்தின் காரணமாக அப்படிச் சிருஷ்டித்துத் தீரவேண்டிய நிர்ப்பந்தத்தில் இருக்கிறவையுமான சக்திகளை நாம் கண்டுபிடித்து, அந்தச் சக்தி களுக்குப் போதமூட்டிப் போராட்டத்திற்குத் தாபன ரீதியாகத் திரட்ட வேண்டும். இது ஒன்றேதான் வழி. மார்க்சின் தத்துவவியல் பொருள்முதல்வாதம் ஒன்றுதான் ஒடுக்கப்பட்ட வர்க்கங்களெல்லாம் அதுவரை உழன்றுகொண்டிருந்த ஆன்மிக அடிமைத்தனத்திலிருந்து வெளியேறும் வழியைப் பாட்டாளி வர்க்கத்திற்குக் காட்டியிருக்கிறது.[4]

இந்த விளக்கத்தோடு, நாம் முற்கூறிய கவிஞர்களாம் தாயுமானவர், பாரதியார் இவர்களுடைய செய்யுளடிகளைப் பார்க்கும்போது இருவர் நோக்கிற்குமுள்ள வேறுபாடு துலக்க மடைகிறது அல்லவா? ஐயத்துக்கிடமின்றித் தாயுமானவர் வாக்கு கற்பனாவாதத்தைச் சார்ந்தது; பாரதியின் வாக்கு செயலின் இன்றியமையாமையை வற்புறுத்துவது. பாரதியின் கருத்து, விஞ்ஞான சோஷலிசத்தைச் சேர்ந்தது என்று நாம் கருத வேண்டியதில்லை. ஏனெனில் பெரும்பாலான இந்திய கருத்து முதல்வாத தத்துவ தரிசனங்களுக்கும் சமய நம்பிக்கை களுக்கும் ஆதாரமாயமைந்த வேத வழக்கிலிருந்து அவர் முற்றாக விடுபவில்லை. பெரும்பாலான இந்திய மறுமலர்ச்சியாளர்களைப் போல வேதாந்த வட்டத்திற்கு அப்பால் – அது எத்துணை வீறுடையதாயிருந்தபோதிலும் – அத்வைத நிலைக்கப்பால், அவரால் சிந்திக்க இயலவில்லை. மேலைத் தேயங்களிலே பலர் பொதுவுடைமைக் கருத்துக்களையும் கிறிஸ்தவத்தையும் இணைத்து சமரசம் காண முயன்றது போல் பாரதியும் பொதுவுடைமைக்கு வேதாந்த முலாம் பூசவே முயன்றார். அந்த அளவில் காலத்தின் துடிப்பை உள்ளூர உணர்ந்தார் என்பதில் தடையில்லை. ஆனால் சோஷலிஸம் வெறும் நல்லெண்ணமாக மட்டுமன்றி, நடைமுறை அனுபவமாக மாற்றம் பெற்றதைக் கண்ட காலப் பகுதியில் வாழ்ந்தவர் பாரதி. எனவே அதன் தாக்கத்தை அவர் பிரதிபலிப்பதில் வியப்பெதுவுமில்லை. மகத்தான ருஷிய சோஷலிஸப் புரட்சியை மனதார வாழ்த்தித் தலைசாய்த்த முதலாவது இந்தியக் கவிஞர் அவரே என்பதையும் நாம் புறக்கணித்துவிட இயலாது.[5]

தமிழ் இலக்கிய மரபு வழிவந்த பொதுமைச் சிந்தனைகளை நாம் விவரிக்கையில் பொதுமைத் தத்துவத்தின் வரலாற்று வளர்ச்சி முக்கியமாகக் கவனிக்க வேண்டியதொன்றாகும்.

> யாதும் ஊரே
> யாவரும் கேளிர்

என்ற பழந்தமிழ்ச் செய்யுளுக்கும்,

> எல்லாரும் ஓர் குலம்
> எல்லாரும் ஓரினம்
> எல்லாரும் இந்நாட்டு மன்னர்

என்ற புதுத் தமிழ்ச் செய்யுளுக்கும் உள்ள குண வேறுபாட்டை இனங்கண்டு கொள்ளத் தவறினால் பொதுமைச் சிந்தனைகளைச் சரியாகப் புரிந்துகொண்டவர்களாக மாட்டோம்.

நான் சிறிது முன்னர் குறிப்பிட்டதுபோல நவீன விஞ்ஞானப் பொதுமைக் கருத்துக்குப் பிரதிநிதியாகப் பாரதியாரைக் கொள்ள வேண்டியதில்லையாயினும் எமது வசதிக்காகவும் காலவரையறை யொன்றை வகுத்துக் கொள்வதற்காகவும் பாரதிக்கு முற்பட்ட காலத்துப் பொதுமைச் சிந்தனைகள், பாரதி காலத்திலிருந்து வரும் பொதுமைச் சிந்தனைகள் என இரு பிரிவுகளாக வகுத்து இப்பொருளை நோக்குதல் பயன்தரும் முயற்சியாகும்.

உலகிலே எந்த ஒரு பொருளும் காரணமின்றித் தோன்றுவ தில்லை. பொதுமைச் சிந்தனைகள் தோன்றியபோது அவை தோன்றுவதற்குரிய காரணங்கள் ஏற்கெனவே தோன்றியிருந்தன. ஆதியிலே – மனிதர்களின் மிகப் புராதன வாழ்க்கை நிலையிலே – பொதுவுடைமை நிலவியது. அன்று அரசன், ஆண்டி, உடையவன், இல்லான் என்ற ஏற்றத்தாழ்வுகள் இல்லை. எல்லாரும் பொதுவாக வாழ்ந்து, பொதுவாகப் பாடுபட்டு உண்டு வாழ்ந்தனர். இதனையே புராதனப் பொதுவுடைமை என்று சமூகவியலாளர் கூறுவர். சிறுசிறு குழுக்களாகவும் குலங்களாகவும் இயற்கையின் மத்தியில் மனுக்குலம் வாழ்ந்த காலத்தில் இந்தப் புராதனப் பொதுவுடைமை நிலவியது.

ஆனால் மனித சமூகத்தின் வளர்ச்சியைத் தூண்டும் பிரதான சக்தியாக அதிகாரத்துக்குப் போராடும் வர்க்கங்கள் தோன்றியபொழுது ஒன்றுக்கொன்று முரண்பட்ட வர்க்கங்கள் தோன்றுகின்றன. உடைமைகளும் பொருள்களை உற்பத்தி செய்யும் சாதனங்களும் ஒவ்வொரு காலப்பகுதியில் ஒவ்வொரு வர்க்கத்தின் கையில் இருக்கும்போது உடைமையின் அடிப்படையில் ஏற்றத்தாழ்வு உண்டாகிறது. மனிதர்கள் உற்பத்தி செய்யும் பொருள்கள் நியாயமின்றியும் பெருந்தாத வகையிலும் பங்கீடு செய்யப்படுகின்றன. ஒருபுறம் செல்வம் – அது எந்த வடிவத்திலிருந்தாலும் – சிலரிடத்தில் குவிந்து கொண்டிருக்கிறது; மறுபுறம் வறுமையும் துன்பமும் பல்வேறு வடிவங்களில் பலரிடத்திலுங் காணப்படுகிறது.

அடிமைமுறை நிலவிய சமுதாயத்திலும் அதன்பின் வந்த நிலமானியமுறை நிலவிய சமுதாயத்திலும் அதற்கும் பின்னர் எழுந்த முதலாளித்துவ அமைப்புச் சமுதாயத்திலும் உடைமை பற்றிய இவ்வடிப்படை பொருந்துவதாயுள்ளது. எனவே, இலட்சியத்தைக் கனவுகண்ட பழங்காலத்திலிருந்து எமது காலத்துப் பொதுமைச் சிந்தனையாளர்கள் வரை பெரும்பாலானவர்கள் மக்களுக்குள்ளே உடைமைகள் எவ்வாறு அமைந்திருத்தல் வேண்டும் என்று விதந்துரைக்கின்றனர். பாரதியார் இப்பண்பினைத் தெளிவாகக் கூறிவிடுகிறார்.

மனித ருணவை மனிதர் பறிக்கும்
வழக்கம் இனியுண்டோ ?
மனிதர் நோக மனிதர் பார்க்கும்
வாழ்க்கை இனியுண்டோ ?

என்று பாடுகையில் மனிதனுக்கும் மனிதனுக்குமுள்ள உறவு களின் தன்மையைப் பிரச்சினைக்குரிய பொருளாகக் காட்டுவது புலனாகிறதல்லவா ?

இன்னுமொன்று: பல்வேறு மொழியிலக்கியங்களிலும் பொதுமைச் சிந்தனைகளைக் கூறியவர்கள் இருவகையினராய்க் காணப்படுகின்றனர். இருசாராரும் தத்தம் காலத்திலே நிலவிய சமுதாய அமைப்பினைக் கண்டு அதனிலும் சிறந்த – உன்னதமான தொன்றை விரும்பினர். ஆனால் சிலர் அத்தகையதொரு விழுமிய பொற்காலம் முன்னொரு காலத்திலே இருந்ததாகவும் யாது காரணத்தாலோ வீழ்ச்சியுற்ற அப்பொற்காலத்தை மீண்டும் உண்டாக்க வேண்டும் எனவும் எண்ணினர். வேறு சிலர், தாம் கனவுகாணும் பொற்காலம் எதிர்காலத்தில் வரும் என எண்ணினர். முதற் பிரிவினர் சென்ற காலத்தின் சிறப்பில் மனத்தைப் பறிகொடுத்து நிகழ்காலத் துன்பத்தை மறக்கவும் அதிலிருந்து விடுபடவும் எத்தனித்தவர்கள். இரண்டாவது பிரிவினர் இனி வருங்காலத்தில் மகோன்னதத்தில் நெஞ்சைப் பறிகொடுத்து அதிலே நிகழ்காலக் கொடுமைகளுக்கு நிவாரணமும் புகலிடமும் தேடியவர்கள். இருசாராருமே நிகழ்காலத்தைக் கண்டு மனமுடைந்து செயலிழந்து நின்றனரேயன்றி,

மாற்றி வையம் புதுமையுறச் செய்து,
மனிதர் தம்மை அமரர்களாக்கவே
ஆற்றல் கொண்ட

மனிதர்களாகத் தம்மைக் கருதினர் அல்லர்.[6] இதுவும் கற்பனா சோஷலிஸத்தின் முக்கிய அம்சமாகும். விஞ்ஞான சோஷலிஸமே மக்கள் – உழைக்கும் வர்க்கத்தினர் – முழு உணர்வுடனும் போதத்துடனும் மனிதன் வாழும் வகையைப் புதியதொரு அடிப்படையில் அமைக்கும் வேறுபாட்டுக்கு வழிவகுத்தது.

தமிழிலக்கியத்தைப் பொறுத்த அளவில் பெரும்பாலான பொதுமை வேட்பர்கள் சென்றொழிந்த சான்றோர் காலத்தின் சிறப்புக்கு ஏங்கியவராகவே காணப்படுகின்றனர். சங்க காலம் என வழங்கும் வீரயுகத்திலேயே ஆங்காங்குப் பொதுமைச் சிந்தனைகள் தலைதூக்குவதைக் காணலாம். எனினும் வீரத்துக்கும் காதலுக்கும் அவ்விரண்டினடிப்படையாகவும் பெறப்படும் புகழுக்கும் பெருமதிப்புக் கொடுத்த அத்தனியுடைமைச் சமுதாயத்திலே பொதுமைச் சிந்தனைகள் அருந்தலாகவே காணப்படுகின்றன.

ஆனால் அரசுகள் நிலைத்து, அரசர், வணிகர், உழவர், அடிமையோர் எனச் சமுதாயம் ஏற்றத்தாழ்வு பெற்ற சங்க மருவிய காலத்திலிருந்தே **அறம்** என்ற கோட்பாட்டைத் தழுவியனவாகப் பொதுமைச் சிந்தனைகள் இலக்கியத்தில் இடம்பெறலாயின.

இவ்விடத்திலே பழந்தமிழ்ச் செய்யுள்களிற் பயின்றுவரும் சொற்றொடர் ஒன்றை உதாரணமாக எடுத்து விளக்குதல் பொருத்தமாகும். **பாத்தூண்** என்பதே அத் தொடர்மொழி. ஈகை என்னும் அதிகாரத்திலே,

> **பாத்தூண் மரீஇ யவனைப் பசிஎன்னும்**
> **தீப்பிணி தீண்டல் அரிது**

என்று வள்ளுவர் பாடியிருப்பது சிலருக்கு நினைவு வரலாம். இல்வாழ்க்கை யென்னும் அதிகாரத்திலும்,

> **பழியஞ்சிப் பாத்தூண் உடைத்தாயின் வாழ்க்கை**
> **வழியெஞ்சல் எஞ்ஞான்றும் இல்**

என்று அவர் பாடியிருக்கிறார். ஒருவர் தனது உணவைப் பிறருடன் பகிர்ந்து உண்பதனையே இத்தொடர் மொழி குறிக்கிறது. இவ்வாறு "பகுத்துண்டு பல்லுயிர் ஓம்புதல்" அறிவியலார் கூறும் நற்கருமங்கள் எல்லாவற்றிலும் தலையாயது என்று 'கொல்லாமை' என்ற அதிகாரத்திற் கூறுகிறார்.

திருக்குறளிலே – சமண சமயச் சார்புடைய இந்நூலிலே – ஐம்புலத்தார்க்குப் பகுத்து உண்ணவேண்டும் எனக் கூறப்பட்டிருத்தல் கூடும். ஆனால் **பாத்தூண்** என்பது வர்க்க சமுதாயத்தின் வருகைக்குமுன் தன்னிறைவுடைய புராதனப் பொதுவுடைமைக் குலங்களில் மக்கள் உணவு அனைத்தையும் பகுத்து உண்டு வாழ்ந்த ஒழுங்குமுறையின் நினைவு என்று கூறுவதில் தடையில்லை. இவ்விடத்திலே ஒன்றை மனத்திலிருத்திக் கொள்ளுதல் நல்லது. சான்றோர் செய்யுள்கள் தனிச்சொத்து தோன்றிவிட்ட காலகட்டத்தில் எழுந்தவை. அவை புராதன பொதுவுடைமைச் சமுதாயத்தை முழுமையாக அறிந்து பிரதிபலிக்கவில்லை. பின்தங்கிய குழுக்களின் வாழ்க்கையிலும் சென்றொழிந்த சமுதாய

அமைப்பின் மிச்ச சொச்சங்களிலும் பொதுமைப் பண்புகளைக் கண்டு எதிராலித்தவை என்றே கருதுதல் வேண்டும். வர்க்க சமுதாயம் தோன்றிய காலமுதல் புராதன பொதுவுடைமையின் நினைவு – "வம்பறியா அந்நாளின் வாழ்க்கை முறை" – சென்ற காலத்தின் சிறப்பாகப் பலரது சிந்தையைக் கவர்ந்தே வந்துள்ளது. பிற்காலத்தவர் "இயற்கையோடியைந்த வாழ்க்கை" என்று பழந்தமிழ் இலக்கியங்கள் சித்திரிக்கும் வாழ்வைக் குறிப்பிடுவது இதனாலேயே எனலாம்.[7]

உதாரணமாக, உறையூர் முதுகண்ணன் சாத்தனார் என்னும் புலவர் (புறம். 325) தலைவன் ஒருவனது ஊரைப் புகழ்ந்து பாடும் பொழுது,

சேறு கிளைத் திட்ட கலுழ்கண் ணூறல்
முறையி னுண்ணு நிறையா வாழ்க்கை
முளவுமாத் தொலைச்சிய முழுச்சொ லாடவர்
உடம்பிழு தறுத்த வொடுங்காழ்ப் படலைச்
சீறின் முன்றிற் கூறுசெய் திடுமார்

என்று வருணிக்கிறார். சேற்றை நீக்கித் தோண்ட ஊறிவரும் கலங்கல் நீரை ஒருவர்பின் ஒருவராய்ச் சென்று முகந்துண்ணும் நிரம்பாத வாழ்க்கையையுடைய முள்ளம்பன்றியைக் கொன்ற வஞ்சினம் தப்பாது செய்து முடிக்கும் ஆடவர், அறுத்தெடுத்த உடும்பின் தசையை மனைமுற்றத்திலே பகுத்து அளித்தற் பொருட்டு கூறு செய்கின்றனர். இப்பாடலில் உடும்பினைக் கொணர்ந்த வேட்டுவர் தம் முன்றிலில் வைத்து அறுத்துப் பகிர்ந்து பெறுவதை நாம் காண்கிறோம். புராதன வாழ்க்கையின் தொடர்ச்சியைப் புலவர் மரபுவழி உணர்வுடன் பாடுகிறார் எனலாம்.

புறநானூற்றுப் புலவர்களுக்கும் பின்னர் வந்த இளங்கோவடிகள் *சிலப்பதிகார* 'வேட்டுவவரி'யிலே எயினர் ஒருங்குகூடி உண்ணும் குழு மரபை உயிர்த்துடிப்புடன் தீட்டியிருக்கிறார்:

வழங்குவில் தடக்கை மறக்குடித் தாயத்துப்
பழங்கட னுற்ற முழங்குவாய்ச் சாலினி
தெய்வ முற்று மெய்ம்மயிர் நிறுத்துக்
கையெடுத் தோச்சிக் கானவர் வியப்ப
இடுமுள் வேலி எயினர்கூட் டுண்ணும்
நடுவூர் மன்றத்து . . . .

என வரும் வரிகளில் தெய்வம் ஏறிய தேவராட்டி மெய்ம்மயிர் சிலிர்த்துக் கைகளை வீசி, முள்வேலி இடப்பெற்ற ஊர் நடுவிலுள்ள மன்றத்தில் ஆடியமையைக் கூறும்பொழுது,

அம்மன்றத்தில் மறவர் கூடி ஒருங்கு உண்ணுவர் என்றும் குறிப்பிடுதல் கூர்ந்து கவனிக்கத்தக்கது. 'கூட்டுண்ணும்' என்னும் சொற்பிரயோகம் பொருள் விளக்கம் வேண்டா எளிமையுடன் இன்றும் இலங்குகிறது. அதே காதையில் எயினரை ஆசிரியர் 'தொல்குடி' என்றும் கூறுகிறார். பழைய குழுக்களின் 'புராதனப் பொதுவுடைமை'யின் எடுத்துக்காட்டாகத் தொல்குடியினர் கூட்டுண்ணுவதை நேர்மையாகக் கவிஞர் சித்திரித்துள்ளார்.

மிகப் பழங்காலத்திலிருந்து வழிவழி வந்த கூட்டு வாழ்க்கை முறையிலேயே பகுத்து உண்ணுதலும் கூட்டுண்ணுதலும் காணப்படும். இவை சான்றோர் செய்யுள்களில் காணப்பட்டமை யாலேயே பழந்தமிழ்ப் பாடல்களுக்கு இலக்கணம் வகுத்த *தொல்காப்பியம்*, புறத்திணையியலிலே "படை இயங்கரவம்" என்னும் சூத்திரத்தில் **பாதீடு** என்றொரு துறையைக் கூறுகின்றது. போர்வீரர் தாம் கவர்ந்த நிரையைத் தமக்குள் பங்கிடுவதைக் கூறும் துறை இது என்று இலக்கணக்காரர் விளக்கிக் கூறுவர்[8]. **பாதீடு** என்றால் பங்கிடுகை என்பது பொருள். தனிச் சொத்துரிமை தலைதூக்குமுன் பகுத்தளித்தலே நியதியாயிருந்தது என்பதை இங்கு வற்புறுத்த வேண்டிய அவசியமில்லை.

புறநானூற்றிலே (46) கோவூர் கிழார் பாடியதாயுள்ள செய்யுள் ஒன்றிலே,

> **இவரே புலனுழு துண்மார் புன்கணஞ்சித்**
> **தமதுபகுத் துண்ணும் தண்ணிழல் வாழ்நர்**

என்று மலையமான் மக்கள் வருணிக்கப்படுகின்றனர். "தம்முடைய பொருளைப் பகுத்துண்ணும் குளிர்ந்த நிழலையுடையாராய் வாழ்வாரது மரபினுள்ளார்" என்பது பழைய உரை. பிட்டங்கொற்றன் என்ற குறுநிலத் தலைவனைக் கருவூர்க் கந்தப்பிள்ளைச் சாத்தனார் என்பவர் பாடிய செய்யுளில் (168),

> **கூதளங் கவினிய குளவி முன்றிற்**
> **செழுங்கோள் வாழை யகலிலைப் பகுக்கும்**
> **ஊராக் குதிரைக் கிழவ**

என்று அக்குலத் தலைவன் விவரிக்கப்படுகின்றான். 'முற்றத்திலே வாழையினது அகன்ற இலைக்கண்ணே பலருடனே பகுத்துண்ணும் தலைவர்' என்று அத்தலைவன் சிறப்பிக்கப்படுகின்றான். குறளுக்கு உரையெழுதியவருள் ஒருவரான பரிமேலழகர், பாத்தூண் ஐம்புலத்தாருடன் பகிர்ந்து உண்ணல் என்றார். ஆயினும், சான்றோர் செய்யுள்கள் காட்டும் தலைவர்கள் குறிப்பாகக் குறுநிலத் தலைவர்கள், சுற்றத்தவர் விருந்தினருடன் ஒக்க இருந்து உண்பவர்கள்; அதற்கும் முற்பட்ட காலத்தில் முழுக் குலமுமே

தமது உணவுப் பொருள்களைப் பகிர்ந்து பெறுதலை நாம் காணலாம்.

பழைய பொதுவுடைமைச் சமுதாயத்திலே பகுத்துண்டு வாழ்ந்த நினைவே சிற்சில மாற்றம் பெற்று உன்னதமான ஓர் இலட்சியமாகப் பிற்கால இலக்கியங்கள் பலவற்றிலே சிறப்பிக்கப்பட்டிருக்கிறது. வள்ளுவரே இதனை இலட்சியப் படுத்தியிருப்பது சுவை பயப்பதாயுள்ளது.

தம்மில் இருந்து தமதுபாத் துண்டற்றால்
அம்மா அரிவை முயக்கு.

பிறரோடு தமது உணவைப் பகிர்ந்துண்ணும் இன்பத்துக்கு நிகர், பெண்ணுடன் இடைவிடாது சேர்ந்திருக்கும் இன்பமேயாகும் என்கிறார்.

இவ்விடத்திலே "வள்ளுவம்" குறித்துச் சில வார்த்தைகள் கூறிவைப்பது அவசியமாகிறது. முடியுடை மூவேந்தரையும் குறுநிலத் தலைவர்களையும் சார்ந்து நின்று பெரும்பாலும் அவர்களைப் புகழ்ந்தும் சிறுபான்மை இடித்துரைத்தும் பாடிய பழந்தமிழ்ப் புலவர்களைப் போலன்றியும், பௌத்தம், சமணம் முதலிய சமயக் கோட்பாடுகளுக்கியைய மனித வாழ்க்கையை அமைத்துக் காட்ட முயன்ற காப்பியப் புலவர்களைப் போலன்றியும் மக்கள் வையத்து வாழ்வாங்கு வாழ்வதற்கு வழிகூற முனைந்தவர் வள்ளுவர். வர்க்கங்களாகப் பிளவுண்டு கிடந்த சமுதாயத்திலேயே அவர் நீதி நூல் எழுதினார். ஆயினும் அவர் காலத்து ஏனைய நீதி நூலாசிரியர்களைப் போலவும் அவர் அறம் உரைக்கவில்லை. காட்டாக *நாலடியார்* என்ற நூல் முற்றும் சமணச் சார்புடையதாய் இயற்றப்பட்டது. ஆனால் வள்ளுவரோ,

சமயக் கணக்கர் மதிவழி கூறாது
உலகியல் கூறிப் பொருள் இது

என்று கூறத் தக்கவர். அதனாலேயே,

எப்பா லவரும் இயைபவே வள்ளுவனார்
முப்பால் மொழிந்த மொழி

என்று *கல்லாடம்* ஆசிரியர் பாராட்ட முடிந்தது. குறிப்பிட்ட ஒரு மதச் சார்பினைத் தவிர்க்கக் கூடியதாயிருந்திருப்பினும் வள்ளுவராலும் ஒரு வர்க்கச் சார்பினைக் கடக்க இயலவில்லை.[9] தமது காலத்து ஆளும் வர்க்கத்தினை ஆதரித்த அவர் வர்க்க முரண்பாட்டினையும் மோதலையும் தவிர்க்கலாம் என எண்ணினார். மன்னரும் நிலப்பிரபுக்களும் வணிகரும் முறையே கொடுங்கோலாட்சி புரியாமலும், நிலத்தைத் தக்க முறையில்

பண்படுத்தி உற்பத்தியை உகந்த முறையில் பங்கிட்டும், வணிகர் அதிக லாபம் சம்பாதிக்க விரும்பாமலும் அளவுடன் பொருளீட்டினால் சமுதாயச் சச்சரவுகள் எழமாட்டா என்று அறிவுறுத்தினார்.[10] இதனை மனங்கொண்டே,

அல்லற்பட்டு ஆற்றாது அழுதகண்ணீர் அன்றே
செல்வத்தைத் தேய்க்கும் படை

என்று மன்னர்க்கும்,

உழுவார் உலகத்தார்க்கு ஆணிஅஃது ஆற்றாது
எழுவாரை எல்லாம் பொறுத்து

என்று உழவர்க்கும்,

கொடுப்பதூஉம் துய்ப்பதூஉம் இல்லார்க்கு அடுக்கிய
கோடி உண்டாயினும் இல்

என்று செல்வர்க்கும்,

வாணிகம் செய்வார்க்கு வாணிகம் பேணிப்
பிறவும் தம்போல் செயின்

என்று வர்த்தகர்களுக்கும், கடப்பாடுகளையும் கட்டுப்பாடுகளையும் சுட்டியுணர்த்துகிறார். பொதுப்படையாகக் கூறும்பொழுது *ஒப்புரவு அறிதல்* என்னும் அதிகாரத்திலே,

தாள்ஆற்றித் தந்த பொருள்எல்லாம் தக்கார்க்கு
வேளாண்மை செய்தற் பொருட்டு

எனக் கூறுகிறார். *தீவினை அச்சம்* என்னும் அதிகாரத்திற்குப் பின் ஒப்புரவு பற்றி வள்ளுவர் கூறுவதும் நமது கவனத்திற்குரியது. வளமும் வசதிகளும் வாய்க்கப் பெற்றோர் அவற்றைப் பிறருடனும் ஓரளவு பகிர்ந்துகொள்ள வேண்டும் என்பதே அவரது ஆலோசனை; பல இடங்களில் வெவ்வேறு விதத்தில் இதனை வற்புறுத்துகிறார். *வெஃகாமை* என்னும் அதிகாரத்தில்,

அறன்அறிந்து வெஃகா அறிவுடையார்ச் சேரும்
திறன்அறிந்து ஆங்கே திரு

என்று கூறுவதிலிருந்து அளவிற்கு மீறிய ஆசையும் பிறருக்கு உரிய பொருளைத் தனதாக்கிக்கொள்ளும் நடுவு நிலைமை உணர்வு இன்மையும் அழிவைக் கொண்டுவரும் என்று புத்தி புகட்டுவது புலப்படுகிறது. வள்ளுவர் ஏற்றத்தாழ்வுகளையும் வர்க்கப் பிளவுகளையும் இயற்கை நியதியாக ஏற்றுக் கொண்டார். ஆயினும், வர்க்க மோதலையும் முரண்பாட்டையும் குறைத்து சமரசத்தை நிலைநாட்ட விழைந்தார். அந்த அளவிற்குப் பொதுமைச் சிந்தனைகளை ஆளும் வர்க்கத்துக்கு அறிவுரைகளாகக் கூற முற்பட்டார். இன்னொரு விதமாகச்

சொன்னால், கன்மக் கோட்பாட்டின் அடிப்படையிலும், புகழின் பெயரிலும், வேறு நோக்கங்களுக்காகவும் ஈதல், பகுத்துண்ணுதல், பழியஞ்சுதல் முதலியவற்றை நடைமுறைகளாக எடுத்துரைத்தார் திருவள்ளுவர். "அளவின்கண் நின்று ஒழுகல்" என்றும் ஓரிடத்தில் கூறுகிறார். இவையெல்லாம் அளவாகப் பணம் சம்பாதித்து அளவாக வாழ வேண்டும் என்ற அடிப்படைக் கருத்தின் வெளிப்பாடாகும்.

இவ்வாறாக, உடைமையாளர்கள் பொறாமைக்கும் போட்டிக்கும் இடங்கொடுக்காமலும், உடமையாளர்களும் உடமையற்றவர்களும் ஒருவரையொருவர் கௌரவித்தும் சௌஜன்யமாக வாழவேண்டுமென்று வள்ளுவர் எண்ணினார். செல்வர்களின் சுரண்டலைக் கட்டுப்படுத்துவதின் மூலம் இது சாத்தியம் என்று அவர் கருதினார். அவையத்தார் நடுநிலை வழுவாது நடந்து கொள்வதன் மூலம் இந்த நிலைமைக்கு உறுதி தேட வேண்டுமென்று அவர் விரும்பினார். இந்த ஞானமே மெய்யறிவு என்று அவர் வலியுறுத்தினார். மேலும் இந்த ஞானத்துக்குச் சாட்சியாக வாழ்கிறவர்கள் அமர இன்பத்தைத் துய்ப்பார்கள் என்றும், இதற்கு விரோதமான நெறியில் செல்கிறவர்கள் அறத்தின் தண்டனைக்கு உட்படுவார்களென்றும் கூறித் தன் கருத்தோட்டம் மேலோங்குவதற்கு வழி தேடினார்.[11]

வள்ளுவர் வகுத்துக் காட்டிய 'அறநெறி' வர்க்க சமுதாயங்களிலே காலத்துக்குக் காலம் வெவ்வேறு வடிவங்களில் போதிக்கப்படும் சமரச மார்க்கமாகும். ஆனால் அவற்றை நடைமுறைப்படுத்துவோர் இலர்.

இந்த இடத்திலே பண்டை கிரேக்கப் புலவன் ஹீசியொட் இயற்றிய நூல்களின் நினைவு வருகிறது.[12] தமிழிலே சான்றோர் செய்யுள்களுக்குப் பின் அறநூல்கள், அதாவது பொரும்பாலான பதினெண் கீழ்க்கணக்கு நூல்கள் தோன்றியது போலவே கிரேக்க இலக்கிய வரலாற்றிலும் ஹோமரது வீர காவியப் பாடல்களுக்குப் பின் அறவியற் புலவனான ஹீசியொட்டின் ஆக்கங்களும் அதனையொட்டினவும் எழுந்தன. சிற்சில வேறுபாடுகள் இருப்பினும், ஹீசியொட் எழுதியவற்றைப் படிக்கும்பொழுது திருவள்ளுவரின் எண்ணம் எழாமற் போகாது. வள்ளுவருக்கு முன்னரே வீரயுகம் – சான்றோர் காலம் – முடிந்துவிட்டது. ஹீசியொட் தான் வாழ்ந்த காலம் 'இரும்புக் காலம்' என வெளிப்படையாகவே கூறினான். வீரயுகப் பாடல்கள் வெற்றி,

வீரம், கொடை, கொண்டாட்டம், காதல், காமம், கடந்தகாலப் பெருமை என்பனவற்றைப் பொருளாகக் கொண்டவை. அவற்றை அடுத்த காலப்பகுதியில் எழுந்த நீதி நூல்களோ வாழ்க்கைச் சுமையைப் பற்றியும் கடமையைப் பற்றியும் தக்கவை பற்றியும் தகாதவை பற்றியும் துன்ப துயரங்களைப் பற்றியும் கூறுவன. வர்க்க முரண்பாடுகள் வளர்ந்துவிட்ட சமுதாயத்தில் அறம் உரைப்பவர்களும் அளவுடன்தான் போதனை புரிவார்கள். ஹீசியொட் ஏறத்தாழ வள்ளுவரைப் போலவே நிதானம், ஒப்புரவு, நடுநவுநிலைமை, ஈகை, இரவச்சம், உழவு, ஊழ் முதலியவற்றைக் கிரேக்க பின்னணியில் எடுத்துக் கூறினான். பேராசிரியர் ஜார்ஜ் தாம்ஸன் இவ்விஷயமாகக் கூறியிருப்பது இரத்தினச் சுருக்கமாய் அமைந்துள்ளது.

> போடியாவிலே எட்டாம் நூற்றாண்டில் வாழ்ந்த ஹீசியொட்டின் கவிதைகள் அக்காலத்து நிலைமைகளைப் பிரதிபலிக்கும் பதிவேடுகள் போல விளங்குகின்றன. ஆளும் வர்க்கத்தைச் சேராத சிறு விவசாயியான ஹீசியொட் **கிமாய்** பிரதேசத்திலிருந்து குடிபெயர்ந்தவன். விவசாயிகளைப் பற்றிய அவனது கண்ணோட்டம் ஏக காலத்தில் சாதகமாகவும் பாதகமாகவும் இருந்தது. ஆளும் வர்க்கத்தைச் சேர்ந்த நிலப்பிரபுக்களின் அசுரத்தனமான சுரண்டலின் விளைவாக ஏழை உழவர்கள்மீது சுமத்தப்பட்ட துன்பங்களையும், சமுதாயத்திலே அதிகரித்து வந்த உக்கிரமான போட்டா போட்டிகளையும் அவன் அறிந்திருந்தான். ஆயினும் அவனது குறிக்கோள் பழமை பேணுவதாக இருந்தமையாலும், வழக்கிலிருந்த நிறுவனங்களையும் நியதிகளையும் கட்டிக் காப்பதாயிருந்தமையாலும் ஒவ்வொரு வர்க்கமும் அளவுக்கு மீறி ஆசைப்படுதல் கூடாது என்றும் உரிமைகள் கோருதல் கூடாது என்றும் விநயமாய் வேண்டிக்கொண்டான். அதிகாரத்தைத் துஷ்பிரயோகம் செய்யக் கூடாது எனவும், குறிப்பாக "ஒருபால் கோடாமல்" நீதி வழங்க வேண்டும் எனவும் நிலப்பிரபுக்களைக் கேட்டுக்கொண்டான். அதே வேளையில், கடின உழைப்பாலும் சிக்கனமான வாழ்க்கையாலும் தமது நிலைமையை இயன்றவரை திறம்பட நடத்தி, போதுமென்ற மனத்துடன் பிறர் பொருளுக்கு ஏங்காமல் வாழவேண்டும் என உழவர்களைக் கேட்டுக்கொண்டான். இரு சாராருமே தத்தம் பொருள் வருவாயை வரையறுத்துக்

கொண்டு, மிகு பொருள் வெஃகாமையைக் கடைப்பிடித்தல் அவசியம் என அவன் வற்புறுத்தினான். குறுகத்தறித்த கூற்றுக்களாக அவனது அறிவுரைகள் அமைந்தன. கிரேக்க இலக்கியத்தில் மூதுரைகளைப் போல் சிறிய பாடல்கள் எழுதுவதைப் புகுத்தியவன் இவனேயாவான்: அளவுக்கு மிஞ்சினால் அமுதமும் விஷமாகும்; பேராசை பெருந்தரித்திரம்; அளவறிந்து வாழப் பழகு; நிழலருமை வெயிலிலே தெரியும். இத்தகைய அநுபவ மொழிகள் விவசாய பொருளாதாரத்திலிருந்து எழுந்தவை என்பதில் ஐயமில்லை. ஏனெனில், நிலமானிய அமைப்பிலே உழவர்களுக்குக் கடமைகள் விதிக்கப்பட்டிருப்பது போலவே நிலவுடைமையாளரிடமிருந்தும் சில ஒழுக்க விதிகள் எதிர்பார்க்கப்பட்டன. அந்நிலையில், விவசாயப் பொருளாதார உறவுகளின் இயல்புகள் சில தார்மீகக் கோட்பாடுகளாக எடுத்துரைக்கப்பட்டன. அது மட்டுமல்ல; அவை நித்தியமான – சாசுவதமான – நியதிகளாய் விவரிக்கப்பட்டன.[13]

பேராசிரியர் தாம்ஸன் கூறியுள்ள கருத்துரைக்கு மேலும் விளக்கவுரை தேவையில்லை. வள்ளுவர், ஹீசியொட் ஆகிய இருவரது நூல்களையும் ஒப்பியல் நோக்கில் ஆராய்வது பயன்தரும் முயற்சியாக இருக்கும் என்பதை மட்டும் இவ்விடத்தில் கூறிவைக்க விரும்புகிறேன்.

வள்ளுவருக்கு பின் வந்த சாத்தனார், இளங்கோ, திருத்தக்க தேவர் முதலிய புலவர் பெருமக்கள் மிகுபொருள் வெஃகாமை, பகுத்துண்டு வாழ்தல் என்னும் இரண்டையும் சீரிய பொதுமைக் கொள்கைகளாக வற்புறுத்துகின்றனர்.[14]

இவ்விடத்தில் சமணம், பௌத்தம் ஆகியன வலியுறுத்தும் பொதுமைக் கருத்துக்கள் குறித்து ஒன்று கூறுதல் இன்றியமையாதது. மனித சமுதாய வரலாற்றை உற்று நோக்கினால் வர்க்க சமுதாயத்தின் வருகையுடனேயே பொதுமைக் கருத்துக்களும் தோன்றியமை புலப்படும். புராதன பொதுவுடைமையில் பற்றாக்குறை இருந்தது; அறிவு வளர்ச்சி ஆரம்ப நிலையிலேயே இருந்தது; ஆனால் பகுத்துண்ணல் நடைமுறையில் இருந்தது; பொதுமையை விழைய வேண்டிய தேவை இருக்கவில்லை; அதுவே வாழ்க்கை முறையாயிருந்தது. ஏற்றத்தாழ்வுகளும், ஒரு சீரற்ற வளர்ச்சியும், உடைமையில் ஒப்பிசைவின்மையும் சமுதாய யதார்த்தமாக அமைந்துவிட்ட நிலையிலேயே பொதுமை இலட்சியமாக மாறுகிறது.

இந்த இலட்சியம் பொதுவில் இரண்டு வடிவங்களைப் பெற்றது: பொருளியல், சமூக அமைப்பு, இவற்றின் அடிப்படையில் வருவாய், வாழ்க்கைத் தேவைகள், இன்ப நுகர்ச்சி வாயில்கள் என்பன சமமாகப் பங்கிடப்படல் வேண்டும் என்ற கருத்தோட்டம் தொன்றுதொட்டே இருந்துவந்திருக்கிறது. இக்கருத்து பெரும்பாலும் பூர்வீக பொருள்முதல்வாதம், நாத்திகம், சாதிப்பாகுபாட்டெதிர்ப்பு முதலியவற்றுடன் இணைந்தே காணப்பட்டது. பேரிலக்கியங்களிலும் சமயவழி வந்த இலக்கியப் பாரம்பரியத்திலும் இது எள்ளளவேனும் காணப்படாமை எதிர்பார்க்கக் கூடியதே. சமூக, பொருளியல் ஏற்றத்தாழ்வுகளின் அடிப்படையில் தோன்றும் துன்ப துயரங்களுக்கும் கஷ்டங்களுக்கும் மனக்கலக்கங்களுக்கும் இயற்கைக்கு அப்பாற்பட்ட வினைப்பயன், விதி, ஊழ் முதலியவற்றின் அடிப்படையில் விளக்கங் கூறி வினையினின்று நீங்குவதே விமோசனத்திற்கு வழி என்பது மற்றைய கருத்தோட்டம். சமணம், பௌத்தம் முதலியன இதனையே முனைப்பாய்க் கூறுவன. அதாவது உலகியல் ரீதியான பிரச்சினைகளை மானசீகமானவையாக உருமாற்றஞ் செய்து தத்துவரீதியான நிவாரணத்தைக் கூறுகின்றன.[15]

அடிப்படையில் துறவறத்தையே விமோசன மார்க்கமாகக் கூறும் இச்சமயங்கள், ஒரு வகையில் பொதுமையை நடைமுறைப் படுத்தின. சமண, பௌத்த துறவிகளுக்குரிய நிறுவனத்தில் அதாவது சங்கத்தில், பொருளை சமமாகப் பயன்படுத்தவும், தனிச்சொத்தை நீக்கவும், சாதிபேதத்தை ஒழிக்கவும் விதிகள் செய்யப்பட்டன. புராதன பொதுவுடைமையின் மீத மிச்சங்களைக் கண்ட புத்தரும் மகாவீரரும் தாம் நிறுவிய துறவிகளின் சத்சங்கத்தில் ஆன்மிகப் பொதுவுடைமையை அமுல் நடத்த முற்பட்டனர். அதற்கு மேல் அவர்களால் ஒன்றுஞ் செய்ய இயலவில்லை. இல்லறத்தார் பழம்பெரும் நல்லறங்களாம் பாத்துண்ணல், பல்லுயிரோம்பல், ஈகை, பிறர் நலம் பேணல் என்பவற்றைக் கடைப்பிடித்தால் சமுதாயம் சச்சரவின்றி இயங்கும் என அவர்கள் வலியுறுத்தினர். காலப்போக்கிலே துறவிகளுடைய சங்கம் உட்பட சமண, பௌத்த சமயக் கோட்பாடுகளும் அமைப்புகளும் பலவகைப்பட்ட மாற்றங்களுக்கு உட்பட்டன வெனினும் பொதுமைச் சிந்தனைகளை இலட்சிய மயப்படுத்தி வந்ததில் இச்சமயங்களுக்குக் கணிசமான பங்குண்டு. இதனை மனங்கொண்டே இடைக்காலக் காப்பியங்களிலும் பிரபந்தங் களிலும் பொதுமைக் கருத்துக்கள் ஆங்காங்கே குறிக்கப் பட்டிருக்குமாற்றை நாம் அவதானித்தல் வேண்டும்.

ஐம்பெருங் காப்பியங்களுள் முன்வைத்தெண்ணப் படுவதும் பின்வந்த பெருங்காப்பியங்களுக்குப் பலவழிகளில்

வழிகாட்டியாய் அமைந்ததுமான *சீவக சிந்தாமணி* சமண சமயத் தத்துவத்தை அடித்தளமாகக் கொண்டது. ஆகையால் ஏற்ற இடங்களில் நல்லறங்களை நயம்படக் கூறுகிறது. வள்ளுவர் வலியுறுத்தியது போல் செல்வர்கள் வறியோர்க்கு ஈதல் வேண்டும் என்பதையும் பிறருடன் பகுத்துண்ண வேண்டும் என்பதையும் முத்தி இலம்பகத்தில் முறையாகக் கூறுகிறார் ஆசிரியர் திருத்தக்க தேவர்.

அருங்கொடைத் தான மாய்ந்த
  அருந்தவந் தெரியின் மண்மேல்
மருங்குடை யவர்கட் கல்லான்
  மற்றையர்க் காவ துண்டே.

ஆராய்ந்து பார்த்தால் சிறந்த கொடையாகிய தானமும் தெளிந்த அரிய தவமும் உலகிலே செல்வம் உடையவர்க்கன்றி மற்றையோர்க்கு உண்டாக முடியுமோ? வறுமையைப் பகிர்ந்து கொள்வதில் அர்த்தம் இல்லை. செல்வத்தையே பகிர்ந்துகொள்ள வேண்டும் என்று கூறிவிட்டு,

அட்டுநீ ரருவிக் குன்றத்
  தல்லது வைரந் தோன்றா
குட்டநீர்க் குளத்தி னல்லாற்
  குப்பைமேற் குவளை பூவா
விட்டுநீர் வினவிக் கேண்மின்
  விழுத்தகை யவர்க ளல்லாற்
பட்டது பகுத்துண் பாரிப்
  பார்மிசை இல்லை கண்டீர்

என்று விளக்குகிறார். நீர் அருவி பாயும் குன்றிலன்றி வைரங்கள் தோன்றமாட்டா; ஆழமான நீர் நிறைந்த குளத்திலன்றிக் குப்பைமேட்டிலே குவளைகள் மலரமாட்டா; அதுபோல இவ்வுலகத்திலே சிறந்த பண்புடையவர்கள் அல்லாமல் தமக்குக் கிடைத்ததைப் பங்கிட்டுக் கொடுத்து உண்பவர் இல்லை என்பது பாடற்பொருள். "பட்டது பகுத்து உண்பார்" என்னும் தொடர் ஆசிரியரது மனக்கருத்தை நன்கு தெளிவாக்குகிறது. முத்தி இலம்பகத்திலே சாரணர் சீவகனுக்கு நிலையாமை, சீலம் முதலியவற்றை உபதேசித்து, எத்தகையோர் விலங்குகளாக மறுபிறப்பிற் பிறந்து பின்னர் நரககதியும் எய்துவர் எனக் கூறும்பொழுது,

மல்லன் மலையனைய
  மாதவரை வைதுரைக்கும்
பல்லவரே யன்றிப்
  பகுத்துணாப் பாவிகளும்
அல்குல் விலைபகரும்
  ஆய் தொடிய ராதியார்

வில்பொரு தோள் மன்னா
விலங்காய்ப் பிறப்பவே

என்று கூறுகின்றனர். பெருமைக்குரிய தவத்தவராகிய முனிவர்களை இகழ்ந்துரைக்கும் மாந்தரே அன்றி, பிறருக்குக் கொடுத்துண்ணாத பாவிகளும் உடலை விற்கும் விலைமகளிரும் பிறரும் விலங்களாய்ப் பிறப்பர் என்பது பாடலின் பொருள். பகுத்துண்ணாமை ஒரு பாவச் செயல் என்று பகரப்படுவதை இங்குக் கவனிக்கலாம். திருத்தக்கதேவரே இயற்றியதாகக் கொள்ளப்படும் *நரிவிருத்தம்* என்னும் பிரபந்தத்திலும்[16] பகுத்துண்டு வாழ்தல் தலையாய தவநிலையாக எடுத்துரைக்கப்படுகிறது.

ஓங்கிய தவத்தின் மிக்க
உறுதவர்க் குறுதி நாடின்
ஈங்கிரண் டல்ல தில்லை
இசை கொடா நிற்ப மண்மேல்
பாங்கமை செல்வராகிப்
பகுத்துண்டு வாழ்த லொன்றே
தாங்கிய தவத்தின் மிக்க
தவநிலை நிற்ற லொன்றே.

அவிரோதியாழ்வார் என்றும் அவிரோதிநாதர் எனவும் வழங்கப்பெற்ற சமணசமயப் பக்தர் ஒருவர் இயற்றிய *திருநூற்றந்தாதி*[17] என்னும் இடைக்காலப் பிரபந்தத்திலும் பகுத்துண்ணலைப் பற்றிய குறிப்பு வருகிறது. அரச தண்டனைக்குக்கூட அஞ்சாது தீமை புரிபவர்களைப் பற்றிக் குறிப்பிடுமிட த்தில் “பாத்துண்பதுமிலர்” என்கிறார். இங்கும் பகுத்துண்ணாமை பாவம் என்று உணர்த்தப்படுகிறது.

நேரடியாக மதக்கருத்துக்களைக் கூறும் பகுதிகளில் மட்டுமன்றி, காப்பியங்களிலே நாட்டு, நகர் வருணனைகள் வருமிடங்களிலும் மக்களது வாழ்க்கையோடு தொடர்புபடுத்திப் பொதுமைக் கருத்துக்களை இலட்சிய பூர்வமாகக் கூறும் முறை இருந்துவந்திருக்கிறது. *சீவக சிந்தாமணி* காப்பியத்தில் ஏமாங்கத நாட்டின் வளத்தையும் இராசமாபுரத்தின் செல்வச் செழிப்பினையும் வருணிக்கும் கவிஞர் இதனைச் சிறிய அளவிற் செய்துள்ளார். ஆயினும் கம்பனது *இராமாயணத்திலே* இது முழுநிறைவாகக் காணப்படுகிறது.

தமிழகத்திலே சோழப் பெருமன்னர்கள் ஏகாதிபத்திய ஆட்சி நடத்திய காலப்பகுதியிலே, கங்கா நதியும் கடாரமும் கைக்கொண்டு செல்வச் செழிப்பின் மத்தியிலே சிங்காசனத்திலிருந்து நாடாண்ட வேளையிலே, அதுகாலவரை தமிழகம் காணாத ஏற்றத்தைக் கண்ட கம்பன், அச்செல்வச் செழிப்பின் இடையே ‘தாழ்வுற்று வறுமைமிஞ்சிய’ மக்களையும் கண்டிருத்தல்

வேண்டும். நிலக்கிழார்களிடமிருந்து தாம் பெற்ற கடனைத் திருப்பிக் கொடுக்க இயலாமையால் தமது குடும்பத்தினரைக் கொத்தடிமைகளாய் விற்றுக்கொள்ளும் விவசாயிகளும் சோழப் பேரரசிலேதான் இருந்தார்கள்.[18] அந்நிலையில் புதியதொரு சமுதாயத்தைத் கனவிலே கண்டு பண்டைய அயோத்தியாக அதனைச் சித்திரித்தான் கம்பன். பாலகாண்டத்திலே அயோத்தியின் நாட்டு, நகர வருணனைகளைக் கூறுமிடத்து, பொதுமைக் கருத்துக்களை ஈடிணையற்றவகையில் எடுத்துரைத்தான். பொருளிலே பொதுமை மட்டுமன்றி அதன் பயனாய் ஏற்படக்கூடிய கலாசாரப் பொதுமையும் பொலிய வேண்டும் என்று கூறினான்:

வண்மை இல்லை ஓர் வறுமை இன்மையால்
திண்மை தில்லை நேர் செறுநர் இன்மையால்
உண்மை இல்லை பொய் உரை இலாமையால்
ஒண்மை இல்லை பல் கேள்வி ஓங்கலால்.

இப்பாடல் ஆழ்ந்த கருத்து ஒன்றை ஆதாரமாய்க் கொண்டது. பசியால் வாடுகிறவனுக்குப் பாவ புண்ணியங்களைப் பற்றியும் நன்மை தீமையைப் பற்றியும் நல்லறங்களைப் பற்றியும் பேசிப் பயனில்லை. ஆகவே அயோத்தியில் வறுமை இல்லாமையாலேயே உயர் விழுமியங்கள் நிறைந்திருந்தன என்று கவிஞர் கூறுவது சுவையாக மாத்திரமின்றித் தருக்கத்திற்கு இயைபுடையதாயும் இருப்பது கண்கூடு. இம்மகத்தான கருத்திற்கு உருவமும் விளக்கமும் கொடுப்பதுபோல நகரப் படலத்தின் இறுதிச் செய்யுள்கள் அமைந்திருக்கின்றன:

எல்லாரும் எல்லாப் பெருஞ்
** செல்வமும் எய்தலாலே**
இல்லாரும் இல்லை
** உடையார்களும் இல்லை மாதோ.**

பொதுமைச் சிந்தனைகள் பொருளுடைமையின் அடிப்படையிலேயே பிறப்பன என்னும் உண்மையை அதுகாலவரை தமிழில் எவரும் கூறாத வகையில் உணர்த்தி விடுகிறான் கம்பன். கவியின் கூற்றைக் கூர்ந்து நோக்கினால் பொதுமைச் சிந்தனையின் பல அம்சங்கள் புலனாகும். "மனிதனது அறச் செயல்களும் பாவச் செயல்களும் சூழ்நிலைகளால்தான் நிர்ணயிக்கப்படுகின்றன; அவனது குணப்பண்புகள் எங்கோ ஒரு தெய்வ சக்தியால் வரையறுக்கப்படுவதல்ல; அதற்குப் பதிலாக மனிதனது சுற்றுச் சார்புகள்தான் அவனது குணத்தை உருவாக்குகின்றன" என்பது பதினெட்டாவது நூற்றாண்டு ஐரோப்பியப் பொருள்முதல்வாதிகளின் ஆதாரக் கூற்று.[19] இந்த அடிப்படைக் கருத்தை மையமாகக் கொண்டுதான்

அடுத்த நூற்றாண்டில் வந்த கற்பனா சோஷலிஸ்டுகள் தமது சித்தாந்தங்களை உருவாக்கினர். தமிழ்நாட்டிலே பன்னிரண்டாம் நூற்றாண்டில் வாழ்ந்த கம்பன், பதினெட்டாம் நூற்றாண்டு ஐரோப்பிய அறிவியல் வாதிகளைப்போல் பொருள்முதல்வாதம், நாத்திகவாதம், அறிவுக் கொள்கை என்பனவற்றின் அடிப்படையில் தனது கற்பனையுலகைக் கண்டான் என்று கூறுவதற்கில்லை. அவ்வாறு கூற முனைவது வரலாற்று முரணாகவும் அமையும். ஆயினும், பொருள் வளத்தின் அடிப்படையிலும் சீரான பொருள் பங்கீட்டின் விளைவாகவுமே கல்வி, கேள்வி, அன்பு, அருள், தருமம், இன்பம் முதலிய ஆன்மிக – வாழ்க்கைக்கு நிறைவு தருகிற – விழுமியங்களும் உணர்வு நலன்களும் பெறப்படும் என்னும் மாபெரும் உண்மையை உள்ளுணர்வில் தெளிந்து கம்பன் கூறினான் எனக் கூறுவது தவறாகாது.[20] "எல்லாரும் எல்லாப் பெருஞ் செல்வமும்" எய்துவதைப் பற்றிக் கூறியபின் பின்வருமாறு அவன் கூறுகிறான்:

ஏகம் முதல் கல்வி முளைத்து எழுந்து
எண்இல் கேள்வி
ஆகும் முதல் திண் பணைபோக்கி,
அருந் தவத்தின்
சாகம் தழைத்து, அன்பு அரும்பி,
தருமம் மலர்ந்து
போகங் கனி ஒன்று பழுத்தது
போலும் அன்றே.

அன்பு அரும்பித் தருமம் மலரவும் இன்பம் நிறைந்து இகலோக வாழ்க்கை சிறக்கவும் ஏற்றத்தாழ்வு அற்ற பொருளியல் அமைப்பு முதல் தேவை என்பதை இன்றைய தமிழறிஞர் பலரும் வியந்து கற்கும்வண்ணம் கவித்துவத்தின் உச்சியில் நின்று கூறியுள்ளான் கம்பன்.

கம்பன் இவ்வாறு நுண்ணுணர்வுடனும் உலகியல் தெளிவுடனும் கூறுவதற்கு ஏதுக்கள் எவை என்பதனை ஆராயவோ எடுத்துரைக்கவோ இது ஏற்ற சந்தர்ப்பமன்று. எனினும், ஒன்று மட்டும் கூறலாம். கம்பனது உலக நோக்கு பொதுமைச் சிந்தனைக்கு இயைபுடையதாக இருந்திருந்தாலன்றி இவ்வாறு கூறியிருக்கவியலாது. உதாரணமாக, கம்பனுக்கு முற்பட்ட கவிஞர்கள் மன்னனே உலகத்தின் உயிர் என்று கூறியுள்ளனர். "மன்னன் உயிர்த்தே மலர்தலை உலகம்" என்று சான்றோர் செய்யுள் கூறும். ஆனால் கம்பனோ அரசியற் படலத்தில்,

வயிரவான் பூண் அணி
மடங்கல் மொய்ம்பினான்

உயிர் எலாம் தன் உயிர்
ஒப்ப ஓம்பலால்
செயிர் இலா உலகினில்
சென்று நின்று வாழ்
உயிர் எலாம் உறைவது
ஓர் உடம்பும் ஆயினான்

என்று தசரதச் சக்கரவர்த்தியை உடலாகவும் மக்களை உயிராகவும் உருவகித்தான். இது ஒன்றே அவனது மக்கட் பண்பினையும் பொதுமைச் சிந்தனையையும் தெளிவாய்க் காட்டுகிறதன்றோ!

கம்பனுக்குப் பின்னர் வேறு எவரும் இவ்வளவு மகோன்னதத்துடன் பொதுமைச் சிந்தனையைக் காப்பியத்தில் சித்திரிக்கவில்லை. ஆயினும், அவ்வப்போது சிலர் அதனை எதிரொலித்திருக்கின்றனர். காட்டாக *மேருமந்தர புராணம்* என்ற நூலில் அதனாசிரியர் வாமன முனிவர் இயற்றிய பாடல் ஒன்றைக் குறிப்பிடலாம். வாமன முனிவர் பதினான்காம் நூற்றாண்டிற்குரியவர் எனக் கருதுவர்.[21] விதேக நாட்டின் வியத்தகு சிறப்பைக் கூறவந்த ஆசிரியர்,

பாரிலுள் ளவர்க்கெலாம்
படுபயன் பொதுவுமாய்
ஏர்மலிந்த திடங்களெங்கும்
இன்பமே பயந்து நல்
வேரிசாந்த மூடுபோகி
மேவியாடல் பாடலொடும்
வாரமாதர் போன்ற மாட
வூர்கடோறும் மாடெலாம்

என்று கூறுகிறார். நாட்டின் விளைபொருள்களும் வந்து சேரும் செல்வங்களும் யாவர்க்கும் பொதுமையாக்கப்பட்டதால் விசாரம் எதுவும் இன்றி வேண்டிய கலைகளிலும் இன்ப முயற்சிகளிலும் மாந்தர் ஈடுபட்டிருப்பதாகப் புராண ஆசிரியர் கற்பனை செய்கிறார்.

கம்பனுக்குப் பின் இலக்கிய உலகிலே சில புராணங்கள் போற்றத்தக்கனவாய் அமைந்தபோதும் மொத்தத்தில் பொதுமைச் சிந்தனைகள் பூத்துக் குலுங்கவல்ல ஆற்றல் வாய்ந்த இலக்கியப் படைப்புகள் தோன்றவில்லை. நிலமானிய அமைப்புச் சீரழிவுற்றுத் தேக்க நிலை உண்டாகியது. அரசியல் குழப்பங்களும் அந்நியர் வருகையும் தமிழகப் பொருளாதாரத்தை முடக்குவாதத்திற்கு உள்ளாக்கின. ஏறத்தாழச் சோழர் காலத்தின் வீழ்ச்சிக்குப் பின் தொடங்கிய காலப்பகுதி பத்தொன்பதாம் நூற்றாண்டு வரை நீடித்தது. பொருளாதார, சமூக, அரசியல் துறைகளில் நிகழ்ந்த கீழ்நிலை நோக்கிய போக்கு தவிர்க்க இயலாதவகையில்

இலக்கியங்களிலும் பிரதிபலித்தன. வையாபுரிப் பிள்ளை நிலைமையைத் தொகுத்து விவரித்துள்ளார்.

> வெகுகாலமாக, பல நூற்றாண்டுகளாக ஜீவநதியாய் ஓடிக்கொண்டிருந்த தமிழ் கம்பன் காலத்தில் பெருக்கெடுத்துப் பாய்ந்து தனது பூரண எல்லையை அடைந்தது. பின்னர் சிற்றாறாகவும் வாய்க்கால் களாகவும் ஓடி ஒருவாறு உயிர் வாழ்ந்து வந்தது. இதன் பின்னர் சேற்று நிலங்களில் இறங்கித் தேங்கி அங்கங்கே கட்டுக்கிடையாய் நின்றது. பௌராணிக சமயமே நான் இங்கே கருதிய சேற்று நிலம். இச்சமயமும் பிற்காலச் சமயநெறி நூல்களும் இவை பற்றி எழுந்த வாதப் பிரதிவாதங்களும் இலக்கணங்களும் உரைகளும் கண்டனங்களும் இவற்றிற்கு இடங்கொடுத்துவந்த மனப்பான்மையும் தமிழை நசித்துக்கொண்டிருந்தன ... சிற்றரசர்களைப் பற்றிய புகழ்ச்சிப் பாடல்களும் காதற்பிரபந்தங்களும் புராணங்களும் பலவகைப் பிரபந்தங்களும் தமிழில் நிரம்பலாயின . . . தமிழ் மக்களது அறிவு வளர்ச்சியும் அனுபவ வளர்ச்சியும் தடையுற்று நின்றன.[22]

இவ்வாறு மடாலயங்களிலும் சமஸ்தானங்களிலும் தேவஸ்தானங்களிலும் செந்தமிழ் இலக்கிய மரபு முடங்கிக் கிடந்த காலத்தில் இலக்கியம் முற்றிலும் நின்றுவிட்டது என்றோ ஆற்றலிழந்து கிடந்தது என்றோ கூறுவது பொருந்தாது. கற்றோர் படைத்த இலக்கிய நெறியையே வையாபுரிப் பிள்ளை மேற்கண்டவாறு விவரித்தார். அக்காலப் பகுதியில் மற்றொரு விதமான சமயப் போக்கும் அதனோடியைந்த இலக்கிய நெறியும் உருவாயின; அவை மக்கள் மத்தியில் ஓரளவு செல்வாக்குடன் விளங்கின.

சமய குருமாரும் இறையியல்வாதிகளும் மடாதிபதிகளும் மதங்களின் பேரில் முடிவற்ற வாதப் பிரதிவாதங்களும் மூர்க்கத்தனமான தாக்குதல்களும் நடத்திக்கொண்டிருந்த வேளையில் சாதாரண மக்கள் மத்தியில் சமரச சன்மார்க்கம் வளர்ந்துகொண்டிருந்தது. தென்னகத்தில் மட்டுமன்றி வடக்கிலும் இந்துக்களும் இஸ்லாமியர்களும் கலாசார ரீதியில் ஒருமைப்பாடு தேடிக்கொண்டிருந்தனர். சூபிகளுக்கும் இந்து ஞானிகளுக்கும் பல ஒப்புமைகள் காணப்பட்டன. குறிப்பாக, இராமநந்தர் காலத்திலிருந்து (கி.பி. 1370–1440) வட இந்தியாவில் பொதுமக்கள் சார்ந்த சமரச மார்க்கம் தழைத்து வளர்ந்தது. மதாசாரியர்களும் மடாதிபதிகளும் அதுகாலவரை

சமஸ்கிருதத்தையே தேவ பாஷையாகக் கொண்டு நூல்கள் எழுதிவந்தனர். இராமாநந்தர் மக்கள் மொழியாயிருந்த இந்தியில் போதிக்கத் தொடங்கினார். இராமாந்தருக்குப் பல சீடர்கள் இருந்தனர். அவர்களிற் பெரும்பாலானோர் தாழ்ந்த சாதியினராகவும் ஏழை விவசாயிகளாகவும் இருந்தனர். எளிமையான பக்தியையும் மனுக்குலத்தின் ஒருமையையும் நேயத்தையும் மனித சகோதரத்துவத்தையும் அவர்கள் பற்றுக் கோடாய்க் கொண்டு நாடு முழுவதும் திரிந்து மக்கள் மத்தியில் வாழ்ந்து ஆன்மிக ஒருமைப்பாட்டை உருவாக்கிவந்தனர். அவர்களிற் பலர் எழுத்தறிவே அற்றவர்கள்; மக்களுடைய பேச்சு மொழியில் வாய்மொழியாகவே தமது உளமுருக்கும் பாடல்களைப் பாடினர்.

கபீர் நெசவுத் தொழில் செய்த ஒரு முஸ்லிம்; சூபி மார்க்கத்தையும் பக்தி நெறியையும் இணைத்து அமைதி கண்டார். குருநானக் (1469–1538) கபீரின் போதனைகளால் ஈர்க்கப்பட்டவர். கபீரின் மற்றொரு சீடரான தாது (1544–1603) நெசவாளருக்காகப் பஞ்சை வாரிச் சிக்கெடுக்கும் தொழில் பார்த்த ஓர் ஏழை முஸ்லிம். இராமாந்தரின் சீடரான இரவிதாஸ் என்பவர் செருப்புச் செப்பனிடும் செம்மார். மற்றொரு பக்தரான நாமதேவர் தையல்காரர்; துக்காராம் ஏழை விவசாயி. கல்வியறிவு வாய்க்கப் பெறாத இவர்களெல்லாம் அநுபவ ஞானத்தாலும் உள்ளுணர்வாலும் மக்களுக்கு வேண்டிய ஆத்மார்த்த உணவை அளித்துவந்தனர்.[23] தாழ்ந்த சாதிகளிலிருந்துவந்த இவர்கள் இயல்பாகவே பொதுமைச் சிந்தனையுடையராக இருந்ததில் வியப்பெதுவுமில்லை. சகோதரத்துவமே இவர்கள் வலியுறுத்திய பேருணர்வாகும். சமயத்துறையில் இது ஜனநாயகப் பண்பினைப் புகுத்தியது எனலாம். இவர்களது முயற்சியின் விளைவாக வட இந்தியாவிலே பஞ்சாபி, மகராஷ்டிரம், இந்தி, வங்காள மொழிகளில் பொதுமக்களைக் கவர்ந்த பாடல்களும் கதைகளும் இசை நாடகங்களும் எழுந்தன. இவற்றிலெல்லாம் சகல விதமான ஏற்றத் தாழ்வுகளையும் வெறுத்தொதுக்கும் பொதுமையுணர்வு பொதுளியிருந்தது.

தமிழ்நாட்டிலும் இப்போக்குகள் தவிர்க்க இயலாதவாறு பிரதிபலித்தன. சித்தர்களுடைய பாடல்களில் சமூக உணர்வும் சமத்துவ நோக்கும் இழையோடுவதைக் காணலாம்.

> இந்து சமுதாயத்திலே சாதி சமயத்தின் பெயரால் உருவாகிவந்த வைதிகர் ஆதிக்கத்தையும் கண்மூடித் தனமான பழக்கவழக்கங்களையும் அவ்வப்போது எதிர்த்துக் குரல் கொடுத்தவர்கள்தாம் சித்தர்கள்… இவர்கள் சடங்காசாரம் தவறுதலாகப் பொருள் செய்யப்படுவதையும் அமுல் நடத்தப்படுவதையும்

> எதிர்த்தார்கள் ... வாழ்வையும் உலகத்தையும் மறுத்து எவ்வளவு சொன்னாலும் வாழ்வும் உலகமும் தவிர்க்க முடியாதவையாகும். இதை உணர்ந்த பல்வேறு சித்தர்கள் வாழ்வுக்கு மதிப்பு, மரியாதை கொடுக்கவே தம்தம் அனுபவங்களை லட்சியம் சாந்த உலகத்தைக் காண சிந்தனைக் களஞ்சியமாக்கினர்.[24]

சான்றோர் செய்யுகள்களின் காலத்திலிருந்து *திருக்குறள்* முதல் *மேருமந்தர புராணம்* வரை பொதுமைச் சிந்தனைகள் ஆங்காங்குக் கூறப்பட்டு வந்தமையை மேலே கண்டோம். அச்சிந்தனைகளுக்கு உருவம் கொடுத்த ஆசிரியர்கள் தாம் வாழ்ந்த காலத்துச் சமுதாய அமைப்புகளையும் நியதிகளையும் நம்பிக்கைகளையும் நேரடியாக விமர்சித்தனர் அல்லர்; அவை குறித்து ஐயப்பாடும் எழுப்பவில்லை. இருக்கும் நிலைமையை ஏற்றுக்கொண்டு அதனை மேலும் சிறிது சுமூகமானதாக்கக் கூடிய வழிவகைகளைக் கூறினர்; அல்லது இன்னல்கள் அற்ற இன்ப உலகத்தைக் கற்பனையிற் காட்டினர். ஆனால் சித்தர்களோ நடப்பியலிலிருந்து நிறுவனங்களை நிராகரித்தவர்கள். அவற்றின் இன்றியமையாமை, நேர்மை, பயன்பாடு என்பனபற்றி ஆழமாகவும் ஆணித்தரமாகவும் வினாக்கள் எழுப்பியவர்கள்.

பொருளுடைமை பற்றிய ஆய்வுகளே பொதுமைச் சிந்தனைக்கு வித்தாகின்றன என்பதை மேலே குறிப்பிட்டேன். அந்தவகையில் சித்தர்கள் பொருளுடைமை குறித்துச் சிந்திக்க வில்லை. ஆனால் சாதி, குலம், பிறப்பென்னும் நிறுவனங்களால் மனுக்குலம் பிளவுண்டு கிடப்பதைக் கண்டு அந்நிலையை மாற்ற விரும்பினார்கள். அன்றைய சமுதாயத்தில் வைதிக சமயமும் வருணாசிரம தருமமுமே அடக்குமுறையின் அடிப்படைகளாகவும் அருள் வாழ்க்கைக்குத் தடைகளாகவும் தென்பட்டமையால் சித்தர்களின் கேள்விக் கணைகள் அவை மீதே தொடுக்கப்பட்டன.

> **பறைச்சி ஆவதேதடா**
> **பனத்தி ஆவ தேதடா ?**
> **இறைச்சி தோல் எலும்பினும்**
> **இலக்கம் இட்டிருக்குதோ ?**
> **பறைச்சி போகம் வேறதோ,**
> **பனத்தி போகம் வேறதோ ?**
> **பறைச்சியும் பனத்தியும்**
> **பகுத்து பாரும் உம்முளே**

என்று சிவவாக்கியர் உரத்துக் கேட்கும்போது பொதுமைச் சிந்தனைக்கு அத்திவாரம் இடுவது தெரிகிறதல்லவா ?

சதுர்வேதம் ஆறுவகைச் சாத்திரம் பல
தந்திரம் புராணங்கலை சாற்றும் ஆகமம்
விதம்வித மானவான வேறு நூல்களும்
வீணான நூல்களே என்று ஆடுபாம்பே

என்று பாம்பாட்டிச் சித்தர் ஐயத்துக்கிடமில்லாமல் கூறும்பொழுதும்,

மனிதனே சமூகத்தின் உயிருக்கு நாடி – சமய
மதங்கள் வளர்த்தன கடவுள்கள் கோடி
மனிதனே உலகத்தின் தலைவன் – அவனே
அனைத்துக்கும் மாண்புள்ள புலவன்

என்று உலோகாயதச் சித்தர் அடித்துக் கூறும்பொழுதும் மானுடத்தின் உயர்வும் ஒருமைப்பாடும் உணர்வு ரீதியாக எடுத்துரைக்கப்படுவது வெளிப்படை.

சமுதாயத்தில் நிலவிய ஏற்றத்தாழ்வுகளையும் போலியாசாரங்களையும் கபட நாடகங்களையும் கண்டித்துக் குரல் எழுப்பிய சித்தர்களை, அன்றைய நிலமானிய – வைதிக அமைப்பைத் தாங்கி நின்ற நிலையங்களும் நிறுவனங்களும் வன்மையாக எதிர்த்ததில் ஆச்சரியம் இல்லை. அதனால் சித்தர்கள் தேசாந்தரிகளாய் நாடு முழுவதும் திரிந்து மக்கள் மத்தியில் எளிமையான அடிப்படை உண்மைகளை உரைத்ததோடு மக்களுக்கு வேண்டிய வைத்திய சிகிச்சை, மாந்திரீகம் முதலியவற்றையும் வழங்கி வந்தனர்.

சாதிப் பிரிவினிலே தீயை மூட்டுவோம்
சந்தை வெளியினிலே கோலை நாட்டுவோம்
வீதிப் பிரிவினிலே விளையாடுவோம்
வேண்டாத மனையினில் உறவு செய்வோம்

என்று பாம்பாட்டிச் சித்தர் பாடியபோது சாதாரண மக்களிடையே அச்சொற்கள் எத்தகைய ஆதரவையும் அனுதாபத்தையும் பெற்றிருக்கும் என்பதை அழுத்திக் கூற வேண்டிய அவசியமில்லை. சித்தர்களும் அவர்களுடைய போதனைகளைக் கருத்திற் கொண்டோரும் சமயப்பூசல்களைக் கைவிட்டனர். மனிதனை ஒற்றுமைப்படுத்துவதற்குப் பதிலாகச் சமயம் வேற்றுமைகளை வளர்ப்பதனை அவர்கள் கண்டுகொண்டனர். இஸ்லாமும் இந்து மதமும் மட்டுமன்றி வைணவமும் சைவமும் அருகருகே வாழலாம் என எண்ணினர். சித்தர் கணத்தின் பிதாமகரான திருமூலர் பல நூற்றாண்டுகளுக்கு முன்னரே,

ஒன்றது பேரூர் வழி ஆறு உள
என்றது போல இருமுச் சமயமும்

என்று பல சமயங்களும் ஒரு கடவுளையே பலவாறு அழைத்து வழிபடுகின்றன என்னும் உண்மையை உரைத்திருந்தார்.

பொதுமக்கள் இவ்வுண்மையைத் தமக்கே உரிய முறையிலும் மொழியிலும் வெளிப்படுத்தினர்.

அரியுஞ் சிவனும் ஒண்ணு – இதை
அறியாதவன் வாயில் மண்ணு

என்பது மக்கள் வாக்கு.[25] இத்தகைய மனநிலை ஏற்படுவதற்கு வாழ்க்கை யனுபவத்துடன் சித்தர்களின் பாடல்களும் உறுதுணையாயிருந்தன. சிவவாக்கியர், பாம்பாட்டிச் சித்தர், இடைக்காட்டுச் சித்தர், உலோகாயதச் சித்தர், பட்டினத்தார் பாடல்களையும் இவர்கள் மரபில் வந்த இராமலிங்கர் பாடல்களையும் நோக்குகையில் சமுதாய உணர்வு தோய்ந்தவையாக அவை இருத்தல் புலனாகாமற் போகாது. எனவே, தமிழகத்தில் பொதுமைக் கருத்துக்கள் வளர்ச்சியடை வதற்குச் சித்தர்களின் பங்கு குறிப்பிடத்தக்கது என்பதை நினைந்து கொள்ளுதல் தகும். பிறிதோரிடத்திலே இது குறித்து நான் கூறியிருக்கிறேன்:

> சித்தர்கள் கிளர்ச்சியாளர் (*rebels*) என்றே கூறத் தோன்றுகிறது. சமயத்துறையில் அவர்கள் வெளிக் காட்டிய எதிர்ப்பு, உண்மையில் சமூகத்துறையில் இருந்த முரண்பாட்டின் விளைவேயாகும். அன்றைய நிலையில் அவர்கள் தம்மைத்தாமே சமுகத்திலிருந்து விலக்கிக் கொண்டனர். தமக்குப் பிடிக்காதவற்றை ஏற்று வாழ்வதிலும், ஒதுங்கி வாழ்வது மேல் எனக் கருதினர். அஞ்சாது தமது உள்ளக்கிடக்கையைப் பாடித் தள்ளியபோதும் அதனால் சமுதாய மாற்றத்தைக் காணமுடியாத நிலையில் இருந்தனர். அவர்கள் எதையும் குறிக்கோளாகக் கொண்டு இயக்கம் நடத்தவில்லை. மனம் ஒப்பாதவற்றைச் சாடினார்கள். அது எதிர்மறைச் செயலாகும். அதனால் நேரடியான ஆக்கப் பணிகளைச் செய்ய இயலாது போயிற்று. தேங்கித் தம்பித்து நின்ற சமுதாயத்தில் வலிமையுடன் விளங்கிய பௌதிக வதீதவாதத்தையும் கருத்துமுதல் வாதத்தையும் போரிட்டு வெல்லும் மார்க்கம் அவர்களுக்குத் தெரியவில்லை. சித்தர்களைப் போன்ற சிலரால் அம்மாற்றம் நடைபெற்றிருக்க மாட்டாது. அதற்குரிய வரலாற்றுக் கட்டம் அன்றிருக்கவுமில்லை. ஆகவே சநாதனிகளின் முழுமூச்சான எதிர்ப்பை எதிர்த்து நிற்கவல்ல இதயக் குமுறல்களைப் பாமரரும் புரிந்து கொள்ளத்தக்க பாடல்களாகப் பாடியதோடு திருப்தியடைய வேண்டியவராயிருந்தனர்.[26]

இதற்கு காரணம் என்ன?

> வர்க்கப் போராட்டத்தின் மூலம்தான், சமூகத்தைப் புரட்சிகரமாக மாற்றி அமைப்பதின் மூலமாகத்தான் நேற்றைய அடிமை தனது நேற்றைய எஜமானனான முதலாளியிடமிருந்து பொருளாதார ரீதியாகவும் ஆத்மார்த்திக ரீதியாகவும் விடுபட்டு ஒரு சுதந்திரப் பிரஜையாக விளங்க முடியும்; அவ்விதம் சமுகத்தை மாற்றியமைப்பதற்கு ஒரே வழி புரட்சிப் போராட்டத்தில் தொழிலாளர்களும் உழைக்கும் மக்களும் கலந்து கொள்வதுதான் என்பதை கற்பனா சோஷலிஸ்டுகள் புரிந்துகொள்ளத் தவறிவிட்டார்கள். இந்த விடுதலைப் பணியை வெற்றிகரமாக நிறைவேற்றுவதற்குத் தொழிலாளர்கள் தங்கள் சொந்தக் கட்சியை – தொழிலாளர் வர்க்கக் கட்சியை – கட்டுப்பாடான போர்க்குணமுள்ள கட்சியை – அமைத்துக் கொள்ள வேண்டும்; அதோடு மிகவும் முன்னேறிய புரட்சிகர சித்தாந்தத்தையும் பெற்றிருக்க வேண்டும்.[27]

இந்த வாய்ப்பு மார்க்ஸியம் உருவாகிய பின்னரே உலகிற் கிடைத்தது. எனவே கற்பனா சோஷலிஸ்டுகளுக்கும் முற்பட்ட, ஆன்மிக உலகிலேயே அதிகமாகச் சஞ்சரித்த, சித்தர்களுக்குச் சமுதாய மாற்றம் பற்றிய எண்ணம் எழுந்திருக்க இயலாது. ஆயினும், பொதுமைச் சிந்தனைகளைக் கட்டிக்காத்த பணியில் அவர்களுக்கு ஒரு பங்கு இருந்தது. செல்வாக்குப் பெற்றிருந்த சிந்தனை மரபை அவர்கள் எதிர்த்தனர். பொதுமைக்குச் சாதகமான குரல் அந்த எதிர்ப்பில் அடங்கியிருந்தது. ‘எதிர்மரபு’ ஒன்று தொடர்ந்து இருந்துவர இது உதவியது. அமெரிக்க சமூகவியாளர் ஷீலா டிலானி எதிர்மரபு பற்றிக் கூறியிருப்பது இவ்விடத்திற் பொருத்தமாயுள்ளது.

> கலாசார நியதிகளை எதிர்க்கும் தூண்டுதலானது ஆரவாரமற்ற கிளர்ச்சியாகவோ, சமுதாய விமர்சனமாகவோ, மனக்காட்சியாகவோ, தத்துவார்த்தமாகவோ, வெற்றிபெறும் புரட்சியாகவோ தோன்றுகிறது. தருக்க நியாயம், விரக்தி, அடக்குமுறை யனுபவம் இவற்றில் ஒன்று அவற்றுக்கு ஆதாரமாய் அமைதல் கூடும். சுருங்கக் கூறின் வரலாற்றிலே இடைவிடாது நிகழும் இயக்கவியலின் ஒரு பகுதியாகவும் நமது கலாசாரத்தின் உயிர்த் துடிப்புள்ள ஓர் அம்சமாகவும்

> இவ்வெதிர்ப்புணர்வு இருக்கிறது. ஆகவே "எதிர் – மரபு" என்று இவ்விடத்தில் நான் குறிப்பிடுவது, மரபை எதிர்க்கும் ஒன்றையல்ல; மாறாக எதிர்த்து இயங்கும் மரபு ஒன்றையேயாகும்.[28]

இறை நம்பிக்கை, சாதிபேதம், பொருளற்ற சடங்காசாரம், ஒருசீரற்ற உடைமை உரிமை முதலியவற்றை வெவ்வேறு வகைகளிலும் வடிவங்களிலும் எதிர்த்துக் குரல் எழுப்பிவந்துள்ள மரபு ஒன்று உலகின் பல மொழிகளிலும் இருப்பதைப் போல நமது பாரம்பரியத்திலும் உண்டு. அதில் சித்தர்களுக்குத் தனிச்சிறப்பான இடமளிக்கப்படல் வேண்டும். உண்மையில் மரபு வழிவந்தவற்றிலும் பார்க்க எதிர்–மரபு வழிவந்தவையே பொதுமைச் சிந்தனைகளுடன் நெருங்கிய தொடர்புடையனவாய் இருந்திருக்கின்றன. ஆயினும் இம்மரபு கருத்தளவிலேயே பெரும்பாலும் தமிழ்நாட்டில் இயங்கிவந்துள்ளது. பல நூற்றாண்டு களாக அடக்கியொடுக்கப்பட்டு, அடிமைநிலைக்குத் தள்ளப்பட் டிருந்த விவசாயிகளும் பண்ணையடிமைகளும் தாழ்ந்த சாதியினரும் அவ்வப்போது செய்த கலகங்கள், எழுச்சிகள் என்பனவற்றுடன் இவ்வெதிர்ப்புணர்வு இணைந்ததாய்த் தெரியவில்லை. அதனால் மேலே நான் விவரித்துள்ள எதிர் மரபு போதியளவு சமுதாய முக்கியத்துவம் பெறத் தவறி விட்டது. சோழர் காலத்திலிருந்து நமக்குக் கிடைக்கும் பல கல்வெட்டுக்களிலிருந்தும் வாய்மொழி இலக்கியங்களின் மீதமிச்சங்களிலிருந்தும் தமிழகத்தில் காலத்துக்குக் காலம் நடைபெற்ற கலகங்களைப் பற்றியும் உரிமைப் போராட்டங்களைப் பற்றியும் அறிகிறோம். பெரும்பாலான வரலாற்றாசிரியர்கள் இவற்றைச் சாதிச்சண்டைகள் என்றும் மதப்பூசல்கள் என்றும் பூசிமெழுகியுள்ளனர்.[29] ஆனால், கூர்ந்து கவனித்தால் "ஏழ்மை நிலை பொறுமையின் எல்லையைத் தாண்டியபோது மக்கள் கிராம சமுதாய அமைப்பை எதிர்த்துப் போராடியுள்ளனர்" என்பது தெளிவாகும்.[30] இப்போராட்டங்கள் நாட்டுப்பாடல்களிற் பிரதிபலித்திருக்க கூடுமாயினும் நமக்குக் கிடைக்கும் இலக்கியம் எதிலும் சிறிதேனும் சித்திரிக்கப்பட்டதாய்த் தெரியவில்லை. இன்றுவரை இதன் விளைவுகளை நமது இலக்கியத்தில் காணக்கூடியதாயுள்ளது.[31]

சித்தர்களுக்குப் பின்னர் தத்துவராயர், தாயுமானவர், இராமலிங்க சுவாமிகள் முதலியோர் சமரச ஞான வரம்பிற்குள் மனிதாபிமான உணர்வையும் பொதுமைச் சிந்தனைகளையும் ஆங்காங்கு எடுத்துரைத்தனர். பௌதீக நிலையிலிருந்து வெகுதூரம் சென்று இயற்கையதீதத்திலேயே அவர்கள் ஈடுபட்டிருந்தனர்.

இந்நூற்றாண்டின் தொடக்கத்திலே சுப்பிரமணிய பாரதியார் கவிதையுலகிற் காலடி வைக்கும்வரை இந்நிலையே இருந்தது.

பழங்காலத்திலே சமயக் கருத்துக்களாகவும் தார்மீகக் கட்டளைகளாகவும் அறவியற் கோரிக்கைகளாகவும் இலக்கியத்தில் இடம்பெற்ற பொதுமைச் சிந்தனைகள் இருபதாம் நூற்றாண்டிலே நேரடியாகவே அரசியல் - சமுதாய விஷயங்களாக உருப்பெற்றன. இது இலக்கியத்தின் பொதுவான வளர்ச்சிப் போக்கிற்கு அமைய உள்ளது. பல நூற்றாண்டுகளாகச் சமயங்களைத் தழுவி வளர்ந்த தமிழிலக்கியம் பத்தொன்பதாம் நூற்றாண்டின் கடைக்கூறிலிருந்து சமயச் சார்பு குறைந்தும் சமுதாயச் சார்பு மிகுந்தும் புதுவழியிற் செல்லலாயிற்று.[32] தொடக்கத்திலே சமுதாயச் சீர்திருத்தம் இலக்கியத்தின் முனைப்பான உள்ளடக்கமாய் இருந்தது. நாளடைவில் சமுதாயப் புரட்சியும் புத்தாக்கமும் இலக்கியத்தில் உந்துசக்திகளாகவும் அமைந்தன. இது உலக இலக்கியப் போக்கினோடு ஒத்துள்ளமையும் மனங்கொளத்தக்கதே.

இவ்விடத்தில் நமது இலக்கியத்திலே ஏற்பட்ட இரண்டொரு மாற்றங்களைக் குறிப்பிடுதல் தகும். சமயங்களின் வழிவந்த இலக்கியம் சமுதாய நெறிப்பட்ட இக்காலகட்டத்திலேயே செய்யுளோடு உரைநடையும் இலக்கியத்தின் பிரதான கருவியாக அமைந்தது. உண்மையில் பாரதி பரம்பரை பெருமையோடு குறிப்பிடத்தக்கதாய் இருப்பினும் இருபதாம் நூற்றாண்டில் செய்யுள் இலக்கியத்திலும் பார்க்க உரைநடை இலக்கியமே சமகால உலகைச் சரிவரச் சித்திரிக்கும் ஆற்றல் உடையதாயும் திறமைமிக்க எழுத்தாளரைத் தன்பால் ஈர்க்க வல்லதாயும் இருக்கிறது. குறிப்பாக, நாவல் இலக்கியமே நவீன உலகின் சிக்கல் நிறைந்த வாழ்க்கைப் பிரச்சினைகளையும் சமுதாய சலனங்களையும் இயக்கங்களையும் நுணுக்கமாகச் சித்திரிக்கின்றது. இதற்குக் காரணமும் உண்டு. நவீன காலத்தில் பொதுமைச் சிந்தனைகள் வெறுமனே உணர்ச்சிபூர்வமான கூற்றுக்களாய் மட்டும் அமைந்துவிட முடியாது. பிரச்சினைகளைத் தருக்கரீதியாய் ஆராயவும், அவற்றின் காரணகாரியங்களைக் கண்டறியவும் இலக்கியக் கர்த்தாக்களுக்கு கடப்பாடு உண்டு. அதற்குக் கவிதையிலும் உரைநடையே உகந்தது என்பதில் அபிப்பிராய பேதம் இருக்க இயலாது.[33] இதனால், பொதுமைச் சிந்தனைகளை நமது கவிதைகள் எடுத்துரைக்கவில்லை என்பதோ, அச்சிந்தனைகளுக்கு உருவம் கொடுக்க ஆற்றலற்று உள்ளன என்பதோ அர்த்தமல்ல. முன்னர் நிகழ்ந்ததைப் போல் பொதுமைச் சிந்தனைகள் கவிதைகள் மூலமாக மட்டும் நவீன காலத்தில் வெளிப்படுத்தப்படுவதில்லை என்பதே கவனிக்கப்பட வேண்டியதாகும்.

'புதிய ருஷியா' என்ற பாடலில்,

குடிமக்கள் சொன்னபடி குடிவாழ்வு
 மேன்மையுறக் குடிமை நீதி
கடியொன்றி லெழுந்ததுபார்; குடியரசென்று
 உலகறிய கூறி விட்டார்;
அடிமைக்குத் தளையில்லை, யாருமிப்போது
 அடிமையில்லை அறிக! என்றார்;
இடிபட்ட சுவர்போலே கலிவிழுந்தான்,
 கிருதயுகம் எழுக மாதோ!

என்று பாரதி பாடியதுடன் பொதுமைச் சிந்தனைகள் நவீன தமிழ் இலக்கியத்தில் தோற்றமளித்தன என்பது பொதுவாக ஏற்றுக்கொள்ளப்படும் செய்தி. ஏலவே நான் கூறியிருப்பதுபோல் பாரதி பிரக்ஞை பூர்வமான பொதுவுடைமைவாதி அல்ல. வேதாந்த வரம்பிற்குள் செயல்பட்ட வீறார்ந்த தேசபக்தன் அவன். ஆயினும், உலகைக் கலக்கிய முதலாவது சோஷலிஸ்டுப் புரட்சி நடந்தேறிய சகாப்தத்தில் உயிர்வாழ்ந்த அவன், பொதுவுடைமையின் சிற்சில அம்சங்களைக் கருத்திற் கொண்டான் எனக் கூறுவதில் தவறில்லை. பொதுமைச் சிந்தனைகளை பாரதியாரின் கவிதைகளில் மாத்திரமன்றி அவரது கட்டுரைகளிலும் காணலாம். உண்மையில், கவிதையில் காணாத கருத்து மயக்கங்களையும் சிந்தனைக் குழப்பங்களையும் கட்டுரைகளில் தெளிவாய்க் காணக்கூடியதாய் உள்ளது. ஷெல்லியின் மனோரம்மியமான எதிர்காலக் கனவுகளைப் போல் பாரதியாரும் பொதுவான பொதுமைச் சிந்தனைகளைக் கொண்டிருந்தார். வரலாற்றியல் அடிப்படையில் அமைந்த பொருள்முதல்வாதமோ, புரட்சிகர நடவடிக்கையோ அவருக்கு உடன்பாடில்லை. அவற்றைச் சரியாக அறிந்துகொள்ள அவருக்கு வாய்ப்பிந்திருக்குமோ என்பதும் ஐயமே. எனவே அமெரிக்கக் கவி வால்ட் விட்மனைப் போல்[34] பாரதியும் பொதுமக்கள், நாட்டு மக்கள், ஜனசங்கம், முழு சமுதாயம் முதலிய சொற்றொடர்களால் வெகு ஜனங்களை மனங்கொண்டு அவர்களுக்கிடையில் ஏற்றத்தாழ்வுகள் இருத்தலாகாது எனக் கூறுமளவிற்குச் சமுகப் பிரக்ஞை உடையவராகவிருந்தார். அந்த மனோபாவத்துடனேயே,

முப்படி கோடி ஜனங்களின் சங்கம்
 முழுமைக்கும் பொது உடைமை
ஒப்பிலாத சமுதாயம்
 உலகத் துக்கொரு புதுமை

என்று பாடினார்.

பாரதியாரைப் பொதுவுடைமைவாதியாக்க முயல வேண்டியதில்லை. அது வலிந்து கோடலாகும். உள்ளார்ந்த முரண்பாடுகளையும் பிரச்சினைகளையும் கவனிக்காது மேலெழுந்தவாரியாகப் பெரும்புலவன் ஒருவனுக்கு முத்திரை குத்துவதில் இலாபம் ஒன்றும் இல்லை. பொதுவுடைமைக் கோட்பாடு உலகின் ஒரு பகுதியிலே நடைமுறைத் தத்துவமாக வடிவம் பெற்ற வரலாற்றுக் காலகட்டத்திலே வாழ்ந்து, பாடிய கவிஞன் ஒருவன் அசாதாரண துணிச்சலுடனும் நுண்ணுணர்வுடனும் உள்ளுணர்வுடனும் பொதுவுடைமையை மானசீகமாகக் கிரகித்துச் சொல்லுருக் கொடுத்தான் என்று கூறுவதே உண்மைக்குப் பொருந்துவதாகும். பொதுமைச் சிந்தனையைப் புரிந்துகொள்வதற்கு இன்றியமையாக் கூறாகிய வர்க்க முரண்பாட்டினைப் பாரதியார் புரிந்துகொள்ளவும் இல்லை; ஏற்றுக்கொள்ளவும் இல்லை.

மானுடன் தன்னைக் கட்டிய
தளையெலாம் சிதறுக

என்ற பொதுவான மனிதாபினமான அளவிலேயே பாரதியாரின் பொதுமைச் சிந்தனை இருந்தது. அந்த வகையில் வீறுகொண்ட வேதாந்தியான விவேகானந்தருக்கும் பாரதிக்கும் நிரம்பிய ஒற்றுமை உண்டு. நிவேதிதை அம்மையார் மூலமாகவும் பாரதியார் பொதுவுடைமைச் சிந்தனைகள் சிலவற்றைப் பெற்றுக்கொண்டார் எனக் கருத இடமுண்டு. பாரதி காலத்திலும் அதற்குப் பின்னரும்கூடத் தமிழ் எழுத்தாளர்கள் பொதுவுடைமைக் கோட்பாடுகளைப் பழைய முறையிலேயே கண்டும் காட்டியும் வந்ததைப் பார்க்கும்பொழுதுதான் பாரதியின் தூரநோக்கும் துணிவும் துலங்குகின்றன. உதாரணமாக, தொழிற் சங்கஇயக்க முன்னோடியாயும் சீர்திருத்தவாதியாயும் விளங்கிய திரு.வி. கலியாணசுந்தரனார்கூடப் பொதுமையை மத அடிப்படையிலேயே கண்டார். *பொதுமை வேட்டல்* என்ற அவரது கவிதை நூலில் இதனைக் காணலாம்.[35] "மார்க்ஸ் முனிவர்" என்று வருணித்த அவர் *சமரச சன்மார்க்கத்தையே நவீன பொதுமையாயகச் சித்திரித்தார்.*[36]

பாரதிதாசன் படைப்புக்களிலேயே பொதுமைச் சிந்தனைகள் ஓரளவேனும் கூர்மை பெற்றன. குறிப்பாக, அவரது முற்பட்ட கவிதைகளில் – கலாசார தேசியத்திற்கு அவர் ஆட்படுமுன்னர் இயற்றப்பட்ட கவிதைகளில் – வர்க்க பேதங்கள் நிலவும் சமுதாயத்தில் பொதுவுடைமையின் இன்றியமையாமை வலியுறுத்தப்பட்டது. அத்துடன் பொதுமைக் கருத்து நடைமுறைப்படுத்தப்பட வேண்டும் என்ற வேட்கையும்

வெளிப்படுத்தப்பட்டது. பலருக்கும் பரிச்சயமான பாடல் ஒன்று: 'உலகப்பன் பாட்டு' தெளிவாகச் சிலவற்றைக் கூறுகிறது.

ஓடப்ப ராயிருக்கும் ஏழையப்பர்
உதையப்ப ராகிவிட்டால், ஓர் நொடிக்குள்
ஓடப்பர் உயரப்பர் எல்லாம் மாறி
ஒப்பப்பர் ஆய்விடுவார் உணரப்பா நீ!

அதைப் போலவே, 'சாய்ந்த தராசு', 'உலகம் உன்னுடையது', 'சகோதரத்துவம்' முதலிய பாடல்களி லெல்லாம் பொதுமைச் சிந்தனைகள் வெவ்வேறு அளவிலும் வடிவத்திலும் இடம் பெற்றுள்ளன. பொதுவுடைமையை நேரடியாகவே போற்றிய பாட்டு 'புதிய உலகு செய்வோம்' என்பது.

புதியதோர் உலகம் செய்வோம் – கெட்ட
போரிடும் உலகத்தை வேரோடு சாய்ப்போம்
பொது உடைமைக் கொள்கை
திசையெட்டும் சேர்ப்போம்
புனிதமோ டதைஎங்கள்
உயிரென்று காப்போம்.

பாரதிக்குப் பின் பெரும் புலவர்களில் ஒருவராய்க் கருதப்படும் பாரதிதாசனாரின் படைப்புக்களில் பொதுமைச் சிந்தனைகள் அழுத்தமாக இடம் பெற்றிருப்பினும் ஓர் எல்லைக்கு மேல் அவர் போகவில்லை என்பதும் ஒப்புக்கொள்ள வேண்டியதேயாகும். வர்க்க முரண்பாட்டிற்குப் பதிலாக வருண –இன – முரண்பாடு களை அவர் முதன்மைப்படுத்தியதாலும், உலகளாவிய பொதுமைக்குச் சில வரையறைகளை வகுத்தமையாலும் பொதுமைச் சிந்தனைகள் நாளடைவில் பெயரளவில் மாத்திரம் அவரது எழுத்துக்களில் வந்தமைந்தன. (இது விஷயத்தில் ஈ.வே. ராமசாமி நாயக்கரின் கண்ணோட்டத்திற்கும் பாரதிதாசனாரின் கருத்தோட்டத்திற்கும் நிரம்பிய ஒற்றுமை உண்டு. அதாவது முப்பதுகளின் பிற்பகுதியில் நேரடியாகவே பொதுவுடைமைச் சிந்தனைகளால் கவரப்பட்ட இவர்கள், தமது அரசியல் இயக்க தேவைகளின் காரணமாக நாளடைவில் வர்க்க சமரசத்தையும் இனவாதத்தையுமே கடைப்பிடித்தனர்.)

பாரதிதாசன் கவிதைகளால் கவரப்பெற்றும் வேறு மூலங்களிலிருந்து உரம்பெற்றும் இலக்கிய உலகிற் பிரவேசித்த கம்பதாசன், குயிலன், சுரபி, தமிழ்ஒளி முதலியோர் கவிதைகளில் ஆங்காங்குப் பொதுமைச் சிந்தனைகளும் உணர்வுகளும் பளிச்சிடுவதைக் காணலாம். *வீராயி* என்னும் (குறுங்) காவியத்தின் முன்னுரையில் அதன் ஆசிரியர் தமிழ்ஒளி பின்வருமாறு கூறுகிறார்:

ஜமீன்களும் இனாம்களும் எண்ணற்ற மக்களை சொந்தநாட்டை விட்டுத் துரத்தியிருக்கின்றன. பணக்கார வகுப்பினர் நடத்தும் கொடிய அடக்குமுறை தாளாமல் பிறந்த நாட்டை 'கூற்று' என்று கருதி திரும்பிக்கூடப் பார்க்காமல் ஓடிவிட்ட ஏழைக் குடும்பங்கள் கணக்கற்றவை – சென்ற தலைமுறையில் வாழ்ந்த பாரதி குருதிக் கண்ணீர் வடித்து இதனைப் பாடியிருக்கிறான். உலகின் எந்தத் பகுதியிலும் முதலாளி வர்க்கம் ஏழைகளைக் கொடுமைப்படுத்திக்கொண்டுதான் வருகிறது. 'பிஜித் தீவை' எடுத்துக்காட்டாகப் பாரதி நமக்கு காட்டினான். அவன் பாதை நமக்குத் திறந்துவிடப்பட்டிருக்கிறது – எழுத்தாள நண்பர்களே! கற்பனையுலகைப் படைக்கும் கவிஞர்களே! மக்களுக்காக, மக்கள் உயர, மக்கள் காலத்துக் கதைகளை எழுதுங்கள். உலக முழுவதும் உருவாகிக்கொண்டுவரும் உழைக்கும் இனத்தின் கூட்டு முன்னணிக்கு உங்கள் எழுத்து உறுதுணையாகட்டும்.[37]

பாரதிதாசனோடு ஒப்பிடுகையில் தமிழ்ஒளியின் பார்வை கூரியதாகவும் பொதுமைச் சிந்தனை நடைமுறைப்படுத்தப்பட வேண்டியதொன்று என்பதை உலகளாவிய உணர்வுடன் கூறுவதாகவும் உள்ளமை கண்கூடு. எனினும் விடுதலைக்கு முற்பட்ட காலப்பகுதியில் தேசியவாதிகளுள்ளும் சிலர் பொதுமை வேட்கை மீதூரப் பெற்றவர்களாய் இருந்தனர். அரசியலில் அநுபவம் பெற்ற அவர்கள் வாய்வேதாந்தம் பேசும் பொதுமைப் பிரசாரகர்களைவிட ஆழமான சிந்தனையாளராய்த் திகழ்ந்தனர். உதாரணமாக, பழம்பெரும் தேசியவாதியான கோவை அ. அய்யாமுத்து எழுதிய கவிதைகள் சிலவற்றில் பொதுமைச் சிந்தனை பொலிவுடன் திகழ்கிறது. காட்டாக, *புது நெறி* என்னும் பாடலில்,

ஈதலே சிறப்பென எம்முன் னோர்களும்
ஓதினர், அதனால் உயர்ந்ததோ வையம்?
இல்லார் என்போர் இருந்திடி லன்றோ
ஈதலும் வேண்டும், இரத்தலும் வேண்டும்.
ஈசன்இவ் வையகம் எல்லோர்க்கும் ஒன்றாய்
ஈந்தபின், யாரே ஈபவர் உள்ளார்?
இருக்க வீடுகள் யார்க்கும் சமமாய்
இருக்கச் செய்திடில் இன்னல் இராதடி!
பிறக்கும் பிள்ளைகள் சிறக்கக் கல்வியும்
பெற்று வளர்ந்திடில் பீடை இராதடி!

உடைமை பொதுவெனல் கடமை யாம்என
உலகம் அறிந்திட ஓது வாய்தினம்

என்று அய்யாமுத்து பாடுகையில் பொதுமைச் சிந்தனை வெறுமனே கருத்துருவமாக அன்றி, நடைமுறைத் திட்டமாகத் சித்திரிக்கப்படுவதை அவதானிக்கலாம். 'இரப்போர் இன்றேல்' என்ற மற்றொரு பாடலில்,

தேசமே பெரிதெனச் செப்புவ தாலும்
திராவிடம் தமிழ்எனும் கூச்சலி னாலும்
பாகிஸ் தான்எனப் பகர்வதி னாலும்
பாரினில் வறுமை பகர்வொணா அடிமையும்
மானிடர் என்பதை மனத்திலே கொள்வீர்;
கூறிடும் வழிதனைக் குறிப்புடன் கேளீர்
ஏழையர் ஏழையாய் என்றுமே இருத்தலும்
ஏய்த்துப் பணம்சிலர் சேர்த்துச் சுகித்தலும்
ஏற்றதே யாம் எனப் போற்றிடும் நெறிதனை
மாற்றியே அமைத்திட

கவிஞர் விழைவது கூறப்படுகிறது. எனினும் ஆசிரியரது பொதுமை வேட்கைக்கு முழுமையான உருவம் கொடுப்பதாய் உள்ளது 'உத்தம நாடு' என்ற கவிதை. நிலம், பொருள், வாணிபம், கைத்தொழில், அதிகாரம், சுகாதாரம், சகோதரத்துவம் முதலியவற்றில் சமத்துவமும் பொதுநலமும் எவ்வாறு அமைதல் வேண்டும் என அக்கவிதையில் உற்சாகத்துடன் பாடுகிறார்.[38]

இவ்வாறு தேசிய வாழ்க்கையிலும் கலையுலகிலும் ஈடுபட்டுழைத்த பலர் அவ்வப்போது பொதுமைச் சிந்தனைகளை உரைநடையிலும் செய்யுளிலும் எழுதிப்போயினரெனினும் இவர்கள் பொதுவுடைமைக் கோட்பாடுகளின் அடிப்படை யில் உருவாகிய இயக்கங்களைச் சார்ந்து நின்றவரல்லர். பல விஷயங்களோடு போகிறபோக்கில் பொதுமை உணர்வினையும் புலப்படுத்தினர். ஆயினும், சோஷலிச சித்தாந்தத்தையும் மார்க்சியத்தையும் தத்துவரீதியாக ஏற்றுக்கொண்ட எழுத்தாளர் தோன்றிய காலகட்டத்திலேயே பொதுமைச் சிந்தனைகள் விஞ்ஞான பூர்வமாகவும், முழுமையாகவும் இலக்கியத்தில் இடம் பெறலாயின. ப. ஜீவானந்தம்,[39] முகவை இராஜமாணிக்கம், கே.சி.எஸ். அருணாசலம், சிதம்பர ரகுநாதன், கு. சின்னப்ப பாரதி, ஈழத்துக் கவிஞர் பசுபதி[40] முதலிய கவிஞர்களின் பாடல்கள் இத்தொடர்பில் சிறப்பாகக் குறிப்பிடத்தக்கன. ஜீவாவின் பழைய பாடல் ஒன்று,

புலமைசெறி ஆதிக்க வகுப்பா ரெல்லாம்
பொதுவுடைமைப் புரட்சியினால் நடுங்கி வீழ்வார்
அலக்கழியத் தொழிலா ளரைப் பிணைத்த
அடிமையெனும் சங்கிலிகள் அறுந்து போகும்

பலவிதமாய் நலந்தருமோர் புதிய லோகம்
பாட்டாளி மக்களவர் பாங்காய்ச் சேரும்
உலகத்தில் எத்தேசத்தும் வாழ்கின்ற
உழைப்பாளித் தோழர்களே ஒன்று சேர்வீர்.[41]

உண்மையில் பாரதிக்குப் பின் பட்டுக்கோட்டை கல்யாண சுந்தரத்தின் பாடல்களிலேயே பொதுமைச் சிந்தனைகள் வலிமையுடனும் வனப்புடனும் வெகுஜனக் கவர்ச்சியுடனும் விளங்குகின்றன. தமிழ் மக்களின் வாழ்க்கைநிலைகளிலிருந்து முகிழ்த்து, எளிமை, இனிமை, வன்மை, நேர்மை முதலிய பண்புகளுடன் கற்றோரும் மற்றோரும் படித்து இன்புற்றுச் சிந்திக்கும்வண்ணம் அமைந்த பாடல்களைக் கல்யாணசுந்தரம் இயற்றினார். அவை இன்று முற்போக்கு இலக்கியத்தின் பொதுவுடைமையாக உள்ளன.[42]

பட்டுக்கோட்டை அரசியலிலும் இலக்கிய உலகிலும் அடியெடுத்துவைத்த வேளையில் இரண்டு பெரும் போக்குகள் காணப்பட்டன. 'தேசியம்' என்ற பெயரில் வர்க்க முரண்பாடுகளையும் தேசிய இனப் பிரச்சினைகளையும் ஏகாதிபத்தியத்துடனான சமரசத்தையும் மூடி மறைத்து, காந்தீயம் பற்றியும் இந்திய மக்கள் பற்றியும் பேசிவந்த போக்கு ஒன்று. தமிழினம், திராவிடம், தென்னகம் முதலிய பெயர்களில் வர்க்க முரண்பாடுகளையும், தேசிய இனங்களின் உண்மையான ஜனநாயக உரிமைகளையும் உதட்டளவில் கூறிக்கொண்டு நடைமுறையில் அந்நிய மோகத்துடனும் அதிகார வேட்கையுடனும் அரசியல் வியாபாரம் நடத்திய போக்கு மற்றொன்று. இவை இரண்டுமே மக்களை மதிக்காமல், மக்கள் பெயரில் பிழைப்பு நடத்தியவர்களின் குரல்களாகும்.

இவையிரண்டையும் அம்பலப்படுத்தித் தத்தம் வாழ்க்கைப் பிரச்சினைகளுடன் பேராடிக்கொண்டிருக்கும் உழைக்கும் மக்களின் உள்ளத்தை உணர்ந்து அவர்களின் ஆசாபாசங்களையும் அழுத்தமான போராட்ட உணர்வையும் தனது கவிதைப் பொருளாக்கினார் பட்டுக்கோட்டை. மக்கள் மொழியிலேயே மகத்தான உண்மைகளையும் மண்டிக் கிடந்த உணர்ச்சிகளையும் இலக்கியமாக்கினார்.

கொடுமையையும் வறுமையையும்
கூடையிலே வெட்டிவை
கொஞ்ச நஞ்சம் பயமிருந்தால்
மூலையிலே கட்டிவை
நெடுங்கவலை தீர்ந்த தென்று
நெஞ்சில் எழுதி ஓட்டிவை
நெருஞ்சிக் காட்டை அழித்து அதில்
நெல்லு விதையைக் கொட்டி வை

வழிகாட்டி மரமான
தொழிலாளர் வாழ்க்கையிலே
பட்ட துயிரினி மாறும் – ரொம்பக்
கிட்ட நெருங்குவது நேரம்

ஏழைகளின் புதுஉலகம் தெரியுதடா
நாம் ஏமாந்து வந்தநிலை ஒழியுதடா

என்றெல்லாம் பாடி யுகமாற்றத்தைத் துரிதப்படுத்தினார்.

1960ஆம் வருடத்திற்குப்பின் புதுக்கவிதையில் மெல்ல மெல்ல நிகழ்ந்த மாற்றங்களும், *வானம்பாடி* குழுவின் தோற்றமும், அதிலிருந்து கிளைத்த உபகுழுக்களும் தமிழ்க் கவிதைக்குத் தற்புதுமையையும் புதிய பரிமாணங்களையும் அளித்துள்ளன.[43] சிற்பி, மீரா, தமிழவன், தணிகைச் செல்வன், இன்குலாப், ஏ.தெ. சுப்பையன், தமிழன்பன், அக்கினிபுத்திரன், ப. வேலுச்சாமி முதலிய தமிழகக் கவிஞரும், இலங்கையில் சுபத்திரன், நுஃமான், புதுவை இரத்தினதுரை, முருகு – கந்தராசா, சண்முக – சிவலிங்கம், சாருமதி, சி. மௌனகுரு முதலியோரும் தற்சமயம் பொதுமைத் தத்துவத்தின் ஒளியில் இலக்கியம் சமைத்துவருகின்றனர். இவர்களோடு சிறுகதை, நாவல், நாடகம், ஆகியவற்றைப் படைத்துவரும் எழுத்தாளரையும் சேர்த்தே நோக்குதல் வேண்டும். எண்ணிக்கையிலும் குணாம்சத்திலும் சென்ற தலைமுறை எழுத்தாளரிலும் பார்க்க, பலவகைகளில் மேம்பட்டு நிற்கும் இவர்களைத் தனியாக ஆராய்தலே பொருத்தமாகும்.

யாது மூரே யாவரும் கேளிர்

என்று பாடிய சான்றோர் காலப் புலவனிலிருந்து,

திக்குகளின் புதல்வர்கள்
தேசவரம் பற்றவர்கள்[44]

என்று பாடும் இன்றைய கவிஞன்வரை பொதுமைச் சிந்தனைகள் காலத்துக்குக் காலம் வளர்ச்சிபெற்று வந்துள்ளன. இருபதாம் நூற்றாண்டில் விஞ்ஞான சோஷலிசம் வியாபகமான காலப்பகுதி யிலே தமிழ் இலக்கியம் பொதுமைச் சிந்தனைகளுக்கு எவ்வாறு ஏற்ற வாகனமாக அமைந்துவந்துள்ளது என்பதனை நுணுகி ஆராய வேண்டும். அதற்குப் பின்னணியாகவே பழங்காலத்திலிருந்து பொதுமைச் சிந்தனைகள் பரிணாமம் பெற்று வந்துள்ளமையை இக்கட்டுரையிலே ஒருவாறு காட்டியிருக்கிறேன். பொதுமைச் சிந்தனையும் பொருள்முதல்வாதமும் வளர்ந்த வரலாறு முறையாக ஆராயப்படாமையினாலேயே நமது இலக்கியத்தில் இன்றும் நசிவிலக்கியப் போக்கு ஆட்சி செலுத்தக் கூடியதாயுள்ளது. அது மாற்றப்படல் வேண்டும்.

சான்றாதாரம்

1. இங்கிலாந்திலே எட்டாம் ஹென்ரி மன்னனுடைய ஆட்சியில் உயர் பதவி வகித்த மூர், பின்னர் மன்னனோடு கொண்ட முரண்பாடு காரணமாகச் சிரச்சேதம் செய்யப்பட்டவர். அவர் எழுதிய *Utopia* என்ற நூல் கற்பனை உலகுகள் பற்றிய நூல்களுள் மிக உயர்வாகக் கருதப்படுவது. கிறிஸ்தவத்தின் அடிப்படையில் ஆன்மிக ரீதியான ஒருவகைப் பொதுவுடைமையை அவர் இலட்சிய உலகாகச் சித்திரித்தார். அந்நூல் 1516இல் வெளிவந்தது. ‘உடோபியா’ என்ற சொல் அவருடைய நூலிற்குப் பின்னரே கற்பனை உலகிற்குப் பரியாயச் சொல்லாய் அமைந்தது.

2. 1925ஆம் வருடம் இலக்கியத்துக்கான நோபல் பரிசைப் பெற்ற ஐரிஷ்காரரான ஷா, இந்த நூற்றாண்டின் தலையாய நாடகாசிரியர் என்று ஆங்கில உலகத்தால் கொண்டாடப் பெற்றவர். சொற்சாதுரியம், நையாண்டி ஆகியவற்றில் தனித்திறமை கொண்டு விளங்கிய ஷா எதிர்கால உலகு பற்றிச் சில எண்ணங்களை எடுத்துரைத்திருக்கிறார். ஆக்க பூர்வமான பரிணாம வளர்ச்சியால் அதிமானுடர்கள் தோன்றி எதிர்கால உலகை ஆளுவார்கள் என்பது ஷாவின் கருத்து. பிரசித்தி பெற்ற பிரெஞ்சு தத்துவவாதியும் 1927ஆம் வருடம் இலக்கியத்துக்கான நோபல் பரிசைப் பெற்றவருமான ஹென்ரி பேர்க்ஸன் (1859–1941) வெளியிட்ட உயிராற்றல் கொள்கையினால் ஷா பெரிதும் கவரப்பட்டிருந்தார். 1884ஆம் வருடம் ஃபேபியன் கழகத்தில் ஷா சேர்ந்தார். பலாத்காரமின்றி, அறிவுப் பரம்பலினால் படிப்படியாக சோஷலிஸத்தை நிறுவலாம் என்பதே ஃபேபியன்களின் நம்பிக்கை. ஆளும் வர்க்கத்தினர் ஃபேபியன்களை ஓரளவு அநுதாபத்துடன் நோக்கியதில் ஆச்சரியம் எதுவுமில்லை. கற்பனாவாத சோஷலிஸத்தின் மற்றொரு வடிவமே ஃபேபியனிஸம். தமிழ் நாட்டிலே பகுத்தறிவுவாதிகள் பலரும் மு. வரதராசனார் போன்ற அறவாணர்களும் ஷாவை உயர்நிலையில் வைத்துப் போற்றியதும் புரிந்துகொள்ளக் கூடியதே. ஷாவைப் பின்பற்றிய மு.வ.வின் இலக்கியப் படைப்புகள் பற்றிய சிறு குறிப்பிற்கு, பார்க்கவும்: *தமிழ் நாவல் இலக்கியம்*, பக். 231–2.

3. *பத்தொன்பதாம் நூற்றாண்டு கற்பனா சோஷலிஸம்*, (தமிழாக்கம்: மாஜினி), சென்னை, 1962, பக். 86.

4. லெனின், *சோஷலிஸ சித்தாந்தமும் கலாசாரமும் குறித்து*, மாஸ்கோ, 1974, பக். 13.

5. இக்கருத்தினை ருஷிய இந்தியவியல் ஆய்வாளர் இ.பி. செலிஷெவ் குறிப்பிட்டிருக்கிறார். பார்க்கவும். கைலாசபதி, க., *ஒப்பியல் இலக்கியம்,* சென்னை, 1978, பக். 58.

6. இதனை விரிவாக "பொற்காலமும் புதுயுகமும்" என்னும் கட்டுரையில் விவரித்திருக்கிறேன். *ஒப்பியல் இலக்கியம்,* பக். 120–153.

7. தமிழறிஞர்கள் பலர் "இயற்கையோடியைந்த வாழ்வு" என்பதனை இலட்சியமயப்படுத்தி, பண்டைத் தமிழ் மக்கள் அறிவு பூர்வமாகத் தேர்ந்தெடுத்த வாழ்க்கை நெறி அது என்ற பொருள்படப் பேசியும் எழுதியும் வருகின்றனர். அது மார்க்ஸ் கூறியதுபோல வரலாற்றுக் குருட்டுணர்வு ஆகும். புராதனத் தமிழ் மக்கள் மற்றெல்லா ஆதிகால மக்களைப் போலவே அந்நாளிலே இயற்கையின் மத்தியில் வாழ்க்கை நடத்தினர்.

8. புறப்பொருளைக் கூறும் மற்றொரு பழைய இலக்கண நூல் *புறப்பொருள் வெண்பாமாலை.* அதிலும் (1:14) "மாறட்ட வென்றி மறவர்தஞ் சீறூரிற் கூறிட்டார் கொண்ட நிரை" என்று கூறப்படுகிறது.

9. Cf. "சுதந்திரப் பிரஜையும் அடிமையும், பாட்ரிஷியன் என்ற மேல்குடி மகனும் பிளெபியன் என்ற கீழ்க்குடி மகனும், பிரபுவும் பண்ணையடிமையும், கில்டு மாஸ்டரும் ஜேர்னிமனும், சுருங்கச் சொன்னால் ஒடுக்குபவனும் ஒடுக்கப்படுபவனும் என்றென்றும் எதிரெதிரே நின்று கொண்டு சில சமயங்களில் மறைவாகவும், சில சமயங்களில் பகிரங்கமாகவும் இடையறாத போர் நடத்தி வந்தனர். இதுவரை இருந்துவந்திருக்கிற சமுதாயத்தின் சரித்திரம் எல்லாம் வர்க்கப் போராட்டத்தின் சரித்திரமே." மார்க்ஸ் – எங்கெல்ஸ், *கம்யூனிஸ்ட் கட்சியின் அறிக்கை,* மாஸ்கோ, 1969, பக். 41–2.

10. நமது காலத்திலே MRA எனப்படும் தார்மீக புனருத்தாரண இயக்கத்தின் குரல் இத்தகையதே.

11. இராமகிருஷ்ணன், எஸ்., *வள்ளுவன் கண்ட வாழ்வியல்,* சென்னை, 1957, பக். 59.

12. ஹீசியொட் பற்றிய சில செய்திகளை *ஒப்பியல் இலக்கியம்* என்னும் நூலிலே கூறியிருக்கிறேன்.

13. Thomson, George, *Aeschylus and Athens,* London, 1966, p. 73. Bowra, C.M., *Ancient Greek Literature,* London, 1952, pp. 40-5.

14. ஜீவபந்து ஸ்ரீபால், *நில உடைமை உச்சவரம்புக் கொள்கை நமது பண்டைய நாகரிகமே*, சென்னை, 1968, பக். 5.

15. Chattopadhyaya, D.P., *Lokayata,* New Delhi, 1959, ப. 479.

16. *நரிவிருத்தம்*, பதிப்பாசிரியர்: ரா. இராகவையாங்கார், மதுரை, 1907.

17. *திருநூற்றந்தாதி*: மூலமும் உரையும், பதிப்பாசிரியர். ரா. இராகவையங்கார், மதுரை, 1935.

18. கைலாசபதி, க., *பண்டைத் தமிழர் வாழ்வும் வழிபாடும்*, சென்னை, 1978, பக். 173.

19. சிடோரோவ், எம்., *19ஆம் நூற்றாண்டு கற்பனா சோஷலிஸம்*, பக். 13.

20. இது போன்ற பல கருத்துக்களை எஸ். இராமகிருஷ்ணனின் *கம்பன் கண்ட அரசியல்* (சென்னை, 1959) என்னும் ஆய்வு நூலிற் பரக்கக் காணலாம்.

21. அருணாசலம், மு., *தமிழ் இலக்கிய வரலாறு* (பதினான்காம் நூற்றாண்டு), மாயூரம், 1969, பக். 305–6.

22. *தமிழின் மறுமலர்ச்சி*, சென்னை, 1947, பக். 50.

23. வடக்கிற்கும் தெற்கிற்கும் பொதுவான இவ்விடைக்கால இயக்கம் குறித்து, தமிழ் ஆய்வாளர்கள் அதிக சிரத்தை காட்டியிருப்பதாய்த் தெரியவில்லை. முத்தமிழ் வித்தகர் எனப் போற்றப்படுபவரும் யாழ்நூல் ஆசிரியருமான விபுலாநந்த அடிகள் (1892–1947) இப்பொருள் பற்றி, "தென்னாட்டில் ஊற்றெடுத்த அன்புப் பெருக்கு வடநாட்டிற் பரவிய வரன்முறை" என்றொரு நீண்ட கட்டுரை எழுதியிருக்கிறார். இது *செந்தமிழ்* சஞ்சிகையில் 1942, 1943ஆம் வருடங்களில் வெளிவந்தது. (பார்க்கவும்: *இலக்கியக் கட்டுரைகள்*, கல்வி வெளியீட்டுத் திணைக்களம், கொழும்பு, 1973, பக். 162–176.)

24. அருணாசலக் கவுண்டர், கு., "சித்தர் பாடலும் அவர்தம் தத்துவமும்: ஒரு கண்ணோட்டம்" *சித்தர் பாடல்கள்*, பதிப்பாசிரியர் த. கோவேந்தன், சென்னை, 1976.

25. பார்க்கவும்: அப்பாத்துரை, கா., *வெற்றித் திருநகர்*, சென்னை, 1960, பக். 70–72.

26. *ஒப்பியல் இலக்கியம்*, பக். 189–90.

27. சிடோரோவ், மு.கு. நூல். பக். 18–19.

28. *Counter-Tradition,* edited by Sheila Delany, New York, 1971, p. 4.

29. சாதி, மதம், இனம் முதலியவற்றைப் பற்றுக்கோடாகக் கொண்டு இந்திய வரலாற்றையும் ஆசிய வரலாற்றயையும் விமர்சித்து விளக்கிய வரலாற்றாசிரியர்களைப் பற்றிய விமர்சனமாக உள்ளது ரொமீலா தப்பாரின் *வரலாறும் வக்கிரங்களும்* (சென்னை, 1973) என்னும் நூல். இந்நூலைத் தமிழாக்கம் செய்த நா. வானமாமலை கூறியிருப்பது போல, "இம்முறையில் தமிழக வரலாற்றுக் கண்ணோட்டங்களை விளக்குவதும், விஞ்ஞான ரீதியான மார்க்சியக் கண்ணோட்டத்தில் தமிழக வரலாற்றை ஆராய முன்வருவதும் மார்க்சிய அறிவாளிகளின் கடமை."

30, வானமாமலை, நா., *தமிழர் நாட்டுப் பாடல்கள்*, சென்னை, 1964, பக். 3. இத்தொடர்பாக இதே ஆசிரியரின் *Studies in Tamil Folk Literature* (Madras, 1969) என்னும் நூலும் நோக்கத் தக்கது.

31. செந்தமிழ் வழக்குச் செய்யுள்களின் மரபில் வரும் இலக்கியங் களில் வர்க்க முரண்பாடுகளைக் காணவும், காலங்கடந்த – உலகப் பொதுவான – பழைய இலக்கியங்களில் சமூக வரலாற்றைக் காணவும் நமது அறிஞர்கள் தயங்குவதற்கும் பழைய இலக்கியங்களைப் பற்றிய கருத்தோட்டம் ஒரு காரணமாகும்.

32. பார்க்கவும்: கைலாசபதி, க., (முன்னுரை), *முட்கள் கவிதைத்தொகுதி* – ஆசிரியர் மு. கனகராஜன், யாழ்ப்பாணம், 1975, பக். 113

33. பார்க்கவும்: *தமிழ் நாவல் இலக்கியம்*, பக். 11–117.

34. பாரதியார் விட்மனைப் பற்றி உற்சாகத்துடன் எழுதியிருக் கிறார். விட்மனை 'மஹான்' என்றுகூட அவர் குறிப்பிட்டார். பாரதியார் விட்மனைப் புகழ்ந்திருப்பதைப் போலவே அரவிந்தரும் – ஏறத்தாழ அதே வார்த்தைகளில் எழுதியிருக்கிறார். இருவரும் ஒத்த கருத்துக்களை ஒரே விதமாய்க் கூறினர் எனக் கருதுமளவிற்கு வார்த்தைப் பிரயோகத்திலே ஒற்றுமை காணப்படுகிறது. *Vide:* The *Future Poetry Sri Aurobindo Centenary Library,* Vol. 9, p. 179. விட்மனும் இந்திய தத்துவ ஞானத்தால் ஈர்க்கப்பட்டவன். வேதாந்தத்தின் தாக்கம் விட்மனிடத்தில் குறிப்பிடத்தக்க அளவில் இருந்தது. 'இனம் இனத்தை நாடும்' என்பதற்கு அமையப் பாரதியும் அரவிந்தரும் வேறு பல இந்திய மறுமலர்ச்சியாளரும் விட்மனை வியந்து கொண்டாடியது

இயற்கையே. *பார்க்கவும்:* Chari, V.K., "Whitman and Indian Thought" in *Western Humanitites Review,* Vol. 13, No. 3, Utah, 1959 pp. 291-302; Sachithanandan, V., *The Impact of Western Thought on Bharati*, Annamalai Nagar, 1970, pp. 64-90.

35. Cf, "*இந்நாளில்* புது *உலக மலர்ச்சி* பேசப்படுகிறது. *அப்புது* உலகம் *சமரச* சன்மார்க்கத்தை அடிப்படையாகக் கொண்டதாயிருத்தல் வேண்டும். சமரச சன்மார்க்கமே புது உலக ஆக்கத்துக்குரிய அவதாரமென்று யான் கருதுகிறேன்", *பொதுமை வேட்டல்* (மூன்றாம் பதிப்பு), சென்னை, *1959*, *பக். 3.*

36. **மார்க்கிஸ் முனிவன் மார்க்கம் கண்டனன்**
அந்த மார்க்கம் யாக்கை போன்றது;
ஆவி நல்க மேவினன் காந்தி.

பார்க்கவும்: ஜீவபந்து டி.எஸ். ஸ்ரீபால், மு.கு. நூல், *பக். 30.* சுப. ஞானவடிவேலன், *அண்ணா தமிழும் முற்காலத் தமிழும்,* சென்னை, *1968.*

37. தமிழ் ஒளி, *வீராயி* (காவியம்), சென்னை, *1947, 31–2.*

38. மேற்கோள் *காட்டப்பெற்ற* அய்யாமுத்துவின் கவிதைப் பகுதிகள் *தேய்ந்த லாடம்* (சென்னை, *1947*) என்னும் தொகுதியிலிருந்து எடுக்கப்பெற்றவை. பொதுமைச் சிந்தனை இத்தகையோரால் 'உபதேசம்' *செய்யப்படுதல்* கவனிக்கத்தக்கது. எனினும் பாடலில் நேர்மை தொனிக்கிறது.

39. வெ. *சாமிநாத சர்மா* கூறியதைப் போல் "தமிழகத்தில் கவிஞராகவும் கர்மவீரராகவும்" திகழ்ந்த ப. ஜீவானந்தம் பலவகைப்பட்ட பாக்களை இயற்றினார். அவற்றிற் பெரும்பாலான *1932–45*க்கு இடைப்பட்ட ஆண்டுகளில் எழுதப்பட்டவை. இயக்க உணர்வுடனும் உந்துதலினாலும் எழுதப்பட்ட அப்பாடல்களில் இசைப் பண்பு நிரம்பப் பொருந்தியுள்ளது. பொதுவுடைமைக் கோட்பாடுகளை மையமாகக் கொண்டு கீர்த்தனைகள் இயற்றிய முதற்கவிஞர் ஜீவா என்றே கூறத் தோன்றுகிறது. *பார்க்கவும்: ஜீவாவின் பாடல்கள்,* சென்னை, *1962.* இதற்கு ஆர்.கே. கண்ணனும் வெ. *சாமிநாத சர்மாவும்* எழுதியுள்ள முன்னுரைகள் ஜீவாவின் கவிதைகளுக்குரிய பின்னணியை விளக்குகின்றன.

40. *புது உலகம் – பசுபதி கவிதைகள்,* கொழும்பு, *1965,* (பாரதி தினம்). "நோக்க வேகமும் உணர்வுச் செழுமையும் கலையம்சமும் கொண்டு பூரணத்துவம் பெற்று" பல கவிதைகளை எழுதிய

பசுபதி (1925–1963) அகால மரணமடைந்தது தமிழிலக்கிய உலகின் நஷ்டமாகும்.

41. ஜீவானந்தம், ப., *கம்யூனிஸம்: ஓர் சுருக்க விளக்கம்*, கொழும்பு, 1949, பக். 48.

42. பார்க்கவும்: ப. ஜீவானந்தம், *கலையும் இலக்கியமும்*, சென்னை, 1967, பக். 66–72; மூர்த்தி, து., *இக்காலக் கவிதைகள்: மரபும் புதுமையும்*, சென்னை, 1978, பக். 19–44.

43. அரங்கராசன், சு., "புதுக்கவிதையின் தோற்றங்கள்", *திறனாய்வுக் கட்டுரைகள்* (தொகுப்பு நூல்), சென்னை, 1977, பக். 179–199.

44. தமிழன்பன், *தோணி வருகிறது*, சிதம்பரம், 1973, பக். 13.

~~

4

இசைத்தமிழ் வளர்ச்சியில் நாட்டார் பாடல்களின் பங்கு

தமிழ் மக்கள் தொன்றுதொட்டே இசைக் கலையைச் சிறப்பாகப் பேணி வளர்த்து வந்திருக் கின்றனர். மும்மைத் தமிழ்பற்றிய வழக்கிலே இசையை நடுவண் அமைத்துச் சென்றிருக்குமாற்றை அறிஞர்கள் சுட்டிக்காட்டியுள்ளனர். சங்க காலம் என வழங்கப்படும் வீரயுகத்திலே பாணர், கூத்தர் முதலிய இசைக்கலைஞர்களை 'தாவுகின்ற பரிமாவின் மீதிவர்ந்து' சென்றோ தளர்நடை நடந்தோ தரணிபரும் அரசியரும் உருக இசைபொழிந்தமைக்குச் சான்றோர் செய்யுள்கள் சான்று பகர்கின்றன.[1] அக்காலத்திலிருந்து இன்றுவரை இசையும் இசை நுணுக்க நூல்களும் ஆற்றல்வாய்ந்த கலைஞர்களினால் அமைக்கப்பெற்றுவந்துள்ளன. கர்னாடக இசை சம்பந்தமாகத் தென்னாட்டிலே சிறந்த நூல்கள் இயற்றப்பட்டமை போலவே முற்காலத்திலும் இசைநுணுக்கம், இந்திரகாளியம் இசைமரபு, பரதசேனாபதீயம் முதலிய பல கலை நுணுக்க நூல்கள் இயற்றப்பட்டன. இடைக்கால உரையாசிரியர்கள் இசையும் கூத்தும் சேர்ந்த பல திறத்து நூல்களைக் குறிப்பிட்டிருத்தல் இலக்கிய மாணவர் நன்கறிந்த செய்தியே.[2] காலத்துக்குக் காலம் தோன்றிய இசை மேதைகள் அக்கலையைப் பற்றிய சாத்திர நூல்கள் எழுதியமையினால் தமிழர் வளர்த்த இசை, செம்மை சான்றதாய் உலக இசை நிலைக்கு உயர்ந்ததொன்றாய் அமைந்து விளங்குகின்றது. பழங்காலத்தில் மன்னரும் குறுநிலத் தலைவர்களும்

வள்ளல்களும் ஆதரித்த கலைஞர் இசையாலே தமக்கு இசை தேடிக்கொண்டனர்; அமரத்துவம் அடைந்துவிட்டனர். அவர் தம் கலைமரபு இன்றும் குறிப்பிடத்தக்களவு உயிராற்றலுடன் விளங்குகிறது. இக்கலை மரபு செழித்து வளர்வதற்குப் பல சக்திகளும் கூறுகளும் பங்களிப்புச் செய்துள்ளன. தமிழிசையின் பருப்பொருள் வடிவமாய்த் திகழும் இசைப் பாடல்களின் – இசைத் தமிழின் – வரலாற்று வளர்ச்சியை உற்று நோக்குமிடத்துப் பல்வேறு காலப் பகுதிகளிலே தமிழ்நாட்டில் வழங்கிவந்த நாட்டுப்புறப் பாடல்கள் உயிராதாரமாயும் உந்துசக்தியாயும் அமைந்து அவ்வளர்ச்சிக்கு ஏதுவாயிருந்தமை எளிதிற் புலனாகும்.[3]

பழந்தமிழ் நாட்டு இசைக்கலைஞர்களான பாணன், பாடினி, கூத்தர், விறலியர் முதலியோர் ஆதியில் மக்களது கூட்டு வாழ்க்கையின் அடிப்படையிலே தோன்றியோராவர். சான்றோர் செய்யுள்களிலே ஆங்காங்குப் புராதன பொதுவுடைமைச் சமுதாயத்தின் மிச்சசொச்சங்களையும் எதிரொலிகளையும் நாம் காண்கிறோம். வேட்டையாடுதல், மீன்பிடித்தல் முதலிய தொழில்களை மாத்திரமன்றி ஆடுதல், பாடுதல் முதலியவற்றையும் கூட்டாகவே மக்கள் செய்தனர். அத்தகைய கூட்டு முயற்சிகளின்போது மக்கள் சேர்ந்து இசைக்கும் தொழிற்பாடல்கள் தோன்றுகின்றன. போரின்போதும் கூட்டு முயற்சி முனைப்பாகத் தோன்றுகிறது. வாய்மொழி இலக்கியமே அக்காலத்தில் வழக்கில் இருந்தது. இலக்கிய ஆக்கத்திற்கு எழுத்துப் பயன்படுத்தப்படாத அந்நிலையில் கல்வியென்பது கேள்வியாகவே அமைந்தது. அதாவது செவிவழியாகக் கேட்டுப் பயிற்சி பெறுவதே இலக்கியத்தின் அடிப்படையாக இருந்தது. மரபுத் தொடர்கள் வாய்மொழி இலக்கியங்களில் முதன்மை பெறுதல் இக்காரணத்தினாலேயாகும். சொற்களும் சொற்றொடர்களும் மீண்டும் மீண்டும் வருதலைக் காணலாம். குறிப்பாக வருணனைகள், நுணுக்க விவரங்கள், கதைக்கூறுகள், ஐதிகங்கள் முதலியன மாற்றம் எதுவுமின்றி ஏறத்தாழ அப்படியே பல பாடல்களில் வருவது கண்கூடு.[4] இன்னுமொரு அம்சம் கவனிக்கத்தக்கது. சான்றோர் செய்யுட்களிலே பொதுவாக இப்போக்கினைக் கண்டுகொள்ளலாமாயினும் சில நூல்களிலே துலக்கமாய்க் காணக்கூடியதாக உள்ளது. சங்கச் சான்றோர் பலர் தமது காலத்திலும் அதற்கு முற்படவும் வாழ்ந்த "மக்களின் மொழி நடையையும் மக்கள் இலக்கிய உருவங்களையும் தங்கள் இலக்கியப் படைப்புக்களில் ஏற்றுக் கையாண்டு" பாடினர்.[5] ஐங்குறுநூறு என்னும் "தொகைநூலில் வரும் புனலாட்டுப் பத்து, வேழப் பத்து, எருமைப் பத்து, வெள்ளாங்குருகுப் பத்து, சிறுவெண்காக்கைப் பத்து, தெய்யோப் பத்து முதலிய

தலைப்புக்கள் எல்லாம் மக்கள் பாடல் தலைப்புக்களே." இவை நாட்டார் பாட்டியல் கூறுகளை ஆதாரமாகக் கொண்டவை.[6] சான்றோர் செய்யுள்களிலே ஒலி உணர்வு வெகு நுட்பமாகப் புலப்படுத்தப்படுவதை அவதானிக்கலாம். காட்சி வருணனைகள் வீரயுகப் பாடல்களில் எத்துணைச் சிறப்பாக அமைந்துள்ளனவோ அத்துணைச் சிறப்பாக ஒலி வருணனைகளும் அமைந்துள்ளன. "பெருங்கடல் முழங்க", "அருவி ஆர்ப்ப", "உருமின் உரற்றுகுரல்", "அட்டமள்ளர் ஆர்ப்பிசை" என்று பெரிய ஓசைகளை மட்டுமன்றி, "மாக்குரல் நொச்சி அணிமிகு மென்கொம்பூழ்த்த மணிமருள்பூவின்பாடு நனி" என்று நொச்சிப்பூ உதிரும் மிக நுணுகிய ஓசையையும் இரவில் விழித்திருந்த பெண்கள் கேட்டதாகப் பாடல்கள் கூறுகின்றன.[7] ஒலிக்கு இயைபுடைய செவிப்புலனுணர்வு வாய்மொழி இலக்கிய கர்த்தாக்களிடையே காணப்படுதல் எதிர்பார்க்கக் கூடியதே. சன்றோர் செய்யுள்களில் மிக மெல்லிய ஒலிகளும் பதிவாக்கப்பட்டுள்ளமை அச்செய்யுள்கள் வாய்மொழிப் பாடல்களாக எழுந்தன என்பதற்கு முக்கியமான ஒரு சான்றாகும். இயற்கையிலும் மனித வாழ்க்கையிலும் கேட்ட ஒலிகளை நுட்பமாகப் பாடல்களிலே அமைப்பதற்கு வாய்மொழி இலக்கியம் பெரிதும் வாய்ப்பாக இருந்திருத்தல் வேண்டும். பெரும்பாலும் குழு முறையில் இயங்கிய அக்கலைஞர்கள் அடிக்கடி வறுமையால் வாடி வதங்கிய நாட்டுப்புறக் கவிஞராவர். ஆற்றுப்படை நூல்களைப் படிக்கும்பொழுது அக்காலத்திலே பாணர்கள் எத்தகைய கொடிய வறுமையில் வாடினர் என்பது புலனாகும். "பழுமரந்தேரும் பறவை போல"ப் பாணன் ஒருவன் "பழம்பசி கூர்ந்தவெம் மிரும்பே ரொக்கலொடு" திரிவதை *பொருநராற்றுப்படை* சித்திரிக்கின்றது. வேறு நூல்களிலும் இதனையொத்த காட்சிகள் விவரிக்கப்படுகின்றன. ஊர்களிலே விழாக்கள் நடக்கும்பொழுது அங்கெல்லாம் சென்று மக்களையும் பின்னர் மன்னரையும் அவர்கள் மகிழ்வித்தனர். மக்களது ஆதரவிலிருந்து தமது கலைக்கு ஜீவசத்துப் பெற்றவர்கள். பல சுவைகளையும் தழுவிய இசையை அவர்கள் உருவாக்கினர். அதனடியாகவே நமது முற்பட்ட இசை வடிவங்களான பண்கள் முகிழ்த்தன. கூத்துடன் கூடிவளர்ந்த இசைக்கலை தொடக்கத்திலிருந்தே நாட்டார் இலக்கியங்கள், பாடல்கள், கூத்து இவற்றிலிருந்து வளம் பெற்றது.

ஆனால் காலப்போக்கிலே தமிழ்ச் சமுதாயத்திலே தவிர்க்க இயலாதவாறு ஏற்பட்ட வர்க்க வேறுபாடுகளின் விளைவாகவும் பிரதிபலிப்பாகவும் இசையிலும் உயர்கலை, பாமரர்கலை என்னும் பாகுபாடு எழுந்தது. இப்பாகுபாட்டின் தருக்கரீதியான வெளிப்பாடாகவே வேத்தியல், பொதுவியல்

என்ற வழக்காறும் கலையுலகில் காணப்படலாயிற்று. இப்பாகுப்பாட்டினை வெவ்வேறு வடிவங்களிலே நாம் கண்டு கொள்ளலாம். பெருந்தெய்வவழிபாடு – சிறுதெய்வவழிபாடு, செந்தமிழ் – கொடுந்தமிழ், உயர்ந்தோர் வழக்கு – இழிசினர் வழக்கு, சாஸ்திரீய இசை – பாமரர் இசை, கவின் கலைகள் – கிராமியக் கலைகள் என்பனவெல்லாம் சமுதாயத்தில் உள்ள வர்க்க வேறுபாட்டின் பிரதிபலிப்புக்களேயாம். இடைக்கால உரையாசிரியர்கள் இவ்வுணர்வின் அடிப்படையிலேயே தமது கருத்துக்களைக் கூறிப்போந்தனர்.

சமுதாயத்திலே உழுதுண்போர் உழுவித்துண்போர் என்னும் அடிப்படையான வர்க்கப் பிரிவினை உண்டாகியதன் பின்னர், கூட்டுவாழ்க்கையிலிருந்து அந்நியப்பட்ட உயர் வர்க்கம் தோன்றியது. சான்றோர் செய்யுளுக்கு இலக்கணம் வகுத்த *தொல்காப்பியம்* சமூக ஏற்றத்தாழ்வுகள் குறித்துப் பல சூத்திரங்களிற் கூறுவது பலரும் அறிந்ததே.[8] வருணங்களைப் பற்றிப் பேசுவதோடமையாது பழஞ்சூத்திரங்களின் அடிப்படையில் இலக்கியத்தில் இடம்பெறும் மாந்தரிடையே வேறுபாடு கற்பித்துக் காட்டுகிறது. நால் வகை நிலங்களைப் பற்றிப் பேசுமிடத்துத் திணைப் பெயர்களைக் குலப்பெயர்கள் என்றும் தலைமக்கள் பெயர்கள் என்றும் பாகுபாடு செய்கின்றது. உதாரணமாகப் பின்வந்த உரையாசிரியர்கள் மருதநிலத்தில் வழங்கும் குலப்பெயர்களாகக் களமர், உழவர், கடையர், கடைச்சியர், உழத்தியர் என்பவற்றைக் கூறிவிட்டு அந்நிலத்து உரிப்பொருட்குரிய தலைமக்கள் பெயர்களாக மகிழ்நன், மனையோன், ஊரன் என்பவற்றைக் காட்டுவர். ‘ஊரன்’ என்பது கவனிக்கத்தக்கது. ஊரை யுடையவன், ஊருக்குக் கிழவன் என்று பொருள்படும் அச்சொல் பிற்காலத்தில் வழக்கிற்குவந்த ‘உடையான்’ என்னும் சொல்லை ஒத்ததாகும். மருதநில நாகரிக வளர்ச்சியை அடுத்தே நிலவுடைமை உறுதி பெற்றமையையும் இங்கு நினைந்துகொள்ள வேண்டியதாகும். முல்லை நிலத்துத் தலைமக்கள் பெயர்களுள் அண்ணல், தோன்றல், குறும்பொறை, நாடன் என்பன அடங்குவதும் குறிப்பிட வேண்டியதாகும். வர்க்க வேறுபாட்டினைச் சான்றோர் செய்யுள்களிலேயே இனம்கண்டுகொள்வதற்கு இத்தகைய சொல்லாட்சிகள் சான்றாய் உள்ளன. நாடன், ஊரன், கிழவன் முதலிய சொற்கள் ஆதிக்கநிலை எய்திக்கொண்டிருந்த தலைமக்களைக் குறித்தன எனக் கொள்வதில் தவறில்லை. உழைப்பிலிருந்து விடுபட்ட அவ்வர்க்கத்தினர், “தூயகலை”களையே சுவைக்கும் நிலைக்குத் தள்ளப்பட்டனர். இது பொதுவான சமுதாய நியதியாகவிருந்தது. அக்காலத்திலிருந்து இன்றுவரை சிற்சில கலைஞர்கள் உயர்

வர்க்கத்தினரை மட்டுஞ் சார்ந்து நின்று அவர்களது பொழுது போக்கிற்காகவும் மகிழ்ச்சிக்காகவும் கலைவடிவங்களைப் படைத்துவந்துள்ளனர். ஆனால் காலத்துக்குக் காலம் தோன்றிய ஆற்றல் மிக்க கலைஞர்கள் மக்கள் கலைகளையும் தழுவித் கொண்டே தமது ஆக்கங்களைப் படைத்தளித்தனர். இளங்கோ, கம்பன், பாரதி முதலியோரை எடுத்துக்காட்டாகக் கொள்ளலாம்.

வீரயுகத்திற்குப் பின்னர் வர்க்க வேறுபாடுகள் வலுவும் முனைப்பும் பெற்றுவிட்ட காலப்பகுதியிலே இயற்றப்பட்ட *சிலப்பதிகாரம்* இவ்விடத்திலே குறிப்பிடத்தக்கது. புராதனத் தமிழ்நாட்டிலே கூட்டுவாழ்க்கையில் ஈடுபட்டிருந்த மக்களின் சொத்தாக – அவர் விட்டுச்சென்ற அருஞ்செல்வமாகத் தமது காலத்திலும் வழங்கிய – தாழ்ந்த நிலையிலிருந்த 'பாமர' மக்களிடையே நிலவிய – இசைக் கோலங்களை ஆதாரமாகக் கொண்டே குன்றக் குரவை, வேட்டுவ வரி, ஆச்சியர் குரவை முதலிய அற்புதமான இசைப் பாடற் பகுதிகளை ஆக்கினார் இளங்கோவடிகள் என்பதில் எவர்க்கும் கருத்து வேறுபாடில்லை. தெ.பொ. மீனாட்சிசுந்தரம், தி.நா. சுப்பிரமணியன் முதலிய ஆய்வாளர்கள் சிலம்பிற் காணப்படும் நாட்டுப்புறக் கலைகளின் செல்வாக்கினைத் தெளிவாக்கியிருக்கின்றனர். ஊர்சூழ்வரி, அம்மானைவரி, கந்துகவரி, ஊசல்வரி என்பனவும் நாட்டுப்புறப் பாடல்களிலிருந்து அமைக்கப்பெற்றனவே. வாழ்க்கையையும் தத்துவத்தையும் இணைத்துக் காப்பியஞ் செய்ய முற்பட்ட கலைஞருக்கு மக்கட் பண்பாட்டியற் கூறுகள் உயர்நிலையாக அமைந்து அவரது படைப்பிற்கு உறுதியும் உயர்வும் அளித்தன. காப்பியத்தின் பெரும்பகுதியைக் குறிப்பாக ஆசிரியர் கதையைக் கூறி நடத்திச் செல்லும் பகுதிகளை நால்வகைப் பாக்களில் ஒன்றான அகவலில் அமைத்துச் செல்லும் இளங்கோவடிகள், குழுநிலை வாழ்க்கை நடத்தும் பழங்குடி மக்களைப் பற்றிக் கூறுகையில் இசைப்பா வடிவங்களைக் கைக்கொள்ளுதல் உணர்வு பூர்வமான செயலாகும். அம்மக்களுடைய வாழ்க்கையும் சடங்கு சம்பிரதாயங்களையும் நம்பிக்கைகளையும் ஆடல் பாடல்களுக்கேற்ற இசைப்பாடல்களிலேயே திறம்படச் சித்திரித்தல் கூடும் என்று ஆசிரியர் கருதியமையை அவரது செயல் எமக்குக் காட்டுகிறது. மன்னர், வணிகர், அறவோர் இவர்களது கதையைக் கூறுவதற்கு அகவற்பாவைப் பயன்படுத்தும் ஆசிரியர் தொல்குடி மக்களினதும் உழைக்கும் மக்களினதும் வாழ்க்கையைச் சித்திரிப்பதற்கு அவர்களிடையே வழங்கிய ஆற்றல் மிக்க இசைப்பாடல் வடிவங்களைக் கையாண்டமை கவனிக்கத்தக்கதே. தேவை நோக்கி ஆசிரியர் நாட்டார் பாடல்களைச் சேர்த்துக்கொண்டார் என்பது தெளிவு.

காலப்போக்கில் பல்வேறு வரலாற்றுக் காரணங்களின் அடிப்படையில் தமிழ் மக்கள் வடநாட்டு மக்களுடன் நெருங்கிய கலாசார உறவுகளை ஏற்படுத்திக்கொண்டதன் விளைவாகவும், குறிப்பாக வடமொழிக் கலப்புக் காரணமாகவும் இசைத்துறையில் சிற்சில வளர்ச்சிகள் உண்டாயின. உதாரணமாக, காந்தாரம், கௌசிகம், சாதாரி, தக்கேசி, மேகராகம் முதலிய பண்வகைகள் தமிழிற் புகுந்தன. செந்தமிழ் வளர்ச்சியடைந்ததைத் போலவே செவ்விய இசையும் பல்லவர் காலத்தில் பெருவளர்ச்சியுற்றது. விருத்தப்பாவிலே எண்ணற்ற சந்த வேறுபாடுகள் எழுந்தன. இவையெல்லாம் உயர்மட்டத்திற் காணப்பட்ட மாற்றங்கள்.

ஆயினும், இவ்வளர்ச்சிகளின் உடனிகழ்ச்சியாக ஆழ்வாரும் நாயன்மாரும் தமது ஆக்கங்களுக்கு ஆதாரமாக நாட்டார் பாடல் வடிவங்கள் பலவற்றைக் கைக்கொண்டனர். *தேவாரங்*களிலும் *திவ்வியப் பிரபந்தங்*களிலும் நாட்டார் பாடல்களின் செல்வாக்கு எத்துணை ஆழமாகக் காணப்படுகிறது என்பதனை விபுலானந்த அடிகளாரும் அவருக்குப் பின்வந்த ஆய்வாளர் சிலரும் எடுத்துக் காட்டியுள்ளனர். பக்தி இயக்கம் பொதுமக்களிடையே பரவலாகச் செல்வாக்குப் பெற்றிருந்தமையால் அவர்கள் வாழ்வில் இடம்பெற்றிருந்த கலைவடிவங்களும் இசைக்கோலங்களும் பக்திப் பாடல்களில் எதிரொலித்தல் இயல்பே. தாழ்ந்த சாதியினராகக் கருதப்பட்ட ஆனாய நாயனாரும் திருநீலகண்ட யாழ்ப்பாணரும் திருப்பாணாழ்வாரும் திருநாளைப்போவார் நாயனாரும் இசைபாடியும் யாழ்மீட்டியும் இறைவனைத் துதித்தபொழுது அவரெல்லாம் தமக்குப் பரிச்சயமான பாடல் வகைகளையும் பயன்படுத்தி இருப்பர் என்பது எதிர்பார்க்கக் கூடியதன்றோ? அதுமட்டும் அன்று. பக்திப் பந்தரில் இசைமாரி பொழிந்த இறையடியார்கள் குறிஞ்சி, சீகாமரம், செவ்வழி, நட்டபாடை, வியாழக் குறிஞ்சி முதலிய பண்களிலே தமது பாடல்கள் பலவற்றை அமைத்த அதே வேளையில் வழிவழிவரும் நாட்டார் பாடல்களாம் கும்மிப்பாட்டு, ஊஞ்சற்பாட்டு, வள்ளைப்பாட்டு, வரிப்பாட்டு, தெம்மாங்கு முதலியவற்றையும் ஏற்றவாறு பயன்படுத்தியிருக்கின்றனர். அன்றியும் கழல், பந்து, அம்மானை, சுண்ணம், சாழல், தெள்ளேணம், பூக்கொய்தல் முதலாய மக்கள் விளையாடல்கள் – சடங்குகள் – இவற்றுடன் தொடர்புடைய பாடல்களிலிருந்தும் ஓசை நயங்களைப் பெற்றனர் என்பது வெளிப்படை. இப்போக்கிற்குச் சிறந்த எடுத்துக்காட்டாக மாணிக்கவாசக சுவாமிகள் விளங்குகிறார். சாதாரண மக்களின் அன்றாட வாழ்க்கையில் இடம்பெற்றிருந்த தொழிற் பாடல்களையும் விளையாட்டுப் பாடல்களையும் முன்மாதிரியாகக் கொண்டு அவற்றுக்குச் சைவ சமயப்பொருளைப்

பெய்து மக்கள் நாவில் நடமாடக்கூடிய பாடல்களை அவர் இயற்றினார். மூவர் முதலிகளைவிட மணிவாசகர் நாட்டார் பாடல்களைப் பிரக்ஞைபூர்வமாகக் கையாண்டு அவற்றின் உயிராற்றலைத் தமது பக்திப்பாடல்களுக்கு அமைத்துக் கொண்டாரெனலாம். நாட்டுப்புற மக்கள் (குறிப்பாக மகளிர்) விளையாட்டுக்களேயன்றி நாட்டார் பாடல்களில் உள்ள அமைப்பியல் கூறுகளும் பக்திப்பாடல்களில் குறிப்பிடத்தக்க விதத்திலே அமைந்துள்ளமையை ஆய்வாளர்கள் சுட்டியுள்ளனர். உதாரணமாகச் சுந்தரமூர்த்திசுவாமிகள் பாடியுள்ள திருக்கோளிலிப் பதிகத்தை எடுத்து நோக்குவோமாயின்,

நீள நினைந்தடியேன் உமை
நித்தலும் கைதொழுவேன்

என்று தொடங்கிச் செல்லும் பாடலும் அதன்பின் வருவனவும்

கொண்டை முடிப்பதற்கே – மணம்
கூட்டு தயிலங்களும்
வண்டு விழியினுக்கே – கண்ணன்
மையும் கொண்டுதரும்

என்ற பாரதி பாட்டை நினைவூட்டுவனவாய் உள்ளன. 'கண்ணன் பாட்டி'லே வரும் இப்பாடல் ஒருவகைச் சிந்து என்பதைப் பலரும் அறிவர். சிந்து மெட்டில் அமைந்ததுதான் சுந்தரரின் *தேவாரம்*. இம்மெட்டில் அமைந்த சித்தர் பாடல்களும் உண்டு. சுந்தரருக்கும் காலத்தால் முற்பட்டவரான அப்பர் சுவாமிகளின் பாடல்களிலும் சிந்து யாப்பின் சாயல்களைக் காணலாம். உதாரணமாகத் *திருவங்க மாலையில்* வரும்

தலையே நீவணங்காய் – தலை
மாலை தலைக்கணிந்து

என்று தொடங்கிச் செல்லும் அடிகள் சிந்து யாப்பில் அமைந்தனவே. *தேவாரம்* பாடிய மூவரில் மற்றொருவரான ஞானசம்பந்தர் பாடல்களும் இதற்கு விலக்கல்ல. உதாரணமாக,

தோடுடைய செவியன் – விடையேறி ஓர்
தூவெண்மதிசூடி
காடுடைய சுடலைப் – பொடிபூசியென்
உள்ளங் கவர்கள்வன்

என்று தொடங்கிச் செல்லும் பதிகம் சிந்து யாப்புருவில் அமைந்ததே. இத்தேவாரத்தைப் பாரதியாரின்,

கடுமை உடையதடீ – எந்தநேரமும்
காவலுன் மாளிகையில்

என்ற ‘கண்ணம்மா என் காதலி’ பாட்டின் அடிகளுடன் ஒப்பிடலாம். இரண்டும் ஒரே வயையான சிந்து என்பதில் ஐயமில்லை. முருகையனின் கூற்று விஷயத்தை விளக்குகிறது.[9]

> இலக்கணக்காரர்களின் அங்கீகாரம் பெற்று படிப்பாளிகளாலும் புலவர்களாலும் மந்த நிலைக்குக் கொண்டுவரப்படுவதற்கு முன்னர் சிந்து யாப்பு நெடியதொரு வரலாற்றை உடையதாய் இருந்தது என்பதை நாம் கவனித்தல் வேண்டும். “நாடோடி நிலையினின்றும்” மெல்ல மெல்ல ஏடேறும் நிலைக்கு வருவதற்கு இடையிலே பல வளர்ச்சிப் படிகளைத் தாண்டிய கதையே இந்த வரலாறாகும். இந்த வரலாற்றை நாம் இப்போது பின்னோக்கிக் காணும்போது சித்தர் பாடல் வழியாகத் தேவாரத் திருமுறைகள் யாக்கப்பட்ட காலம் வரைக்கும் செல்லக்கூடியதாக உள்ளது.

சொல்வளம், யாப்பமைதி, பாடல் வடிவம் என்னும் அம்சங்களில் எல்லாம் பக்திப் பாடல்கள், நாட்டார் இலக்கியத்தின் செல்வாக்கிற்குச் சான்று பகர்கின்றன.

நாட்டார் பாடல்களிற் காணப்பட்ட யாப்புருவங்களை யும் இசையுருவங்களையும், நாயன்மார்களும் ஆழ்வாரும் பயன்படுத்தியபோது அவற்றோடு பேச்சு வழக்குச் சொற்கள், சொற்றொடர்கள், பழமொழிகள் முதலியனவும் அவர்களின் பாடல்களில் இடம்பெற்றமை எதிர்பார்க்கக் கூடியதே. ஒருதாரணம் பார்க்கலாம். திருநாவுக்கரசர் “சோத்தம் எம்பெருமான் என்று தொழுது தோத்திரங்கள் சொல்ல” என்று பாடுகிறார். “சோத்து உன் அடியம் என்றோரை” என்று *திருக்கோவையார்* செய்யுளில் வருகிறது. *திருக்கோவையா*ருக்கு உரை கண்ட பேராசிரியர் “சோத்தாம் இழிந்தார் செய்யும் அஞ்சலி” என்று குறிப்பிட்டிருத்தல் கவனிக்கத்தக்கது. இலக்கணக்காரர் இழிந்தார் கூற்று என்று கருதுவனவற்றைத் *தேவாரம்* பாடியோர் கையாண்டிருக்கின்றனர் என்பதே இங்கு மனங்கொள்ள வேண்டியதாகும். இச்செய்தியை ஒருவாறு இலட்சியமயப்படுத்தி அமைதிகாண முற்படுகின்றார் ஔவை சு. துரைசாமிப் பிள்ளை.[10]

> இனி இசைத்தமிழ்ப் பாட்டுக்கள் பலவும் இயல்நெறியினும் இசைநெறியினையே பெரிதும் மேற்கொண்டு இயலுவனவாகும். ஆதலால் இசைக்கேற்பச் சொற்கள் உரு வேறுபடுவது

இயற்கை. அவ்வகையில் ஞானசம்பந்தர் பாடியுள்ள பாட்டுக்களில் இயற்றமிழ் நெறியில் காணப்படாத சில சொல்லுருவங்கள் காட்சி தருகின்றன. இவ்வண்ணம் புதுமுறையிற் சொற்களை இனிய வகையில் இசைக்கேற்ப அமைத்துக்கொண்டும் சதுரப்பாடு சிறந்து விளங்கும் ஞானசம்பந்தர் தம் காலத்தும் தமக்கு முன்னோர் காலத்தும் வழங்கிய பழமொழிகளையும் கருத்துக்களையும் தம்முடைய ஞானப்பாட்டுக்களுக்கிடையே தொகுத்துச் சிறப்பித்திருக்கின்றார்.

சிவநெறிச் செல்வர்களின் பாடல்களில் சாதாரண மக்களின் வழக்குகளும் சொல்லுருவங்களும் தாராளமாக இடம்பெற்றிருப் பதை வெளிப்படையாகக் கூறத் தயங்குகிறார் சித்தாந்த கலாநிதி துரைசாமிப் பிள்ளை. அவர் இத்துணை சிரமப்படத் தேவையே இல்லை.

உண்மையில் "தமிழ்ச் சமுதாயத்தில் பல்வேறு திறத்தினரும் எளிதில் உணர்ந்து ஈடுபடும்படி" நாயன்மாரும் ஆழ்வாரும் தமது பாடல்களை இயற்றினர்.[11] எனவே, எளிமையும் ஜனரஞ் சகத்தன்மையும் உணர்வு பூர்வமாகவே மேற்கொள்ளப்பட்டன.

விசயநகரப் பேரரசு தென்னாட்டிலே இந்துப் பேரரசாக நிலைநாட்டப்பட்ட காலப்பகுதியிலே அரசவைகளிலே கன்னடமும் தெலுங்கும் சிறப்பிடம் வகித்தன. அதையடுத்துத் தமிழ்நாட்டிலும் கருநாடக இசை ஓங்கி வளரலாயிற்று. கருநாடக இசையின் கொடிமுடிகளான நூல்கள் இக்காலப்பகுதியை அடுத்தே எழுந்தன. ஆயினும், தமிழ்நாட்டிலே "மூவேந்தரு மற்று முடியற்றுச் சங்கமற்றுப் பாவேந்தர் காற்றில் இலவம் பஞ்சாகப் பறந்த" காலத்திலே குடை நிழலிருந்து குஞ்சரம் ஊர்ந்தோர் நடை மெலிந்தனர்; உயர் கலைஞர் அரசறிய வீற்றிருந்த வாழ்வு வீழ்ந்தது.

அரசியற் சமூகக் குழப்பங்களுக்கு மத்தியில் பொது மக்களே ஓரளவாவது நம்பிக்கையுடனும் உழைப்புறுதியுடனும் வாழ்ந்தனர். உழவரும் குறவரும் பள்ளரும் இலக்கியக் கதாபாத்திரங்களாக உயர்த்தப்பட்ட அக்காலப் பகுதியிலே இசை நாடகங்கள் பல தோன்றின. குறம், குறவஞ்சி, உழத்திப்பாடல், நொண்டி நாடகம், பள்ளு முதலிய இலக்கிய வகைகள் தோன்றுதற்குப் பாமரராகக் கொள்ளப்பட்ட மக்கள் வாழ்க்கையே அடிநிலையாக அமைந்தது என்பதை எவரும் மறுக்க முடியாது. கற்றோர் மட்டுமன்றி மற்றோரும் அனுபவித்து இன்புறத்தக்கவகையில் இன்றுவரை நின்று நிலைக்கும் *மதுரை மீனாட்சி குறம், திருக்குற்றாலக்*

குறவஞ்சி, முக்கூடற்பள்ளு முதலிய இசை தழுவிய நூல்கள் நாட்டார் இலக்கியங்களை ஆதாரமாகக் கொண்டு தோன்றி அவற்றினூடாக அவர் தம் வாழ்க்கையையும் அழகுணர்ச்சியுடன் காட்டுகின்றன. முற்பட்ட யாப்பு நூல்களும் பாட்டியல்களும் கூறாத பாவினங்கள் பிற்காலத்திலே பரிணமித்ததைப் போலவே சிந்து, கும்மி, கீர்த்தனை, தரு முதலிய தமிழ் இசை வடிவங்கள் பாமரரையும் தழுவியெழுந்த உயிர்த்துடிப்புள்ள ஒலி உருவங்கள். குறிப்பாக இடைக்காலத்தில் (அதாவது 16, 17, 18ஆம் நூற்றாண்டுகளிலே) இலக்கியம் செய்த 'பெரும்' புலவர்கள்கூட ஏதோ ஒருவகையிற் பாமரர் பாடல்களால் ஈர்க்கப்பெற்றவராகவே காணப்படுகின்றனர். இன்னொரு வகையிற் கூறுவதானால் பொதுவாகவே சோழப் பேரரசின் வீழ்ச்சிக்குப் பின்னர், நாட்டார் இலக்கியமும் இசையுமே ஆக்க சக்திக்கு அடிப்படை ஆதாரமாய் விளங்கின எனலாம்.[12] உணர்ச்சியினால் உந்தப்பட்டுப் பாடப்பெற்ற பக்திபூர்வமான பாடல்கள் மட்டுமன்றித் தத்துவச் சார்புடைய நூல்களும் நாட்டார் பாடல்களினால் பாதிக்கப்பட்டுள்ளன. புராண இலக்கியங்கள், சித்தர் பாடல்கள் முதலியன இதற்கு உதாரணங்கள்.

தேவார திருவாசகங்களிலும் திவ்வியப் பிரபந்த பாசுரங் களிலும் நாட்டார் இலக்கிய இசைகளினது செல்வாக்குப் பதிந்துள்ளமையை மேலே பார்த்தோம். கல்வியறிவு அற்ற பொதுமக்களும் படித்தனுபவிக்கக்கூடிய தோத்திரப் பாடல் களில் பேச்சு வழக்குப் பிரயோகங்களும் கிராமிய இசைக் கோலங்களும் இடம் பெற்றிருத்தல் எதிர்பார்க்கக் கூடியதே. ஆனால், மரபுவழிப்பட்ட சமய ஞானத்தில் மேம்பட்டு நின்ற கற்றுணர் வல்லுநர்கள், முப்பொருள் உண்மையினை அளவை நூல் முறைப்படி பிரமாணம், இலக்கணம் என்னும் இரண்டாலும் ஆராய்ச்சி செய்து எழுதிய சாத்திர நூல்களிலும், நாட்டார் இலக்கியத்தின் சாயல் படிந்திருத்தல் சிறப்பாகக் கவனிக்கத்தக்கதாகும். சைவ சித்தாந்த சாத்திர நூல்கள் பதினான்கு. இவற்றுள் காலத்தால் முற்பட்டனவாய்க் கொள்ளப்படுவன திருவுந்தியார், திருக்களிற்றுப்படியார் ஆகிய இரண்டுமாம். இவ்விரு நூல்களில் திருவியலூர் உய்யவந்த தேவநாயனார் இயற்றிய திருவுந்தியார் முற்படத் தோன்றியது. ஆயினும், இதற்கு முன்னரும் அப்பெயருடைய நூல்களும் பாடல்களும் இயற்றப் பெற்றுள்ளன.

சைவ சமயக் குரவர்களில் ஒருவரான மாணிக்கவாசக சுவாமிகள் பாடிய *திருவுந்தியார்*, உய்யவந்த தேவருக்கு முன்மாதிரியாய் இருந்திருத்தல் வேண்டும் எனக் கருதுதல் வரன்முறைத் தருக்கத்திற்கு இயைபுடையதாகும். எனினும்,

மாணிக்கவாசகருக்கும் சிறிது முற்பட, வைணவ அடியார்களில் ஒருவரான பெரியாழ்வார் "என்னாதன்" என்று தொடங்கும் மூன்றாம் பத்து – ஒன்பதாம் திருமொழியில் 'உந்தி பறத்தல்' என்னும் பாடல் வகையைப் பயன்படுத்தியுள்ளமையும் இவ்விடத்தில் நினைந்துகொள்ள வேண்டிய தொன்றாகும்.

<blockquote>
காளியன் பொய்கை கலங்கப் பாய்ந்திட்டு அவன்
நீள்முடி யைந்திலும் நின்று நடஞ் செய்து
மீள வவனுக் கருள்செய்த வித்தகன்
தோள்வலி வீரமே பாடிப்பற – தூமணி
    வண்ணனைப் பாடிப்பற
</blockquote>

என்பது பெரியாழ்வாரின் பாசுரங்களில் ஒன்று. திருமாலின் இராம – கிருஷ்ணாவதாரப் பெருமைகளைப் பாடும் திருமொழி அது. பின்னாட்களிலே சைவமும் வைணவமும் தமக்குள் முரண்பட்டுத் தனி வழிகளிலே சென்றபோதும் தமிழகத்தில் தொடக்கத்திலே அவை இரண்டும் பொதுவான கலை இலக்கியப் பாரம்பரியத்தைக் கொண்டிருந்தன என்பது இத்தகைய செய்தியால் புலப்படுகிறது.[13] மணிவாசகரும் பெரியாழ்வாரும் தத்தம் அநுபவ உணர்ச்சியை வெளிப்படுத்துதற்கு நாட்டார் பாடல் வடிவம் ஒன்றனைக் கையாண்டனர். ஆயினும், அவ்வடிவம் தருக்க ரீதியான சாத்திரப் பொருளை எடுத்து விளக்குதற்கும் உய்யவந்த தேவரால் பயன்படுத்தப்பட்டது என்பதே இங்கு எமது கவனத்திற்குரியதாகும்.

'உந்தி' என்பது மகளிர் விளையாட்டு வகை என்று அகராதி கூறும். 'உந்தி பறத்தல்' என்பது குழாங் கூடிய மகளிர் உந்தி விளையாட்டாடுதல் என்றும் கூறப்படுகிறது. மணிவாசகருக்கும் பெரியாழ்வாருக்கும் முற்பட்டவரான இளங்கோவடிகள் இயற்றிய *சிலப்பதிகாரம்* பலவகைப்பட்ட இசை, கூத்து வடிவங்களைப் பற்றிக் குறிப்பிடுகிறது. பண்டைய வாய்மொழி இலக்கியப் பண்புகளும் எழுதும் இலக்கியப் பண்புகளும் ஒருங்கே கலந்து காணப்படும் அம் முத்தமிழ்க் காப்பியத்திலே சுட்டப்படும் பல்வரிக் கூத்தை விளக்கியெழுதிய இடைக்காலத்தவரான அடியார்க்கு நல்லார், 'உந்தி' என்பதும் பல்வரிக் கூத்துள் ஒன்றென்பர். தனது கூற்றுக்கு ஆதாரமாகக் கலிவெண்பாட்டு ஒன்றனை மேற்கோள் காட்டியிருக்கிறார். இன்று பெயரளவில் மாத்திரம் நாம் அறியும் எத்தனையோ வகையான கூத்துக்களும் பாட்டுக்களும் அம்மேற்கோள் செய்யுளிலிருந்து புலனாகின்றன. இலக்கிய மாணவர்க்கு மட்டுமன்றிச் சமூகவியலாளருக்கும் மானிடவியலாளருக்கும் கலை வரலாற்றாய்வாளருக்கும் செய்தியும் சுவையும் அளிக்கவல்ல அச்செய்யுள் பின்வருவது:

சிந்துப் பிழுக்கை யுடன்சந்தி யோர்முலை
கொந்தி கவுசி குடப்பிழுக்கை – கந்தன்பாட்டு
ஆலங்காட் டாண்டி பருமண னெல்லிச்சி
சூலந் தருநட்டந் தூண்டிலுடன் – சீலமிகும்
ஆண்டி யமண்புனவே டாளத்தி கோப்பாளி
பாண்டிப் பிழுக்கையுடன் பாம்பாட்டி – மீண்ட
கடவுட் சடைவீர மாகேசங் காமன்
மகிழ்ந்சிந்து வாமனரூபம் – விகடநெடும்
பத்திரங் கொற்றி பலகைவாள் பப்பரப்பெண்
தத்தசம் பாரம் தகுணிச்சங் – கத்து
முறையிண் டிருஞ்சித்து முண்டித மன்னப்
பறைபண் டிதன்புட்ப பாணம் – இறைபரவு
பத்தன் குரவையே பப்பறை காவதன்
பித்தனொடு மாணி பெரும்பிழுக்கை – எத்துறையும்
ஏத்திவருங் கட்களி யாண்டு விளையாட்டுக்
கோத்த பறைக்குடும்பு கோற்கூத்து – மூத்த
கிழவன் கிழவியே கிள்ளுப் பிறாண்டி
அழகுடைய பண்ணவிக டாங்கந் – திகழ் செம்பொன்
அம்மனை பந்து கழங்காட லாலிக்கும்
விண்ணகக் காளி விறற்கொந்தி – அல்லாத
வாய்ந்த தனிவண்டு வாரிச்சி பிச்சியுடன்
சாந்த முடைய சடாதாரி – ஏய்ந்தவிடை
தக்கபிடார் நிர்த்தந் தளிப்பாட்டுச் சாதுரங்கந்
தொக்க தொழில் புனைந்த சோணாண்டு – மிக்க
மலையாளி வேதாளி வாணி குதிரை
சிலையாடு வேடு சிவப்புத் – தலையில்
திருவிளக்குப் பிச்சி திருக்குன் றயிற்பெண்
டிருண்முகத்துப் பேதை யிருளன் – பொருமுகத்துப்
பல்லாங் குழியே பகடி பகவதியாள்
நல்லார்தந் தோள்வீச்சு நற்சாழால் – அல்லாத
உந்தி யவலிடி யூராளி யோகினிச்சி
குந்திவரும் பாரன் குணலைக்கூத் – தந்தியம்போ
தாடுங் களிகொய்யு முள்ளிப்பூ வையனுக்குப்
பாடும்பாட் டாடும் படுபள்ளி – நாடறியுங்
கும்பீடு நாட்டங் குணாட்டங் குணாலையே
துஞ்சாத கும்மைப்பூச் சோனக – மஞ்சரி
ஏற்றவுழைமை பறைமைமுத லென்றெண்ணிக்
கோத்தவரிக் கூத்தின் குலம்.

வரிக்கூத்துக்களைத் தொகுத்துக் கூறும் இப்பழம் பாட்டிலே ‘உந்தி’ குறிப்பிடப்பட்டிருத்தல் கவனிக்கத்தக்கது. மறைந்துபோன தமிழ் நூல்கள் பல உரையாசிரியர்களின் மேற்கோள் செய்யுள்கள் மூலமாகவும் ஏனைய குறிப்புக்கள் மூலமாகவும் நமக்குத் தெரிய வருவதைப் போல் பழைய ஆடல் வடிவங்களும் பாடல் வகைகளும் இத்தகைய பழம்பாடல் மூலம் தெரியவருகிறது.

மேலே குறிப்பிடப்பட்டுள்ள வரிக்கூத்துக்களிற் பெரும்பாலன நாட்டார் பண்பாட்டியலுக்குரியன என்பது வெளிப்படை.

கி.பி. 1148ஆம் ஆண்டிலே இயற்றப்பெற்றதாய்க் கருதப்படும் *திருவுந்தியார்* மிகப் பழங்கால முதல் வழங்கிவந்த நாட்டார் பாடல் வகையொன்றின் வடிவத்தில் அமைக்கப்பட்டதில் வியப்பெதுவுமில்லை. ஆற்றல் மிக்க வடிவமாக அது இருந்திருத்தல் வேண்டும் என்பதே நாம் அனுமானிக்கக் கூடியதொன்றாகும். உய்யவந்த தேவநாயனாருக்குப் பின் 'உந்தி' வடிவத்தைக் கையாண்டு சமய நூல்கள் இயற்றியோரில் மூவர் குறிப்பிடத் தக்கவர்கள்: தத்துவராயர் (16ஆம் நூ.), சாந்தலிங்க சுவாமி (17ஆம் நூ.), சோமசுந்தர நாயகர் (1846–1901) ஆகியோர் முறையே *திருவுந்தியார், அவிரோத உந்தியார், சித்தாந்த உந்தியார்* என்னும் நூல்களை இயற்றியுள்ளனர்.[14]

சாத்திர நூல்களில் நாட்டார் இலக்கியத்தின் செல்வாக்கைப் பல்வேறு விதங்களிற் காணக்கூடியதாக இருப்பதைப் போலவே அக்காலத்தை அடுத்துத் தோன்றிய புராணங்கள் பலவற்றிலும் நாட்டார் பண்பியலின் கூறுகளை இனங்கண்டு கொள்ளக் கூடியதாயுள்ளது. இச்சந்தர்ப்பத்திலே தமிழ்ப் புராணங்கள் குறித்துச் சிறிது கூறுதல் அவசியம்.

> புராண இலக்கியங்கள் பெருங்காப்பிய வகையைச் சார்ந்தன. வடமொழியில் உள்ள புராண நடை வேறு, தமிழ் மொழியில் உள்ள புராண நடை வேறு. வடமொழியிலே உள்ள புராணங்கள் வரலாற்றை மட்டும் அறிவிப்பன. தமிழ்ப் புராணங்கள் வரலாற்றுடன் காவிய இலக்கணங்களையும் பெற்று விளங்குவன. வடமொழியில் காவியங்கள் தனியே பொருந்துவன.[15]

தமிழிலே எழுந்த புராணங்கள் பொதுவில் காப்பியப் பண்புகளை உடையனவாய் உள்ளன என்னுங் கருத்தை ஏற்றுக் கொள்வதில் தடையில்லை. குறிப்பாக, *பெரிய புராணம், கந்த புராணம், காஞ்சிப் புராணம், தணிகைப் புராணம், திருவிளையாடற் புராணம், சேதுபுராணம்* முதலியன சமயப் பொருளுடன் இலக்கியச்சுவையும் ஒருங்கு அமையப்பெற்றவை என்பது பொதுவாக யாவராலும் ஏற்றுக்கொள்ளப்படுவதே.[16]

இவ்வாறு இலக்கியப் பண்புகளுடன் தோன்றிய புராணங்களிலே நாட்டார் பண்பாட்டியற் கூறுகள் வெவ்வேறு விதங்களிற் பிரதிபலிக்கின்றன. தலபுராணங்கள் பெரும்பாலும் மக்கள் மத்தியில் வழங்கிய செவிவழிச் செய்திகளையும் வாய்மொழிப்

பாடல்களையும் ஆதாரமாய்க் கொண்டு எழுந்தவையே.[17] மனிதர்கள் மாத்திரமன்றி விலங்குகள், பறவைகள், தாவரங்கள் முதலியனவும் தலபுராணக் கதைகளில் இடம்பெறுகின்றன. தாவர சங்கமத்துள் எல்லாப் பிறப்பும் இறையருளால் ஈடேற்றம் பெறுவதே புராணப் பொருளின் சாரம். நாட்டார் பண்பாட்டியற் கூறுகள் தலபுராணங்களில் அதிகமாக இடம் பெற்றமையாலேயே அவை மக்கள் மத்தியில் பிரபல்லியம் அடைந்தன. அத்துடன் பழைய தமிழ் மரபுகளும் வரலாறு களும் இப்புராணங்களில் புதுவாழ்வு பெற்றன. உதாரணமாக, *தணிகைப் புராணம்* எடுத்து ஆராயத் தக்கது. தொண்டை நாட்டிலுள்ள சுப்பிரமணிய தலங்களுள் ஒன்று தணிகை. அசுரர் களோடு செய்த போரினின்றும் தணிந்து வந்து இருத்தலாலே தணிகை எனப் பெயர் பெற்றது என்பது புராண விளக்கம். இப்புராணத்தை இயற்றியவர் திருவாவடுதுறை யாதீனத்தைச் சேர்ந்த கச்சியப்ப முனிவர் என்பவர். ‘கவிராக்ஷஸ’ என்ற விருதுப் பெயர் பெற்றவர். சிவஞான யோகிகளின் மாணாக்கர். சான்றோர் செய்யுள்களிலிருந்து பிற்காலத்துக் காப்பியங்கள் வரை சிறப்புமிக்க நூல்களிலுள்ள சொற்றொடர்களையும் கருத்துக்களையும் அங்கங்கே தனது நூலிலே அமைத்துப் பாடிய மரபுவழிப் பெரும்புலவர். விருத்தம், கட்டளைக் கலித்துறை முதலிய வரையறுக்கப்பட்ட யாப்புகளில் பாடியவர். ஆயினும், புராணப் பொருளை உற்றுநோக்கும்பொழுது ஜனரஞ்சகமான கதைகளையும் செய்திகளையும் பலவிடங்களில் சேர்த்துள்ளமை தெரியவரும். அகத்தியனருள் பெறு படலம், களவுப் படலம், வள்ளிநாயகி திருமணப் படலம், நாகமருள் பெறு படலம் முதலியவற்றில் இடம்பெற்றுள்ள கதைக் கூறுகளும் செய்திகளும் நாட்டார் பண்பாட்டியற் கூறுகளே என்பதில் ஐயமில்லை. முருகன் வள்ளி நாயகியை மணஞ்செய்யும் கதை நாட்டார் இலக்கியத்தினின்றும் உயர் காப்பியத்திற்குச் சென்றது என்று கொள்ளுதல் பொருத்தமாகும்.

சித்தர் கவிதைகளிலே நாட்டார் பாடல்களின் செல்வாக்கை வெளிப்படையாகவே காணலாம்; கேட்கலாம். பல்வேறு சமுதாய – சமயக் காரணங்களால் இன்றுவரை தமிழிலக்கிய ஆய்வாளர்களால் போதியளவு கவனிக்கப்படாத சித்தர் பாடல்கள்[18] நாட்டார் பாடல்களினின்றும் முகிழ்த்தவை எனக் கூறினும் மிகையாகாது. இடைக்காலத்திலே குறிப்பாகச் சோழப் பேரரசின் வீழ்ச்சிக்குப் பின் தமிழ்நாட்டில் நிலவிய வைதிக எதிர்ப்பு உணர்விற்கு வழிகாட்டியவர்களாயும் அவ்வுணர்வினைச் சிறந்த முறையில் வெளிப்படுத்தியவர்களாயும் விளங்கிய சித்தர்கள், சகலவிதமான சமய சமூக பேதங்களையும்

கண்டித்தவர்கள்; சாதி வேற்றுமையைச் சாடியவர்கள்; வைதீக சைவர்களால் – நிறுவன அடிப்படையில் இயங்கிய சைவர்களால் – 'பஞ்சமர்' என விவரிக்கப்பட்ட சித்தர்கள் சாதாரண மக்களுடைய இன்பதுன்பங்களில் பங்கு கொண்டு பரதேசிகளாய் வாழ்ந்தவர்கள். உள்ளுணர்வு, உண்மை ஞானம், ஒருமைப்பாடு என்பவற்றை எடுத்துரைத்த சித்தர்கள் பல வகையான யாப்பமைதிகளைக் கையாண்டனர்; மரபுவழிப்பட்ட அகவல், வெண்பா ஆகியவற்றிலும் தாழிசை, துறை, விருத்தம் என்பவற்றிலும் பாடியுள்ளனர். அவற்றுடன் யாப்பியல் நூல்களில் விதிக்கப்படாத இசைப் பாடல் வகைகளிலும் பாடியிருக்கின்றனர். சிந்து, கும்மி, கண்ணி முதலிய இசைப்பா வடிவங்களை அனாயாசமாகக் கையாண்டுள்ளனர். பதினெண் சித்தர்களில் இடைக்காட்டுச் சித்தர், பாம்பாட்டிச் சித்தர், குதம்பைச் சித்தர், கடுவெளிச் சித்தர் முதலியோர் அற்புதமான இசைக்கோலங்களை உருவாக்கியுள்ளனர்.

தாந்தி மித்திமி தந்தக்கோ னாரே
தீந்தி மித்திமி திந்தக்கோ னாரே
ஆநந்தக் கோனாரே – அருள்
ஆநந்தக் கோனாரே

என்று தொடங்கும் தாண்டவக்கோன் பாடலும்,

ஆடுமயிலே நடமாடுமயிலே எங்கள்
ஆதியணி சேடனைக் கண்டு ஆடுமயிலே
கூடுபோகு முன்னங்கதி கொள்ளு மயிலே – என்றும்
குறையாமல் மோனநெறி கொள்ளுமயிலே

என்று தொடங்கும் மயிலொடு கிளத்தல் பாடலும் இடைக்காட்டுச் சித்தரின் கவிதைகளுக்குக் காட்டாயமைவன. மயிலை விளித்துப் பாடுவது சமநிலைச் சிந்து வகையைச் சேர்ந்தது என்று பின்வந்தோர் விளக்கம் கூறினராயினும் அது பாடப்பெற்ற காலத்தில் நாட்டார் பாடலை முன்மாதிரியாய்க் கொண்டது என்பதில் ஐயமில்லை. கொங்கணச் சித்தரின் *வாலைக்கும்மி*, கும்மிப் பாடல்களை முன்மாதிரியாய்க் கொண்டு இயற்றப்பட்டது.[19]

கட்டாத காளையைக் கட்ட வேணுமாசை
வெட்ட வேணும்வாசி யொட்டவேணும்
எட்டாத கொம்பை வளைக்கவேணுங் காயம்
என்றைக் கிருக்குமோ வாலைப் பெண்ணே.

இப் பாடல் இயற்கும்மியென்பர். கண்ணிகள் இயற்றிப் புதியதொரு பாடல் வகையையே தோற்றுவித்தவர் கடுவெளிச் சித்தர். இவரது இயற்பெயர் தெரிந்திலது. "கடுவெளி" என்ற தொடர்

இவர் பாடலில் வந்தமையால் அப்பெயரால் வழங்கப்பட்டு வந்திருக்கிறார்.

> பாபம் செய்யாதிரு மனமே
> பாபம் செய்தால் ஏமன் கொண்டோடிப் போவான்
> பாபம் செய்யாதிரு மனமே

என்னும் எடுப்புடன் தொடங்கும் பாடல் முப்பத்துநான்கு கண்ணிகள் கொண்டது. அதில் ஒரு கண்ணியை அறியாத தமிழர் இரார்.

> நந்தவனத் திலோ ராண்டி – அவன்
> நாலாறு மாதமாய்க் குயவனை வேண்டி
> கொண்டு வந்தானொரு தோண்டி – மெத்தக்
> கூத்தாடிக் கூத்தாடிப் பொட்டுடைத் தாண்டி.

இந்தப் பாடலை ஆனந்தக் களிப்பு என ஆசிரியர் குறிப்பிட்டார். "இப்பாடல்கள் ஏற்பட்டபின் இந்த மெட்டுக்கே ஆனந்தக் களிப்பு என்ற பெயர் நிலைபெற்று விட்டது." சிந்து, கும்மி, கண்ணி முதலிய வடிவங்களைப் பல்வகைச் சந்தங்களில் அவர்கள் பாடினர்.[20] அதனால் பாடல்களில் வேகமும் விறுவிறுப்பும் உண்டாயின. ஏறத்தாழ ஐம்பதுக்கும் மேற்பட்ட சந்தங்களைக் கொண்ட பாடல்கள் சித்தர் ஞானக் கோவையில் இருப்பதாகச் சிலர் கருதுவர். மேற்கூறிய பாவகைகளுடன் ஏலப் பாட்டு, ஏற்றப் பாட்டு, வண்ணப் பாட்டு முதலிய ஜனரஞ்சகமான யாப்பு முறைகளிலும் சித்தர் பரம்பரையினர் பாடிச் சென்றனர்.

> சித்தர்கள் பண்டிதர்கள் அல்லர்; பாமரரை மனத்திற் கொண்டே பாடியிருக்கிறார்கள். இவர் பாடல்களிலே காணப்பெறும் மெய்ப்பொருள் காட்சியோ, சமயத் தத்துவமோ பாமரருக்குப் புரியாது என்றாலும் இத்தனை காலமாக அப் பாடல்களைப் போற்றி அவர்கள் பாதுகாத்து வந்திருப்பது போற்றுதற்குரியது. பழகு தமிழையும் எளிய மொழி நடையையும் கையாண்டு, பாமரரை மனத்திற் கொண்டு பரிவுணர்ச்சியோடு பாடி, இலக்கிய வளர்ச்சிக்கு ஒரு புதிய வழியைக் காட்டியவர் சித்தர்கள்தான். இவ்வழியைப் பின்பற்றிப் பின்னர் எழுந்தவைதான் குறவஞ்சி, பள்ளு நொண்டி நாடகங்கள்.[21]

சித்தர் பாடல்களில் காணப்படும் பல குறியீடுகளும் பரிபாஷை யும் ஆன்மிக அனுபவநிலைகளும் சாதாரண மக்களுக்கு எளிதிற் புலப்படாதவையாய் இருக்கக்கூடுமாயினும் மொத்தத்தில் மனித வாழ்க்கைக்குச் சித்தர்கள் அளித்த மதிப்பும், வைத்தியம்,

உடற்பயிற்சி, வானிலை ஆராய்ச்சி முதலியவற்றில் அவர்களுக்கு இருந்த ஈடுபாடும் மக்களுக்கு உதவுவனவாய் இருந்தன. அவற்றுக்கும் மேலாகத் தாம் கூறியவற்றைப் பாமர மக்களும் கேட்ட மாத்திரத்தே இனங்கண்டு கொள்ளக்கூடிய மெட்டுக்களிலும் இசைக் கோலங்களிலும் அமைத்துப் பாடியமையால் மக்கள் மத்தியில் நீங்கா இடத்தைப் பெற்றுவிட்டனர். பாம்பாட்டிச் சித்தர் பாடல்கள் பல நூற்றாண்டுகளுக்குப் பின்னர் இன்றும் நாடகம், திரைப்படம் ஆகியவற்றில் இடம் பெறுவதைக் காணும் பொழுது நாட்டார் பாடல்களுக்குரிய நிலைபேறுடைமை நன்கு புலனாகின்றது. சித்தர்கள் அவற்றின் உள்ளார்ந்த ஆற்றலை அறிந்து ஆண்டுள்ளனர். சித்தர் பாடல்கள் பெரும்பாலும் இசைப்பாங்குடையவை. இயற்றமிழ் நூல்களிற் சிலவும் நாட்டார் பாடல்களின் செல்வாக்கிற்கு உள்ளாகியுள்ளன. அவை யாவற்றையும் இங்கு விவரித்தல் இயலாது. எனினும் கூற்று விளக்கத்திற்காக விசேஷமாக ஓர் ஆசிரியரை இவ்விடத்தில் எடுத்துரைத்தல் பொருத்தமாயிருக்கும்.

16ஆம் நூற்றாண்டிலே தமிழ்நாட்டில் வாழ்ந்தவராய்க் கருதப்படும் தத்துவராய சுவாமிகள், வேதாந்த நெறியைத் தமிழில் திறம்பட எடுத்துரைத்தவர். சிறப்பாக வடமொழித் தொடர்புடன் இருந்துவந்த வேதாந்த நெறியைத் தமிழ்மயப்படுத்தி நூல்கள் பல இயற்றிய சாத்திர வல்லுனர் தத்துவராயர். மு. அருணாசலம் குறிப்பிட்டிருப்பது போல், “பிற்காலத்தில் வேதாந்த நூல் செய்வாருடைய திருத்தமில்லாத தமிழ் நடை போலன்றி, தத்துவராயருடைய தமிழ் மிகவும் சிறப்பான இலக்கிய நயம் பொருந்திய செந்தமிழ் நடை.”[22] அவ்வாறு இருக்கவும், சுவாமிகளுடைய சில நூல்களைப் படிக்கும்பொழுது நாட்டார் இலக்கியங்கள் ஏற்படுத்தியுள்ள ஆழமும் தன்மையும் தெற்றெனப் புலப்படும். அவரியற்றிய *பாடுதுறை* என்னும் பாடற்றொகுப்பிலே எத்தனையோ நாடோடிப் பாடல் வகைகளைக் காணலாம். அருமையான பாடலமைதிகள் இந்நூலில் அமைந்துள்ளன.

இந்து மதப் பிரிவுகளைச் சார்ந்த சிற்சில புலவர்கள் தத்துவ ஞானப் பாடல்களைப் பிரபல்லியப்படுத்துவதற்கு நாட்டார் பாடல் வகைகளைப் பயன்படுத்தியது போலவே பிற சமயத்தினரும் இலக்கிய முயற்சிகளை மேற்கொண்ட வேளைகளில் மக்கள் மத்தியில் வழங்கிய மெட்டுக்களையும் இசை வடிவங்களையும் தக்கவாறு கையாண்டனர். உதாரணமாகச் சுவிசேட கவிராயர் எனப் போற்றப்படும் தஞ்சை வேதநாய சாஸ்திரியார் (1774–1864) கிறிஸ்தவக் கவிஞருள் விதந்துரைக்கத்தக்கவர். தியாகராஜ சுவாமிகள் (1751–1847) ஏறத்தாழ இவர் காலத்தவரேயாவர். இருவரும் கீர்த்தனங்கள் இயற்றினர். ஆனால் வேதநாயக சாஸ்திரியார்

ஞானபத கீர்த்தனங்கள் உட்பட, குறவஞ்சி, நொண்டி நாடகம், கண்ணி, கப்பற்பாட்டு, கும்மி முதலியவற்றையும் இயற்றினார். இவற்றில் நாட்டார் பாடல்களின் செல்வாக்கைச் சந்தேகத்திற்கு இடமின்றிக் கண்டுகொள்ளலாம். சிந்து யாப்புருவைத் தனித் திறமையுடன் சாஸ்திரியார் கையாண்டிருக்கிறார்.

கிறிஸ்தவத் தமிழ்த் தொண்டர்களில் ஒருவராக தமிழிலக்கிய வரலாற்று நூல்களில் வேதநாயக சாஸ்திரியார் குறிப்பிடப்பட்டிருப்பினும் அவரது முக்கியத்துவம் சரியாக உணரப்பட்டிருப்பதாகக் கூற இயலாது. வேதநாயக சாஸ்திரியார் இயற்றியவை அனைத்தும் கிறிஸ்தவ (புரோட்டஸ்தாந்து) மதத்தைச் சார்ந்த பாடல்கள் என்ற வகையில் பெரும்பாலான கிறிஸ்தவர் அல்லாதவர்களால் கவனிக்கப்படவில்லை என்று நாம் சமாதானம் கூறலாம். அவர் இயற்றிய *செபமாலை, ஞானபத கீர்த்தனங்கள், பெத்லகேம் குறவஞ்சி, பேரின்பக் காதலும் தியான புலம்பலும், ஆரணாதிந்தம், ஞானவுலா, பராபரன் மாலை, ஞானத் தச்சன் நாடகம், சாஸ்திரக் கும்மி, கலியாண வாழ்த்துதல்* முதலிய நூல்கள் கிறிஸ்தவ மார்க்கத்தில் முகிழ்த்த தமிழ்ப் பனுவல்கள் என்பதில் ஐயமில்லை. இவற்றுள் *செபமாலை* இன்றுவரை மிகச் சிறந்த பக்தி நூலாகப் பாராட்டப்பெற்று வருகிறது. ஏறத்தாழ ஐம்பதுக்கு மேற்பட்ட நூல்களை இவர் இயற்றினார்.

வேதநாயக சாஸ்திரியாரின் பாடல்கள் முற்றிலும் கிறிஸ்து மார்க்கத்தின் கொள்கைகளைத் தன்முனைப்புடன் எடுத்துக் கூறுவனவாயுள்ளன. புதிதாக மதமாறியோரிடத்துக் காணப்படும் வரம்பு மீறிய கொள்கை வெறியும் பற்றார்வமும் சாஸ்திரியார் பாடல்களில் பிரதிபலிக்கின்றன. எனினும், அவர் இந்துக்களை ஆகடியம் பண்ணி எழுதிய பாடல்கள் ஒருவிதத்தில் அக்காலத்துச் சமுதாய அமைப்பின் சில அம்சங்களைச் சீர்திருத்த வேண்டும் என்னும் உணர்ச்சியின் அடிப்படையிலும் எழுந்தனவாகத் தோன்றுகின்றன.[23] அக்காலத்தில் நிகழ்ந்த சமயப்பூசல்களின் அடியாகத் தோன்றிய கண்டன – வாத நூல்கள் இவை எனக் கூறக்கூடுமாயினும் வேதநாயக சாஸ்திரியார் 'தன்னை'யும் கலந்துதான் இப்பாடல்களைப் பாடியுள்ளார் என்பது வெளிப்படை. உதாரணமாக, *செபமாலை*யில் சம்பிரதாயமான கிறிஸ்தவக் கருத்துக்களும் பொருளும் அமைந்திருக்கும் அதே வேளையில் வேதநாயக சாஸ்திரியாரது 'கவியுள'த்தையும் காணக் கூடியதாயுள்ளது.

சாஸ்திரியாரது நூல்களில் *ஞானத் தச்சன் நாடகம்* விதந்து குறிப்பிடத்தக்கது. இந்து மதத்தை வன்மையாகக் கண்டிக்கும்

நூலும் அதுதான். எவ்வாறு கோபாலகிருஷ்ண பாரதியாரது *நந்தன் சரித்திர*மும் அருணாசலக் கவிராயரின் *இராமநாடக*மும் கதாப்பிரசங்கத்துக்கு ஏற்றனவாய் இயற்றப்பட்டனவோ அதுபோலவே சாஸ்திரியாரின் *ஞானத் தச்சன் நாடக*மும் பாடிப் பிரசங்கிக்கத்தக்க வகையில் எழுதப்பட்டது. அவர் காலத்திலும் பிற்காலத்திலும் அந்நாடகம் இந்தியாவிலும் இலங்கையிலும் கதா பிரசங்கத்துக்காகப் பயன்படுத்தப்பட்டது. நாட்டார் பாடல்களின் செல்வாக்கை இவற்றிலெல்லாம் ஐயத்திற்கிடமின்றிக் கண்டு கொள்ளலாம்.

சைவசமய வரம்புக்குள் நின்று நந்தனார் கதையை நவீனப்படுத்தி கோபாலகிருஷ்ண பாரதியார் பாடியதன் விளைவாக அக்காலச் சாதிப்பாகுபாடு, கொடுமை, சீரழிவு முதலியன எமக்குத் தெரிவதைப் போல வேதநாயக சாஸ்திரியார் முழுக்க முழுக்கக் கிறிஸ்தவப் பொருள் பற்றிப் பாடிய நாடகத்திலும் அக்காலத்தில் நிலவிய சமயாசாராங்கள், சாதிபேதம் ஆகியன கண்டுணரத் தக்கதாயிருக்கின்றன. *ஞானத்தச்சன் நாடகத்தில்* 'சாதியேது காண்' என்ற பாட்டிலும் ஏனைய இடங்களிலும் சாதியமைப்பை அவர் பரிகசிப்பதைக் காணலாம்.

சாதியேது காண் அதிலொரு
சைவமேது காண்

என்ற பாடலிலும் அதையடுத்து வரும் அடிகளிலும் சாஸ்திரியாரது கிண்டலைக் காணலாம்.

குலங்களேது தான் அதினுட
நலங்கேளது தான்

என்ற பாட்டிலும் அதனையடுத்து வரும் பத்தொன்பது சரணங்களிலும் சமத்துவ நோக்கில் உருக்கமாகப் பாடியுள்ளார்.

இத்தகைய கருத்துக்களும் 'இனிய எளிய' அடிகளும் நிரம்பிய *ஞானத்தச்சன் நாடகம்* முதலிய ஆக்கங்களைச் சுப்பிரமணிய பாரதியார் கேள்வி மூலமாகவேனும் அறிந்திருப்பார் என்று கருத இடமுண்டு. மகாகவி பாரதியார் பாடிய 'பாரத நாடு' என்ற பாடலை அறியாதார் இலர்.

பாருக்குள்ளே நல்ல நாடு – எங்கள்
பாரத நாடு
ஞானத்திலே பரமோனத்திலே – உயர்
மானத்திலே அன்ன தானத்திலே
கானத்திலே அமுதாக நிறைந்த
கவிதையி லேயுயர் நாடு இந்தப் (பாரு)

என்னும் அடிகளுடன்,

வீடு கட்டினானே ஞானத்தச்சன்
வீடு கட்டினானே
ஞாலத்திலே அதிகாலத்திலே – மிகு
ஞானத்திலே நனினி தானத்திலே கொண்டு
சாலத் தமக்குத் தேவாலயமாகவே
தம்முடையச் சாயலாய்த் தம்முடைய ரூபமாய் (வீடு)

முதலிய அடிகளை ஒப்புநோக்கும்போது ஒருவித ஒப்புமை தோன்றாமற் போகாது. அரசியல் – சமுதாய நோக்கிலே பாடியவரான பாரதிக்கும் சமயநெறிநின்று பாடிய சாஸ்திரியாருக்கும் கவிதையின் உள்ளடக்கத்திலே பெரும் வேறுபாடு உண்டு. எனினும், உருவத்திலே ஒப்புமை நிரம்ப உண்டு. இவ்வொப்புமை கவனிக்கத்தக்கது என்பர் ரா.பி. சேதுப்பிள்ளை.

> இவருடைய பாடல்கள் இனியவைகளாகவும் எளியவைகளாகவும் அமைந்தபடியாலும் இவருக்கு முன் யாரும் இத்தகைய பாடல்களை இயற்றாதபடி யாலும் இவருடைய பாடல்களுக்குச் சிறப்பு மிகுதிப் படுவதாயிற்று.[24]

திரிகூடராசப்பக் கவிராயர், அருணாசலக் கவிராயர், கோபாலகிருஷ்ண பாரதியார், இராமச்சந்திர கவிராயர், சிவக்கொழுந்து தேசிகர், தெ.அ. துரையப்பா பிள்ளை முதலிய கவிஞர்கள் ஜனரஞ்சகமான பல இசைப்பா வடிவங்களை நமக்களித்துள்ளனர். நவயுகத்தின் தலைமைக் கவிஞனாக நம்மவராற் போற்றப்படும் மகாகவி பாரதியார் நாட்டார் இலக்கியங்களையும் தழுவியே அற்புதமான பாடல்களை ஆக்கினார். வழிநடைச் சிந்துகள் முதல் வண்டிக்காரர் பாட்டுக்கள் வரை சமூக வாழ்க்கையில் வழங்கிய பாமரர் பாடல்களையெல்லாம் பற்றுக்கோடாகக் கொண்டு புதிய புதிய பொருளுக்கு அவ்வடிவங்களுக்கு ஏற்றவகையிற் பயன்படுத்தி னார். இதனையெல்லாம் மனங்கொண்டே பாரதிதாசன் பாரதியைப் பற்றிப் பாடுகையில் 'சிந்துக்குத் தந்தை' யென்றார்.

பாரதியாரோடு ஒப்புநோக்கி ஆராயத் தக்க ஈழத்துப் பாவலர் தெ.அ. துரையப்பா பிள்ளையும் (1872–1929) தேசாபிமானமும் சீர்திருத்த வேட்கையும் மிக்க தமது பாடல்களைப் பொதுமக்கள் நயக்கும் பதங்கள், கீர்த்தனங்கள், கும்மிகள் முதலிய இனிய எளிய வடிவங்களிலே இயற்றினார்.[25] குறிப்பாக, அவர் இயற்றிய *இதோபதேச கீதரச மஞ்சரி, சுவதேசக் கும்மி, எங்கள் தேசநிலை* என்பன மக்கள் நாவில் வழங்கிய மெட்டுக்களைப் பின்பற்றியனவே. சில மாற்றங்களைச் செய்தாரெனினும் அடிப்படையில் நாட்டார்

பாடல்களின் அழுத்தமான ஆதிக்கத்தை அவரது ஆக்கங்களிற் காணலாம். பாரதிக்குப் பின்வந்த புலவர் எல்லாம் இசை தழுவிய இலகு வடிவங்களையே அதிகமாய்க் கையாண்டுள்ளனர். இதனை இவ்விடத்தில் விரித்தல் இயலாது.

புதிய சந்த வகைகளுக்கும் பாவகைகளுக்கும் பிற்காலத்துப் பாட்டியற்காரர் அமைதி காண முயன்றமை போலவே நூதனமான வெகுஜனசுவை பொருந்திய இசை வடிவங்களுக்கும் இசை வல்லுனர் ஏற்ற இடமளித்துள்ளனர்.

இந்தச் சந்தர்ப்பத்திலே நாட்டார் இலக்கியங்களினால் இசை பெற்ற ஒரு சிறப்பியல்பினைக் குறிப்பிடுதல் பொருத்தமாய் இருக்கும். இசைப் பாக்களை (சாகித்தியங்கள்) இருபெரும் பிரிவுகளாகச் சிலர் வகுப்பர். உரையியல் பாக்கள், இசையியல் பாக்கள் என அவ்விரு பிரிவையும் சார்ந்த பாடல்களை வழங்குவர். முன்னதில் உரைநடை மிக்கும் இசை நடை குறைந்தும் காணப்படும் என்றும், பின்னதில் நிலை எதிர்மாறாக இருக்கும் என்றும் கூறுவர். முன்னதிற்குச் சிறந்த உதாரணமாகத் தியாகராஜருடைய கிருதிகளையும், பின்னதற்குச் சான்றாகக் கவிக்குஞ்சர பாரதியார், புரந்தர தாசர் போன்றோர் இசைப் பாடல்களையும் (கீர்த்தனங்கள்) கொள்வர்.

உரையியல் பாக்களுக்கு உதாரணமாகவே தில்லானா, நொண்டிச் சிந்து, பதம், வண்ணம், விருத்தம் முதலாய செறிவுள்ள பாடல்களைக் கூறுவர். சாஸ்திரீய சங்கீதம் இசையியல் பாக்களையே சிறப்பாகப் போற்றும்; மக்கள் இசை உரையியல் பாக்களைப் போற்றும். இவற்றுக்கிடையில் உயர்வு தாழ்வு காண்பதில் அர்த்தமில்லை. உரையியல் பாக்களைக் கோட்போர் இசையுடன் பொருளையும் உணர்ந்து உருகுவதினால் பரந்த மக்கட் கூட்டத்தினர் இசைக்கலையின் பயனைப் பெற்று அனுபவிக்க வழிபிறக்கின்றது. நாட்டார் பாடல்களைத் தழுவி எழுந்த இசைப் பாடல்கள் இத்துறையிற் சிறந்து விளங்குகின்றன. இசைத் தமிழின் வரலாற்றை நோக்குமிடத்து 'உயர்ந்த' இசை ஒடுங்குதசையில் இருந்த காலத்திலே நாட்டு மக்களுடைய இசையுணர்ச்சிக்கு உருவம் கொடுத்து நமது இசை மரபைப் பேணிப் பாதுகாத்த பெருமை நாட்டார் இசைக்குண்டு. மக்கள் பேச்சு வழக்கிலிருந்து சொற்களையும் பேச்சோசையையும் பெற்றுக் கவிஞர் தமது செய்யுள்களை வலிமையுள்ளனவாய் அமைப்பது போலவே இசையாளரும் பொதுமக்கள் இசைக் கூறுகளிலிருந்து வளம் பெற்றனர். இது ஒரு பொது விதி என்றே கூறுதல் தகும். இருபதாம் நூற்றாண்டிலே இலக்கியத்திற்கு ஈடிணையற்ற வகையில் வளமூட்டிய அமரகவி பாரதியார்,

குயில்பாட்டு என்னும் குறுங்காவியத்தில் மேல்வருமாறு பாடியிருக்கிறார்.

ஏற்ற நீர்ப் பாட்டின்
இசையினிலும், நெல்லிடிக்கும்
கொற்றொடியார் குக்குவெனக்
கொஞ்சும் ஒலியினிலும்,
சுண்ண மிடிப்பார் தஞ்
சுவைமிகுந்த பண்களிலும்,
பண்ணை மடவார்
பழகுபல பாட்டினிலும்,
வட்டமிட்டுப் பெண்கள்
வளைக்கரங்கள் தாமொலிக்கக்
கொட்டி யிசைத்திடுமோர்
கூட்டமுதப் பாட்டினிலும்
. . . .
நாட்டினிலும், காட்டினிலும்
நாளெல்லாம் நன்றொலிக்கும்
பாட்டினிலும் நெஞ்சைப்
பறிகொடுத்தேன் பாவியேன்.

கவிஞரும் இசைவல்லுனரும் நெஞ்சைப் பறிகொடுப்பனவற்றைப் பற்றிக் கவிஞர் குறிப்பிட்டுள்ளார். இது எக்காலத்திற்குமேற்ற ஒரு பேருண்மையாகும்.[26]

பொதுமக்கள் மத்தியில் பரிமாறப்படும் பொழுதுதான் இசை கலையாகிறது. அவர்களும் கலைகளைச் சுவைக்கும் நிலையிலேதாம் அவை முழுமையும் நிறைவும் அடைகின்றன. இதன் அடிப்படையிலேயே இசை வளர்ச்சியிற் காலத்திற்குக் காலம் நாட்டார் நாவில் நடமிடும் ஒலிநயங்கள் இடம் பெற்றுவிடுகின்றன.

கடந்த சில காலமாகத் தமிழ்த் திரைப்படங்களில் இடம்பெறும் பாடல்களும் இசையும் மக்கள் மனதைக் கவ்விப் பிணித்துள்ளன. இந்திப் படங்களில் இடம்பெற்ற மெட்டுக்களைப் பின்பற்றிய “டப்பா” இசையின் கோர ஆட்சிக்குப் பின்னர், கடந்த பதினைந்து இருபது வருடங்களாகத் தமிழ் மரபில் மலரும் திரைப்பாடல்கள் பல இடம்பெற்றுவருகின்றன. குறிப்பாக, பட்டுக்கோட்டை கல்யாணசுந்தரம் திரைப்படப் பாடல்கள் இயற்றுவதில் பெருமாற்றத்தினைப் புகுத்தினார். தஞ்சாவூர்க் கிராமத்தின் பின்னணியில் இருந்துவந்த கல்யாணசுந்தரம் நாட்டுப் பாடல்களைத் தழுவிப் பல பாடல்களை இயற்றினார். பாரதிக்குப் பின்வந்த ஆற்றல் மிக்க கவிஞரில் ஒருவராக இப்பொழுது கருதப்படும் அவர், நாட்டுப் பாடல்களைத் திரை உலகிற் புகுத்தியதால் அது வளம்பெற்றது.[27] மருதகாசி,

கொத்தமங்கலம் சுப்பு, கண்ணதாசன் முதலியோரும் அவ்வப்போது நாட்டுப் பாடல்களை எதிரொலிக்கும் திரைப்பாடல்களை இயற்றியிருக்கின்றனர். பாடலாசிரியர்களைப் போலவே இசை இயக்குனர்கள் சிலரும் மக்கள் இசையின் நலத்தைத் தக்கபடி பயன்படுத்திவந்துள்ளனர். கே.வி. மகாதேவன், எம்.எஸ். விஸ்வநாதன், இளையராஜா, எம்.பி. சீனிவாசன் ஆகியோர் இத்தொடர்பிற் குறிப்பிடத் தக்கோராவர். நாட்டுப் பாடல்களின் இசை நயங்களைத் தழுவிய இலகு சங்கீதம் ஜனசங்கீதமாக மாறக்கூடிய சூழ்நிலை இக்காலத்திலே தோன்றியுள்ளது. இன்னும் இக்காலத்திலே வானொலியிலும் நாட்டுப் பாடல்கள் பலவிதங்களில் இடம்பெறுகின்றன.

இவற்றையெல்லாம் கூர்ந்து கவனிக்கும்போது தமிழிசைப் பாடல்களின் வளர்ச்சியிலே "பாமரர்" இலக்கியத்தின் பங்கு குறிப்பிடத்தக்கது என்று ஐயத்திற்கு இடமின்றிக் கூறலாமல்லவா? மனிதனைப் பற்றியும் சமூகத்தைப் பற்றியும் நாம் அறிந்துகொள்ள வேண்டிய பல முக்கியமான செய்திகள் நாட்டார் இலக்கியத்திலே "இனநினைவு"களாக எஞ்சி நின்று சமுகவியல் ஆராய்ச்சியாளருக்குப் புலப்படுவதுபோல பல்வேறு காலத்து உழைக்கும் மக்களின் தொழிற் பாடல்களும் சடங்குப் பாடல்களும் வழிவழிவரும் அற்புதமான இசைநயத்துடன் மறைந்து கிடக்கின்றன. அவற்றிலே வலிமையும் எளிமையும் இனிமையும் பொருந்தியவற்றை யெடுத்து இன்றைய இசையாக்கத்திற்குப் பயன்படுத்தும்பொழுது புதிய உயிர்ச் சத்து இசைக்குக் கிடைக்கிறது. கலையின் வளர்ச்சிக்கு அது வழிகாட்டுகிறது. வேத்தியல், பொதுவியல் என்று முன்னாளில் நாட்டியத்தை வகுத்தனர் ஆசிரியர்கள். அது இசையையும் தழுவிய பாகுபாடே. அதுவே வேறு வடிவத்தில் சாஸ்திரீய சங்கீதம், சாமானிய மக்களுக்கான சங்கீதம் என்று இன்று வழங்குகிறது. இரண்டும் முக்கியமானவையே. ஒன்று மற்றொன்றைப் பிரிந்து இயங்குதல் சாலாது. வரலாற்று அடிப்படையில் நோக்கினாலும், நமது காலத்தின் தேவைகளை மனங்கொண்டாலும் கலை இலக்கியத்தின் வளர்ச்சிக்கு நாட்டார் வளர்த்த கலைத்துறைகள் இன்றியமையாதனவாகும். இரண்டும் இணைந்து வளர்ந்தால்தான் இசை பூரணத்துவம் அடையும் என்பதுறுதி.

இறுதியாக ஒன்று கூறலாம். சான்றோர் செய்யுள்கள் தோன்றிய காலத்திற்குப் பின் சிற்சில காலப் பகுதிகளிலே கவிஞர்கள் மக்கள் பாடல்களையும் இலக்கியப் போக்குகளையும் தழுவிக்கொண்டமையை நோக்குமிடத்து ஒருண்மை புலனாகின்றது. சமுதாயத்திலே முரண்பாடுகள் முற்றி வர்க்க மோதல்களும் சமூக எழுச்சிகளும் காணப்படுகின்ற

காலகட்டங்களில் ஆட்சியில் உள்ள வர்க்கத்தையோ அல்லது அவ்வர்க்கத்தின் சார்பான கலை இலக்கிய நிறுவனங்களையோ போக்குகளையோ எதிர்த்து மாற்றம் வேண்டி நிற்கும் மக்களின் சார்பில் குரல் எழுப்பும் இலக்கியக் கர்த்தாக்களே பெரும்பாலும் நாட்டார் பாடல்களையும் மக்கள் இலக்கியங்களையும் தழுவிச் செல்கின்றனர். ஏனெனில் நாட்டார் பாடல்களில் கூட்டுவாழ்க்கையினதும் கூட்டு முயற்சியினதும் உணர்வு உள்ளூர இருக்கிறது. அது இயக்கங்களில் ஈடுபடுவோருக்கு மகத்தான ஆன்மிக சக்தியாக அமைந்து விடுகின்றது. எனவேதான் வணிக வர்க்கத்தின் தத்துவ வெளிப்பாடான சமண, பௌத்தத்தை எதிர்த்த சைவ வைணவ இறையடியார்களும், மத நிறுவனங்களையும் சமூக அநீதிகளையும் வருணாசிரம தருமத்தையும் சாடிய சித்தர்களும், நிலப்பிரபுத்துவ நிலைமைகளை எதிர்த்த இடைக்கால மக்கள் கவிஞரும், உக்கி உளுத்துப் போன சாத்திரச் சழக்குகளையும் உள்நாட்டு வெளிநாட்டு அடக்குமுறையாளரையும் எதிர்த்த மகாகவி பாரதியும் அவர் மரபில் வரும் மக்கட்சார்புடைய முற்போக்குக் கவிஞரும் உயிர்த்துடிப்புள்ள நாட்டார் பாடல்களைத் தமதாக்கிக் கொள்கின்றனர். வழிவழிவரும் மக்கள் பாடல்களில் மாபெரும் சக்தியை அவர்கள் காண்கின்றனர்.

அம் மகத்தான சக்தி, நாட்டார் கலை இலக்கியத்தின் உள்ளார்ந்த ஓர் அம்சமாகும். ஆழப் பதிந்துள்ள நன்னம்பிக்கையே நாட்டார் இலக்கியத்தின் தனிச்சிறப்பியல்பு என்று மாக்சிம் கார்க்கி கூறியிருப்பது மனங்கொளத் தக்கது.

> நாட்டார் ஆக்கங்களைப் படைத்தளித்தவர்கள் கசப்பான கடின வாழ்க்கையையே நடத்தியபோதிலும், அவர்களின் இலக்கியத்தில் சோர்வு வாதமும், துன்ப இயற்கைக் கோட்பாடும் காணப்படுவ தில்லை. அவர்கள் செய்த கடுமையான அடிமை வேலைக்குக்கூட அர்த்தமெதுவும் இல்லாத வகையில் அவர்கள் சுரண்டப்பட்டனர். தனிப்பட்ட வாழ்க்கையில் எவ்வித உரிமையும் பாதுகாப்பும் அற்றவராயிருந்தனர். அப்படியெல்லாமிருந்தும் உழைப்பாளிகள் திரண்ட கூட்டுச்சமூகத்தின் தனிச் சிறப்பு இயல்பு யாதெனில் அவர்கள் தமக்கு அழிவில்லை என்று நம்புவதோடு சகல விதமான எதிர்ச்சக்திகளையும் இறுதியில் வென்று விடலாம் என்ற உறுதி கொண்டவரா யுள்ளனர்.[28]

முடிவுரையாக நாட்டுப் பாடல்கள் குறித்துச் சில செய்திகள் கூறுவது இவ்விடத்திற் பொருத்தமாயிருக்கும் என எண்ணுகிறேன். கடந்த சில காலமாக நமது நாட்டிலே நாட்டுப் பாடல்கள், கூத்து, கிராமிய இசை முதலியவற்றிலே பேரூக்கங் காணப்படுகின்றது. தனிப்பட்ட சிலரும் இத்துறையில் உழைத்து வருகின்றனர்; நிறுவனங்கள் சிலவும் முயற்சியெடுத்து வருகின்றன. ஆங்கிலத்திலே *folklore* எனப்படும் மக்கள் கலை – இலக்கியமே தமிழில் பல்வேறு பெயரில் வழங்கி வருகிறது. அப்பெயர்களை நோக்கின் எத்தனை கருத்துச் சாயல்களும் நிலவுகின்றன எனத் தெரியவரும். நாடோடிப் பாடல், நாட்டார் பாடல், கிராமியப் பாடல், நாட்டுப் பாடல், வாய்மொழியிலக்கியம், பாமரர் பாடல், பொதுமக்கள் இலக்கியம், எழுதாத கவிதை என்றெல்லாம் பலரும் பலவாறாக அழைத்துவருகின்றனர். பொதுவாக நோக்குமிடத்து இப்பாடல்கள் நாட்டுப்புறங்களிலே வாழும் அல்லது கிராமங்களிலே வாழும் எழுத்தறிவில்லாத கவிஞராற் பாடப்பெறுபவை என்னுங் கருத்தே நிலவுகின்றதைக் காணலாம். அது ஓரளவிற்கு உண்மையே. ஆனால் அவ்வாறு கருதுபவர்கள் நகரத்து மக்களாகவும் ஏட்டுக் கல்வியறிவுடையவராகவும் இருப்பதனால் விரும்பியோ, விரும்பாமலோ நாட்டுக்கலையைப் பாதுகாத்து “ஆதரவு” நல்கும் மனோபாவத்துடனேயே அதனை அணுகுகின்றனர். அணுகவும், மக்கள் கலை ‘தாழ்ந்த’ ஒரு நிலைமைக்குத் தள்ளப்பட்டு விடுகின்றது. எமது மக்கள் கலை – இலக்கியம் சம்பந்தமான மிகப் பெரிய சிக்கல் இதுதான். யாவரும் நாட்டுக் கலைக்கு ஆதரவு அளிக்கவே முனைந்து நிற்கின்றனர். அதனை அணைத்து அன்புடன் நோக்குபவர் வெகு சிலரே.[29]

மக்கள் இலக்கியத்தை அணுகுபவர்கள் இருவகையர்: ஒரு பிரிவினர் அதன் இலக்கியத் தரத்தை நோக்கி அதனைச் சேகரித்தும் வெளியிட்டும் வருகின்றனர். தென்னிந்தியாவிலும் ஈழத்திலும் வெளிவந்துள்ள ‘நாட்டுப் பாடல்’ தொகுதிகள் பெரும்பாலானவை, நா. வானமாமலை கூறியுள்ளதைப்போல, “இலக்கியத் தரத்தை முதன்மையாகக் கருதித் தொகுக்கப்பட்டவை.” மற்றொரு பிரிவினர் தூய்மையான பண்பாடு கிராமிய மக்களிடமே காணப்படுகிறதாகக் கொண்டு, அவர் தம் கலை இலக்கியத்தை “எளிமை, இனிமை, தூய்மை” ஆகியவற்றின் உறைவிடமாகக் கொண்டாடுவர். இது வெறும் உணர்ச்சி மயமான கற்பனாவாதமாகும்.[30] நெருக்கடி மிகுந்த நகர வாழ்க்கையிலே காணத் தவறும் ‘இன்பங்களை’ கிராமிய வாழ்க்கையில் மானசீகமாகக் கண்டு களித்து இவர்கள் ஆறுதலடைகின்றனர்; அவ்வளவுதான். இவ்விருதரப்பினருமே மக்கள் இலக்கியத்தை ஒருதலைப்பட்சமாகவே நோக்குகின்றனர்

என்பது தெளிவு. இரு தரப்பினருமே மக்கள் வாழ்க்கையைத் தூர நின்று பார்த்தவரே. முதலாவது பிரிவினர் இலக்கியக்காரர்; பழைய தமிழிலக்கியங்களைக் கற்றுவிட்டு, அவற்றின் சாயலிலே நாட்டுப் பாடல்களைத் தரம்பிரித்தும் விளக்கியும் பொழுது போக்குபவர்கள். அவர்களுக்கு இவையாவும் "காற்றிலே மிதந்துவந்த கவிதை" தான். தாம் சலியாது கூறியும் எழுதியும் வரும் பழைய அகப்பாடல்களின் அச்சில் – தலைவன், தலைவி, தோழி என்ற பாத்திர எல்லைக்குள் – மக்கள் இலக்கியத்தை அடக்க முற்படுகின்றனர்; 'ஒப்பாரு மிக்காரு மற்ற' தலைவன் தலைவியரின் அந்தப்புர லீலைகளுக்கும் அம்ச தூளிகா மஞ்சங்களுக்கும் நாட்டுப் பாடல்களில் இடமில்லை. அவை காட்டும் உலகம் வேறு. "உலக வாழ்க்கையை உழைக்கும் மக்களின் கண்ணோட்டத்தில் காட்டும் கண்ணாடி" நாட்டுப் பாடல்கள். மனித உணர்ச்சிகள் ஒன்றுதானே என்று வரட்டுத் தத்துவம் பேசிக்கொண்டு அவற்றை அணுகினால் மக்கள் இலக்கியத்தின் உண்மைத் தன்மையை அறியவே முடியாது.

அதைப் போலவே 'கிராமப்புறம் இன்பலோகம்' என்று கூறுவதும் மிகைக் கூற்றாகும். தூரத்திலே தெருவோரத்திலிருந்து பார்க்கும்பொழுது கிராமப்புறம் முழுவதும் பசும்புற்றரையாகவும் மெல்லிய இளநங்கையர் கூட்டமாகவும் தென்படலாம். நகரத்தின் ஜனசந்தடி இல்லாமல் இருக்கலாம். ஆனால், அவை யாவும் புறத் தோற்றங்களே. கிராமப் புறத்திலும் மக்கள்தான் வசிக்கிறார்கள். மக்கள் மத்தியில் அங்கு முரண்பாடுகளும் மோதல்களும் உண்டு; பிணி உண்டு; பொய்யுண்டு; சாக்காடு உண்டு; சூதுண்டு; பொறாமையுண்டு. சுருங்கக் கூறின் மனிதன் படைத்த அத்தனை 'கெடுபிடி'களும் குறைந்த அளவிலேனும் அங்கு உண்டு. வாழ்ககை அங்கும் போராட்டந்தான். இந்த அடிப்படையை உணரமாட்டாதவர்கள் தமக்குப் பிடித்த 'இன்பமான' பகுதிகளை மட்டும் நாட்டுப்பாடல்களிலே கண்டு கொள்கின்றனர்.

மேற்கூறிய இரு பகுதியினருக்குமே நாட்டுப்பாடல்கள் செத்து மடிந்த சென்ற காலத்தின் சிறப்பு அம்சமாகக் காட்சியளிக்கின்றன. அதனை அவர்கள் நன்கு உணர்ந்திருப்பதனாலேயே அவை முற்றாக மறைந்தொழியுமுன் பேணப்படல் வேண்டும், பாதுகாக்கப்படல் வேண்டும் என்றெல்லாம் அடிக்கடி கூறிவருகின்றனர். நூதனசாலையிலே அகழ்வாராய்ச்சி மூலம் கண்டெடுத்த புராதனச் சின்னங்களைப் போல நாட்டுப்பாடல்களைப் பேணுவதே இவர்களது நோக்கமாகும். இங்குதான் அவரது 'புரவலர்' மனோபாவம் துலக்கமாகின்றது. பழமையைப் போற்றும் பண்பின் ஒரு பகுதியாகவே மக்கள்

இலக்கியத்தையும் மனோகரமான நாமகரணஞ் சூட்டிப் பாதுகாக்க விரும்புகின்றனர்.

இவ்வாறு பலரும் பாதுகாக்க விரும்பும் மக்கள் இலக்கியமானது ஒரு குறிப்பிட்ட வரலாற்றுப் படியிலே, ஒரு குறிப்பிட்ட வாழ்க்கை நிலையிருந்த மக்களால் ஆக்கப்பெற்றவை என்பதை நாம் மறந்துவிடலாகாது. அந்த வரலாற்றுநிலையும் வாழ்க்கைநிலையும் மாறாமலிருக்கும்வரை அவ்விலக்கியம் மெல்ல மெல்ல இயங்கிவரும். ஆனால், நமது கண்முன்னே மாற்றங்கள் நடைபெற்று வருகின்றன. ஏற்றக்காரனுக்குப் பதிலாக 'பம்பு' தண்ணீரை இறைக்கின்றது. மாடுகளுக்குப் பதிலாக 'டிராக்டர்' உழுது விதைக்கிறது. கூட்டு வாழ்க்கை சிதறுண்டு தனிமனித வாழ்க்கை உருவாகத் தொடங்குகிறது. இவற்றின் மத்தியில் பல பழைய பாடல்கள் மறைவது இயற்கையே. அவ்வாறாயின் நாட்டுப் பாடல்களை நாம் முற்றிலும் இழந்து விடுவோமா?

அது எமது சமுதாயத்தின் எதிர்கால வளர்ச்சியைப் பொறுத்திருக்கிறது. நாட்டுப் பாடல்கள் சென்ற காலத்தின் சின்னமாக மட்டுமன்றி, வாழும் இலக்கியமாக மாறினால் அவை நிச்சயம் வாழும். ஒருதாரணம் காட்டலாம். எமது நாட்டிலும், சிறப்பாகத் தென்னகத்திலும் பல்லவர் காலப் பகுதியிலே பக்தி இயக்கஞ் சிறப்பாக இருந்ததை யாமறிவோம். நாயன்மாரும் ஆழ்வாரும் பாடிய திருப்பதிகங்களையும் திருப்பாசுரங்களையும் மக்கள் மெய்யுருகிப் பாடினர்; கல்லாத பாமரும் கடவுள் நாமங்களை என்புருகப் பாடினர்; இது வரலாறறிந்த உண்மை. கடந்த சில நூற்றாண்டுக் காலமாகப் பல்வேறு காரணங்களினால் அப்பாடல் முறைகள் மங்கியிருந்தன. கடந்த பத்துப் பதினைந்து ஆண்டுகளாகக் "கூட்டுப் பிரார்த்தனை" என்னும் வடிவில் ஓரளவிற்காவது கூட்டமாக மக்கள் வழிபடும் முறை தோன்றி வளர்ந்து வருகின்றது. தேவாரங்களைப் பாடும் அதே சமயத்தில் எளிய, இனிய, புதிய பக்திப் பாமாலைகள் தோன்றிவருகின்றன. பித்துக்குளி முருகதாஸ், பெங்களூர் இரமணி அம்மாள் முதலியோர் பழைய சங்கீர்த்தனங்களின் அடியொற்றிய புதிய – கூட்டுப் பிரார்த்தனைக்கேற்ற – கீதங்களைப் புனைந்துள்ளனர். திராவிடக் கழகத்தினர், பகுத்தறிவுக் கழகத்தினர் முதலியோரது "நாத்திகப்" பிரசாரங்களுக்கும் சிலையுடைப்பு இயக்கங்களுக்கும் எதிராகவே 'பக்தி' இயக்கம் இக்காலத்தில் வளர்கின்றது; வளர்க்கப்படுகின்றது. இவற்றிற் பங்குபற்றுவோர் பெரும்பாலும் மத்தியதர வர்க்கத்தைச் சார்ந்தவரேயாவர். இதிலே நல்லதொரு படிப்பினை இருக்கின்றது.

எந்த ஒரு கலையோ இலக்கியமோ உண்மையாகச் செழித்து வளரவேண்டுமாயின் அது பேரியக்கமொன்றின் அம்சமாக இருத்தல் அவசியம். நாட்டுப் பாடல் வளர்ச்சியும் இவ்விதிக்கு விலக்கன்று. உழைக்கும் மக்களின் இலக்கியம் நாட்டுப் பாடல்களாம். பல்வேறு காலமாகச் சமூகத்திலே நசுக்கப்பட்டுவந்துள்ள அவர்களது ஆவேசமும் உரிமைக் குரலும் நாட்டுப் பாடல்களில் ஆங்காங்கு ஒலிப்பதுண்டு. இன்பதுன்பங்களைச் சித்திரிக்கும் பாடல்களின் ஆங்காங்கு ஒலிப்பதுண்டு. இன்பதுன்பங்களைச் சித்திரிக்கும் பாடல்களின் அடிநாதமாக அவர்களது கண்ணோட்டம் அமைந்துள்ளது. அது நம்பிக்கையோடு எதிர்காலத்தை நோக்கும் கண்ணோட்டமாகும். அந்தக் கண்ணோட்டத்தை ஆதாரமாகக் கொண்டு எமது காலத்துச் சமூக இயக்கங்களில் நாட்டுப்பாடல் முதலியவற்றைக் கலந்தால் நிச்சயம் அவை புதிய வாழ்வு பெறும். ஆனால் அவ்வாறு செய்தால் அதன் “தூய்மை” கெட்டுவிடும் எனச் சிலர் பிரலாபிப்பர்.

உதாரணமாக, இன்று இங்கிலாந்து அமெரிக்கா முதலிய நாடுகளிலே Folk Song – நாட்டுப்பாடல் இயக்கம் மிகவும் செழித்து வளரக் காண்கின்றோம். முன்னெப்பொழுதுமில்லாத அளவு பாடல்கள் இயற்றப்படுகின்றன ‘கச்சேரி’களிலும் அரங்கு களிலும் கலைஞர்கள் புதிய புதிய நாட்டுப் பாடல்களைப் பாடி பல்லாயிரக்கணக்கான மக்களைப் பரவசத்திலாழ்த்தி வருகின்றனர். அதன் இரகசியம் என்ன? வேறொன்றுமில்லை. அணு ஆயுத எதிர்ப்பு, சமாதானக் கோரிக்கை, அமெரிக்க ஏகாதிபத்திய எதிர்ப்பு, பலவிதமான உரிமைப் போராட்டம் முதலிய இயக்கங்களில் ஈடுபட்டுழைக்கும் ஆயிரக்கணககான இளைஞரும் பிறரும் தமக்குப் பொழுதுபோக்காகவும் தமது கருத்துக்களைப் பிறருக்கும் எடுத்துரைக்கு முகமாகவும் நாடோடிப் பாடல் மெட்டுகளில் புதிய உள்ளடக்கத்தைப் பெய்கின்றனர். அதிலே ஆத்ம திருப்தியடைகின்றனர்.

பழைய மெட்டுக்கள் ஏற்கெனவே மக்கள் நெஞ்சில் நிலைத்திருப்பனவாகையால் விரைவில் புதிய பாடல்கள் யாவராலும் பாடப்பெறுகின்றன. பழைய சாடியில் புதிய மது வார்க்கப்படுகின்றது. இரண்டும் சிறப்புப் பெறுகின்றன. இதிலொன்றும் ஆச்சரியப்படுவதற்கில்லை. நாட்டுப் பாடல்கள் காலத்தையொட்டி மாறியும் வளர்ந்தும் வருவன. சாமி சிதம்பனார் கூறியுள்ளதைப் போல, “நாட்டுப் பாடல்கள் பழமையும் புதுமையும் கலந்த இலக்கியமாகவே விளங்கும்.” உதாரணமாக, ஈழத்திலே பறங்கியர் வருகையைத் தொடர்ந்து எத்தனையோ நாட்டுப் பாடல்கள் தோன்றிப் பிரசித்தமடைந்துள்ளன.

தென்னிந்தியாவிலே பட்டுக்கோட்டை கல்யாணசுந்தரம் போன்ற ஒரு கவிஞர் திரைப்படத் துறையிலே புதுமையையும் தனிப்பாதையையும் புகுத்த முடிந்ததற்குக் காரணம் நாட்டுப் பாடல்களை அடிநிலையாகக் கொண்டு புதிய சாகித்தியங்களைச் செய்தமையே. அதைப் போலவே ஆரம்ப காலத்திலே கே.வி. மகாதேவன், விஸ்வநாதன் – ராமமூர்த்தி ஆகியோர் திரையிசையில் புதுமை காட்டியதற்கும் நாட்டுப் பாடல் வளத்திலிருந்து அவர்கள் பல மெட்டுக்களைப் பெற்றமையே காரணமாகும். வேறு சாதனங்கள் இல்லாதபட்சத்தில் பல கலைஞர்கள் இன்று திரையுலகையே கதியெனக் கொண்டுள்ளனர். ஆயினும், ஆங்காங்கு அவர்கள் செய்யும் முயற்சிகள் ஓரளவாவது பயன்தரும் என்பதில் ஐயமில்லை. இதனை மனதிற்கொண்டே ந.சுப்பு ரெட்டியார் பின்வருமாறு கூறியுள்ளார்:

> இன்று மனம் போன போக்காகப் பாடப்பெறும் சினிமாப் பாட்டுக்கள் அழிந்துபடினும் அவற்றுள் காணப்பெறும் ஒலிநய அமைப்பு முறை மட்டும் பிற்காலத்தில் கவிதைக் கலைக்குப் பயன்படும் என்று கருதலாம்.

இலக்கண மரபு, தொன்னெறி ஆகியவற்றில் பழைய இலக்கியங்களைச் "சிறைப்"படுத்தியுள்ளனர் நமது பெரியோர்கள். அதுவே பெரிய நஷ்டம். அத்துடன் மக்கள் இலக்கியத்தையும் அவ்வாறு ஆக்கிவிட்டால் நஷ்டம் பெரிதாகிவிடும். எனவே, மக்கள் இலக்கியத்தின் இயக்கவியலை அறிந்து அதனை வளர்த்து முன்னெடுத்துச் செல்வது கலையார்வ மிக்கவரின் கடனாகும். அதனைச் செய்து முடிப்பதற்குச் சமூகத்திற்கும் கலைக்கும் உள்ள நுண்ணிய தொடர்பினை அறிந்துகொள்வது பேருதவியாயிருக்கும். நாட்டுப் பாடல்களுக்குள்ள மரபாற்றலையும் வெகுஜனப் பண்பையும் உணர முற்பட்டதாலேயே யாப்பிலாக் கவிதை எழுத ஆரம்பித்த புதுக்கவிதையாளர்கள்கூட நாளடைவில் நாட்டுப்புறப் பாடல்களிலிருந்து உயிர்ச்சத்துப் பெற விரும்பினர்.

> நாட்டுப் பாடல்களில், பேச்சு வழக்கில் உள்ள வசன நடை வடிகட்டப்பட்டு இயல்பாக அதே நேரத்தில் சொற்களுக்குள்ளே உள்ள ஒலிநயச் சேர்க்கை குன்றாத அளவுக்கு நாட்டுப்புறக் கவிதைகளாக உதடுகளில் வாழ்கின்றன. இதனால்தான், நா. காமராசன், சிற்பி, இன்குலாப், செந்தமிழ் – மாறன், புவியரசு போன்ற புதுக்கவிஞர்கள் நாட்டுப்புறக் கவிதைகளைப் (பாடல்களை) பின்பற்றி எழுதுகின்றனர். நாட்டுப்புறக் கவிதைகளில் பேச்சு

வழக்கு உயிர்ப்புடன் இருக்கிறது. ஆகவேதான் ஜப்பானியக் கவிஞன் சொன்னான்: "சேற்றில் நாற்று நடும் பெண்கள் பாடும் பாட்டுக்களில் மட்டும்தான் சேறு பட்டிருக்கவில்லை."[31]

இவ்வுணர்வு பரவலாகச் செயற்பட்டால் தற்காலத் தமிழ்க் கவிதை ஆரோக்கியமான பாதையில் நடைபோடும் என்று துணிந்து கூறலாம்.

சான்றாதாரம்

1. வீரயுகம் பற்றியும் அச்சமுதாயத்திலே கவிஞர்களுக்கும் புலவர்களுக்கும் உள்ள தொடர்பு பற்றியும் எனது *Tamil Heroic Poetry,* Oxford, 1968 என்னும் நூலிலே விவரித்துள்ளேன். சான்றோர் செய்யுள்கள் வாய்மொழிப் பாடல்களே என்பதனை ஆய்வு பூர்வமாக முதன்முதலில் நிறுவிய இந்நூலில் தமிழ் வீரயுகப் பாடல்கள் கிரேக்க காவியங்களுடன் ஒப்புநோக்கி ஆராயப்பட்டுள்ளன.

2. வேங்கடசாமி, மயிலை சீனி., *மறைந்துபோன தமிழ் நூல்கள்*, சென்னை, 1959, பக். 280–318.

3. நாட்டார் இலக்கியத்திற்கும் பொதுவான இலக்கிய வளர்ச்சிக்குமுள்ள தொடர்பைப் பற்றி மிக அண்மைக் காலத்திலேயே தமிழ் ஆராய்ச்சியாளர் கவனஞ் செலுத்தி வருகின்றனர். பல்கலைக் கழகங்களிலே நடத்திய ஆய்வுக் கட்டுரைகளாகவும், கருத்தரங்குகளில் சமர்ப்பிக்கப்பட்ட கட்டுரைகளாகவும் சில பல கடந்த பத்தாண்டுக் காலத்துள் வெளிவந்துள்ளன. இவை யாவற்றையும் இவ்விடத்திற் குறிப்பிடுதல் சாத்தியமில்லை. ஆயினும், ஆறு. அழகப்பனது *நாட்டுப்புறப் பாடல்கள் – திறனாய்வு* (சென்னை, 1973), பா.ரா. சுப்பிரமணியனது *தமிழக நாட்டுப் பாடல்கள்*, (சென்னை, 1975), சு. சண்முகசுந்தரம் எழுதிய *நாட்டுப்புற இலக்கியத்தின் செல்வாக்கு* (சென்னை, 1976) என்பன விதந்துரைக்கத் தக்கவை. இந்நூலாசிரியர்களைத் தவிர ச.வே. சுப்பிரமணியன், தா.வே. வீராசாமி, த. இராசாராம், மா. கோதண்டராமன் முதலியோரும் பயனுள்ள பல கட்டுரைகளையும் நூல்களையும் வெளியிட்டுள்ளனர். இலங்கையில் க. கைலாசபதி, கா. சிவத்தம்பி, அ. சண்முகதாஸ், சி. மௌனகுரு ஆகியோர் இத்துறையில் விமர்சன ரீதியான கட்டுரைகளை எழுதியிருக்கின்றனர்.

4. இது பற்றிச் சுருக்கமான விளக்கத்திற்குப் பார்க்கவும்: கைலாசபதி, க., *ஒப்பியல் இலக்கியம்*, சென்னை, 1978, பக். 66–82.

5. மீனாட்சிசுந்தரம், தெ.பொ., "இரண்டு பரம்பரைகள்", *தமிழ்ப் பொழில்*, துணர்–41, 1965, பக். 20.

6. மு.கு. கட்டுரை; இப்பொருள் குறித்துச் செய்யப்பட்ட நுண்ணாய்வு ஒன்றுக்கு உதாரணமாகப் பார்க்கவும்: தமிழவன், "ஐங்குறுநூற்றில் நாட்டுப் பாடல் பண்பு", *புலமை*, தொகுதி 1, பகுதி 4. டிசம்பர், 1975, பக். 53–71.

7. கண்ணன், கோ., "அகப்பாடல்களில் ஒலி – ஒலி ஓர் உத்தி", *திறனாய்வுக் கட்டுரைகள்* (பதிப்பாசிரியர்: ச.வே. சுப்பிரமணியன்), சென்னை, 1977, பக். 16–29.

8. மரபியலிலே இவை துலக்கமாய்த் தெரிகின்றன.

9. முருகையன், இ., "முந்தியும் இருந்த சிந்துகள்" *நாவலர் மாநாடு விழாமலர்*, யாழ்ப்பாணம், 1969, பக். 55 – 60. இங்கு எடுத்தாளப்பட்ட மேற்கோளுக்கு மாத்திரமன்றி, சிந்துகள் பற்றிய கருத்துக்கும் கட்டுரையாசிரியருக்கு நான் கடமைப்பட்டிருக்கிறேன். சிந்தனையைத் தூண்டும் அக்கட்டுரை ஆராய்ச்சியாளரின் கவனத்திற்குரியது.

10. *சைவ இலக்கிய வரலாறு*, அண்ணாமலை நகர், 1958, பக். 96–98; 162–3

11. வையாபுரிப் பிள்ளை, எஸ்., *சொற்களின் சரிதம்*, சென்னை, 1952, பக். 40. அரனடியார்களும் திருமால் பக்தர்களும் பொதுமக்களைக் கவருவதற்காகவும், ஒற்றுமை உணர்ச்சியை இலகுவில் உருவாக்குவதற்காகவும் உயிர்த்துடிப்புள்ள மொழியைத் தமது பாடல்களிற் கையாண்டமையை எனது *பண்டைத் தமிழர் வாழ்வும் வழிபாடும்* (சென்னை, 1978) என்னும் நூலில் விரிவாக விளக்கியிருக்கிறேன். பக். 126–128.

12. Meenakshisundaran, T.P., *History of Tamil Literature,* Annamalainagar, 1965, pp. 165-66.

13. Ramaswami, N.S., *Mamallapuram,* Madars, 1975, p. 67.

14. அருணாசலம், மு., *தமிழ் இலக்கிய வரலாறு: பன்னிரண்டாம் நூற்றாண்டு* (இரண்டாம் பாகம்), மாயூரம், 1973, பக். 715.

15. மீனாட்சிசுந்தரம் பிள்ளை, த.ச., (பதிப்பாசிரியர்) *தணிகைப்புராணம்*, திருவாவடுதுறை, 1960.

16. கைலாசபதி, க., "நாவலர் வழிவரும் இலக்கிய மரபு", *நாவலர் பெருமான் 150வது ஜயந்தி மலர்* கொழும்பு, 1972, பக். 42.

17. Meenakshisundaran. T.P., *History of Tamil Literature*, p. 166

18. சித்தர்களுடைய இலக்கியப் பாரம்பரியம் குறித்துத் தமிழ் ஆராய்ச்சியாளர்கள் இன்னும் போதிய கவனஞ் செலுத்தத் தொடங்கவில்லை. தமிழ் நாட்டவரிலும் பார்க்க, பிறநாட்டவரே சித்தர்களின் தத்துவம், இலக்கியச் சாதனை என்பவற்றில் இது காலவரை அக்கறை கொண்டு வந்துள்ளனர். இந்நூற்றாண்டின் முற்பகுதியில் இலக்கிய வரலாற்றுத் துறையில் உழைத்த பூர்ணலிங்கம் பிள்ளை, கா.சு. பிள்ளை முதலியோர் காட்டிய அக்கறைகூட சமீபகால இலக்கிய வரலாற்றாசிரியர்கள் காட்டவில்லை. ஆயினும், வெகு அண்மையில் சிற்சில ஆய்வுகள் வெளியிடப்பட்டு வருகின்றன. உதாரணமாக இரா. மாணிக்கவாசகம் எழுதியுள்ள கட்டுரைகள் குறிப்பிடத்தக்கன. பார்க்கவும்: "சித்தர்கள்", *பெருந்தமிழ்* (சென்னைப் பல்கலைக்கழகப் பத்துநாள் கருத்தாய்வரங்கக் கட்டுரைகள்), 1975, பக். 129–168. சித்தர்கள் பற்றிய ஓர் ஒப்பியல் ஆய்விற்கு, எனது *ஒப்பியல் இலக்கியம்*, பக். 181–211. பார்க்க.

19. Cf., "சித்தர் பாடல்களில், குறிப்பாக மதுரை வாலை சாமியாரின் *ஞானக்கும்மிப்பாடல்*, கும்மிப்பாடல் அமைப்பினையும், சேஷயோகியாரின் பாடல் ஏற்றப் பாடல் அமைப்பினையும் கொண்டதாக விளங்குகின்றன. இவர்கள் நாட்டுப்புறப் பாடலின் வடிவத்தை அப்படியே தம் கருத்தில் பயன்படுத்திக் கொண்டவர்களாவர்." *நாட்டுப்புறப் பாடல்கள் – திறனாய்வு*, பக். 210.

20. அருணாசலம், மு., *தமிழ் இலக்கிய வரலாறு: பதினைந்தாம் நூற்றாண்டு*, மாயூரம், 1969, பக். 325.

21. அருணாசலக் கவுண்டர், கு., *சித்தர் பாடல்கள்* (பூம்புகார் பிரசுரம்), சென்னை, 1976, பக். xxviii.

22. அருணாசலம், மு., மு.கு. நூல். பக். 235.

23. கைலாசபதி. க., "பாரதிக்கு முன். . ." *Hartley College Misellany*, Jaffna, 1971, பக். 6–9.

24. இராமசாமிப் புலவர், சு.அ., *தமிழ்புலவர் வரிசை*, தொகுதி 8, பக். 125.

25. கடந்த கால் நூற்றாண்டுக் காலமாக இலங்கையில் வளர்ச்சியடைந்து வந்துள்ள தேசிய – ஜனநாயக இலக்கிய இயக்கத்தின் பெறுபேறுகளுள் ஒன்று, இலங்கை வாழ் தமிழ் மக்களின் கலை, இலக்கிய, கலாசார பாரம்பரியம்

வரலாற்று அடிப்படையிலும் சமூகவியல் அடிப்படையிலும் குறிப்பிடத்தக்க அளவு ஆழமாக ஆராயப்பட்டுள்ளமையாகும். முற்போக்கு எண்ணம் படைத்த சிருஷ்டி கர்த்தாக்களும் திறனாய்வாளர்களும் முன்னின்று நடத்திய இவ்வியக்கத்தின் விளைவாக, கவனிப்பாரற்றுக் கிடந்த பல புலவர்களும் கல்விமான்களும் மீளாய்வு செய்யப்பட்டு, இலங்கைத் தமிழிலக்கிய வரலாற்றில் உரிய இடத்தைப் பெறலாயினர். இவ்வியக்கத்தினால் உந்தப்பெற்றே 1972ஆம் வருடம் பாவலர் துரையப்பா பிள்ளையின் நூற்றாண்டு விழா தெல்லிப்பழையில் கொண்டாடப் பெற்றது. இலங்கைப் பல்கலைக் கழகத்திலும் துரையப்பா பிள்ளை பற்றிய ஆய்வுகள் மேற்கொள்ளப்பட்டன. மகாகவி பாரதியின் சமகாலத்தவரான பாவலர் அவர்கள் நவீன இலங்கைத் தமிழ்க் கவிதைக்கு வழிகாட்டியாயிருந்தார். பாவலரின் பன்முகப்பட்ட ஆளுமையையும் அக்கறைகளையும் அறிந்துகொள்வதற்குப் பார்க்கவும்: *பாவலர் துரையப்பா பிள்ளை நூற்றாண்டு விழா மலர்*, தெல்லிப்பழை, 1972. துரையப்பா பிள்ளை எழுதிய கீர்த்தனங்கள், கவிதைகள், நாடகம் என்பன *சிந்தனைச் சோலை* (தெல்லிப்பழை, 1960) என்னும் பெயரில் தொகுத்து வெளியிடப்பட்டிருக்கின்றன. அவரது கவிதைகளை ஒப்பியல் நோக்கில் ஆராய்ந்துள்ள ஒரு முயற்சிக்கு எடுத்துக்காட்டாக, பார்க்கவும்: கைலாசபதி, க., “பாவலரும் பாரதியும்”, *கரைச்சிப் பிரிவு கலைவிழா மலர்*, யாழ்ப்பாணம், 1972. (பக். 155)

26. பரமசிவானந்தம், அ.மு., *வாய்மொழி இலக்கியம்*, சென்னை, 1964. பக். 22–3.

27. அண்மைக் காலத்தில் *தாமரை*, *செம்மலர்*, *சிகரம்* முதலிய சஞ்சிகைகளிலும் வேறு இதழ்களிலும் பட்டுக்கோட்டை கல்யாணசுந்தரம் பற்றிப் பல கட்டுரைகள் வெளிவந்திருக்கின்றன. ஆராய்ச்சி பூர்வமான வெளியீடுகளும் வந்துள்ளன: முர்த்தி, து., *இக்காலக் கவிதைகள்: மரபும் புதுமையும்* (சென்னை, 1978. பக். 19–44) என்ற நூலிலே ஆழமான பார்வையுடன் பட்டுக்கோட்டையின் கவிதையை நோக்குகிறார். அண்மைக் காலத்தில் வெளிவந்த கட்டுரைகளுள் இது சிறப்பாகக் கூறவேண்டியது. பா. உதயகுமாரின் *பட்டுக்கோட்டை கல்யாணசுந்தரம் பாடல்கள்: ஒரு திறனாய்வு* (சென்னை, 1978) பலருக்கும் பயன்படக் கூடிய நூல். ‘இலக்கிய உத்திகள்’ என்னும் அத்தியாயத்தில், நாட்டுப்புற இலக்கிய மரபைக் கவிஞர் கையாண்ட விதத்தை விவரித்துள்ளார் உதயகுமார்.

28. Gorky, M., *Problems of Soviet Literature,* Moscow, 1934, p. 36.

29. கூர்ந்து நோக்கினால் இத்தகைய 'புரவலர்' மனோபாவமானது வர்க்க அடிப்படையில் தோன்றுவது புலனாகும். நகரங்களிலுள்ள உயர் குடும்பத்தினர் – மேட்டுக்குடியினர் – சமூக சேவைக்காகச் சேரிக்குச் செல்வது போல நாட்டுப்புறப் பாடல்களைச் சேகரிப்பதும், "இயற்கையான" அப்பாடல் களைப் பாடியவர்களை இலட்சியப்படுத்தவும், சிலரின் பொழுதுபோக்காக அமைந்துவிடுகிறது. உயர்வு வர்க்கத்து மனோபாவத்துடன் நாட்டார் பாடல்களை அணுகுபவர்கள் உண்மையில் மேற்போக்காகக் கலையில் ஈடுபடும் *dilettantes* ஆவர். கலையின் சமூகப் பணியில் அவர்களுக்கு அக்கறையும் இல்லை; அறிவும் இல்லை.

30. மேலைத் தேயங்களிலே கைத்தொழிற் புரட்சியையடுத்தும் நகரங்களின் பெருக்கத்தைத் தொடர்ந்தும் கிராமங்களை நாடிச் செல்லும் ஏக்க மனப்பான்மை எழுந்தது. *Romanticism* தோற்றுவித்த குரல்களில், "மீண்டும் கிராமத்திற்கு" என்பதும் ஒன்றாகும். நமது இலக்கியவாதிகளிடையே இது ஏற்படுத்திய தாக்கத்தின் பிரதிபலிப்பாகவே கா.சீ. வேங்கடரமணியின் *முருகன் ஓர் உழவன், தேபக்தன் கந்தன்* முதலிய நாவல்களும் ஷண்முகசுந்தரம், சங்கரராம் முதலியோரின் சில நாவல்களும் அமைந்தன. அரசியல் – பொருளாதாரத் துறையிலே இக்குரல் காந்தீயத்தோடு சங்கமமாகிறது. இதுபற்றிய சுருக்கமான விமர்சனத்திற்கு, பார்க்கவும்: ராகுல சாங்கிருத்தியாயன், *பொதுஉடைமைதான் என்ன?* (நான்காம் பதிப்பு), சென்னை, 1958, பக். 22–30.

31. அரங்கராசன், சு., "புதுக்கவிதையின் தோறறங்கள்", *திறனாய்வுக் கட்டுரைகள்,* சென்னை, 1977, பக். 197.

~ ~

5

இலக்கியத் திறனாய்வும் உணர்வு நலனும்

இடைக்காலத் தமிழ் நூல்கள் சிலவற்றிலே தருமியென்னும் பிரமசாரி யொருவன் பொற்கிழி பெறும்பொருட்டு ஆலவாய் இறையனார் பாடல் ஒன்று பாடிக்கொடுத்தமை பற்றியும், அது தொடர்பாகப் பாண்டியனது சங்க மண்டபத்திற் சிவபெருமானுக்கும் சங்கப் புலவரான நக்கீரருக்கும் நடந்த சம்வாதம் பற்றியும் சில செய்திகள் கூறப்பட்டுள்ளன.[1]

சம்பக பாண்டியன் என்ற மன்னன் தன் மனைவியின் கூந்தல் இயற்கை மணம் உடையதெனக் கருதித் தன் மனக் கருத்தைப் புலப்படுத்தும் பாடலை இயற்றுபவருக்குப் பொற்கிழி பரிசாக வழங்கப்படும் என்று அறிவித்ததும், "கொங்கு தேர் வாழ்க்கை"[2] என்று தொடங்கும் பாடலைத் தருமி அரசவையிற் பாடியதும், மங்கையர் கூந்தலுக்கு இயற்கை மணம் உண்டென்று கூறிய அப்பாடலைக் கேட்டு மகிழ்ந்த மன்னன் தருமிக்குப் பொற்கிழியை வழங்குமாறு கட்டளையிட்டதும், நக்கீரர் குறுக்கிட்டுத் தடையெழுப்பத் தருமி இறைவனிடம் சென்று முறையிட இறைவன் வந்து நக்கீரருடன் வாதிட்டுத் தன் நெற்றிக்கண்ணால் நக்கீரரைச் சுட்டதும் அக்கதையின் பிரதான செய்திகள். நக்கீர சம்வாதம், தருமிக்குப் பொற்கிழி அளித்த கதை என்றெல்லாம் நமது இடைக்காலப் பௌராணிக இலக்கியங்களில் வழங்கும் இக்கதையின் சுருக்கம் பலருமறிந்திருக்கக் கூடியதே.

நவீன இலக்கியக் கர்த்தாக்கள் பலரால் சிறுகதைகளாகவும், வானொலி நாடகங்களாகவும் பலமுறை அமைக்கப்பெற்ற இக்கதை சுவாரசியமானது என்பதில் ஐயமில்லை. மனிதனுடன் வாதிட வந்த கடவுள், இறுதியில் மானுட சக்தியை அமானுஷ்ய சக்தியால் அடக்க வேண்டியிருந்தது என்றும், அதனால் கலை இலக்கிய உலகில் உண்டாகிய தலை தடுமாற்றங்கள் எவ்வாறிருந்தன என்றும், இறைவனையே அது மானசீகமாக எவ்வாறு பாதித்தது என்றும் கற்பனை செய்யும் அற்புதமான ஒரு சிறுகதையைக் காலஞ்சென்ற கு. அழகிரிசாமி பல வருடங்களுக்கு முன் எழுதியிருந்தார். 'வெந்தழலால் வேகாது' என்பது கதையின் பெயர். நக்கீரரின் ஆளுமையும் அதன் வெளிப்பாடும் இன்றுவரை இலக்கியக் கர்த்தாக்களைக் கவர்ந்து வந்துள்ளமைக்கு அழகிரிசாமியின் கதை சிறந்த எடுத்துக்காட்டாகும். 'திறனாய்வும் உணர்வு நலனும்' என்னும் பொருளைப் பற்றிச் சிந்திக்கும் பொழுது இப்புராணக் கதையை எண்ணிப்பார்க்காமல் இருக்க இயலாது. திறனாய்வின் மிக முற்பட்ட செயற்பாடு இக்கதையில் வெளிப்படுகிறது என்பதில் ஐயமில்லை. 'திறனாய்வு', 'உணர்வு நலன்' ஆகிய இரண்டையும் நாடகத் தன்மையுடன் இக்கதை சித்திரிக்கிறது என்று கூறலாம்.

தருமி கொணர்ந்த பாடல் தனது மனக்கருத்தை ஒத்திருந்தமையால் அது சிறந்தது என்று முடிவு செய்து விடுகிறான் மன்னன். சங்கப் புலவர்கள் பலரும் மேலெழுந்த வாரியாகப் படித்துவிட்டு "நன்று நன்று" என்று அபிப்பிராயந் தெரிவித்துவிடுகின்றனர். ஆனால், நக்கீரர் மட்டும் மன்னன் பாராட்டியதையும் பொருட்படுத்தாது பாடலிற் காணும் குற்றத்தைச் சுட்டிக்காட்டுகிறார். சொற் குற்றம் இல்லாவிடினும் அடிப்படையான பொருட் குற்றம் உண்டென்பதைத் தருக்க ரீதியாக வாதிட்டு நிறுவுகிறார். அதாவது எடுத்துக்கொண்ட ஒரு பாடலின் திறத்தையும் தரத்தையும் ஆய்ந்து, ஓர்ந்து மதிப்பிடும் பண்பினைக் காண்கிறோம். இப்பண்பே நவீன காலத்தில் நாம் பெரிதும் போற்றும் திறனாய்வின் முக்கியமான இலக்கணமாகும்.

அடுத்தபடியாகப் பெண்ணின் கூந்தலுக்கு – மானிடப் பெண்ணாயினும் தெய்வப் பெண்ணாயினும் – இயற்கை மணம் இல்லை யென்று நக்கீரர் துணிந்து வாதிட்டமை அவரது உணர்வு நலத்தின் வெளிப்பாடாகும். ஆங்கில மொழியிலே *sensibility* என்னும் பதம் இத்தகைய பொருளுடையதாகும். உணர்வுச்செவ்வி, மெய்யுணர்வு நயம் என்னும் பொருளை அவ்வாங்கிலப் பதம் குறிக்கும். கூந்தலுக்கு இயற்கை மணம் இல்லையென்ற மெய்யுணர்வு நயம் வாய்க்கப் பெற்றிருந்தமையாலேயே கொள்கைப்பற்றுடன் உண்மைக்காகப் போராட்டம் நடத்தினார்

நக்கீரர். சத்தியத்துக்காக இறைவனுடனேயே சம்வாதம் செய்யும் மனப்பக்குவம் உணர்வு நலத்தின் பெறுபேறாகும். இவ்வாறு பார்க்கும்பொழுது உணர்வு நலமும் திறனாய்வும் ஒன்றுக்கொன்று அனுசரணையாக இருக்கக் காண்கிறோம். திறனாய்வின் பயனாக உணர்வு நலமும் உணர்வு நலத்தின் விளைவாகத் திறனாய்வும் செழுமையடைதலைக் காணக் கூடியதாய் உள்ளது.

மேலே குறிப்பிட்ட பழங்கதையின் உள்ளர்த்தத்தை நமது காலத்துப் பரிபாஷையிற் கூறுவதானால் அக எண்ணஞ் சார்ந்த அல்லது தன் உள்ளுணர்வுக்குரிய தளத்திலிருந்து பிரச்சினையை அணுகினான் மன்னன். அணுகவே, யதார்த்தத்தில் – அதாவது புற உலகில் – மனத்துக்குப் புறம்பான நிலையில் – பெண்ணின் கூந்தலுக்கு இயற்கை மணம் இல்லையென்ற உண்மையைக் கைநெகிழ விட்டுவிடுகிறான். ஆனால் நக்கீரரோ புலனால் அறியக்கூடிய உண்மையைப் பொது உண்மையாகக் கொண்டு அதனைத் தருக்க நெறியில் விளக்க முற்படுகிறார். மன்னனோ உண்மைத் தேடலைத் தன்னின் வேறாகக் காணவில்லை. ஆனால் நக்கீரரோ தான் வழிபடும் உமையவள் கூந்தலேயாயினும் இயற்கை மணம் அதற்கில்லையென்று அழுத்திக் கூறும்பொழுது தன்னின் வேறான உண்மையைப் பற்றுக்கோடாய்க் கொண்டு தர்க்கிப்பதைக் காண்கிறோம். இதிலே திறனாய்வினதும் உணர்வு நலத்தினதும் பிரதான அம்சங்கள் சிலவற்றைக் கண்டுகொள்ள முடிகிறது. ஆயினும், நக்கீரர் – சிவன் சம்வாதம் இங்குக் குறியீடாக அமைந்துள்ளதேயன்றி உண்மைச் சம்பவம் அன்று. இன்றைய உலகிலே திறனாய்வுக் கோட்பாடுகளும் அவற்றின் தலையாய பயனாம் உணர்வு நலக் கோட்பாடும் வளர்ந்துள்ள நிலையிலிருந்து பின்நோக்கிப் பார்க்கையில் இப்புராணக் கதையில் விளக்கத்துக்கு இடம் தரும் கருத்துக் கூறுகள் இருத்தல் புலனாகின்றது; அவ்வளவே.

திறனாய்வு என்னும் சொல் ஆங்கிலத்தில் வழங்கும் *criticism* என்னும் பதத்திற்கு ஒத்ததாய்த் தற்காலத்தில் நமது மொழியிற் பயன்பட்டு வருவதொன்றாகும். திறனாய்வு, விமரிசனம் என்பன ஒருபொருட் சொற்கள். பின்னது வடமொழியினின்றும் பெறப்பட்டது. எனினும், பழந்தமிழ் நூல்களில் விமரிசம், விமரிசனம் என்னும் வடிவங்களே வழக்கிலிருந்துவந்துள்ளன. கலாசாரம், பண்பாடு என்பன ஒருபொருட் சொற்களாய் வழங்கி வருவது போலவே விமர்சனமும் திறனாய்வும் வழங்கிவருகின்றன.

விமரிசனம் என்ற சொல் பழந்தமிழில் வழங்கிய சந்தர்ப்பங் களை எல்லாம் இங்கு ஆராய வேண்டிய அவசியம் இல்லை. ஒருதாரணம் மட்டும் பார்ப்போம்.

திருக்குறள் துறவறவியலில் மெய்யுணர்தல் என்ற அதிகாரம் உண்டு. தத்துவஞானம் பற்றிக் கூறுகின்ற அதிகாரம் அது.

ஓர்த்துள்ளம் உள்ள துணரின் ஒருதலையாய்
பேர்த்துள்ள வேண்டா பிறப்பு[3]

என்னும் குறட்பாவிற்குப் பரிமேலழகர் பின்வருமாறு பொருளுரைக்கிறார்: "உள்ளம் ஒருதலையா ஓர்த்து உள்ளது உணரின் – அங்ஙனங் கேட்ட உபதேச மொழிப்பொருளை ஒருவன் உள்ளம் அளவைகளானும் பொருந்துமாற்றானும் தெளிய ஆராய்ந்து அதனாள் முதற்பொருளை உணருமாயின், போர்த்துப் பிறப்பு உள்ள வேண்டா – அவனுக்கு மாறிப் பிறப்பு உளதாக நினைக்க வேண்டா; இதனால் விமரிசம் கூறப்பட்டது" என்று கூறுகிறார் பரிமேலழகர். இங்கே விமரிசம் அல்லது விமரிசனம் என்னும் சொல் வழங்கப்பட்டுள்ளது. 'விமரிசம்' என்று பரிமேலழகர் கூறியிருப்பதற்கு ஆறுமுகநாவலர் அடிக்குறிப்பு எழுதுகையில், "விமரிசனமெனினும் சிந்தித்தல் எனினும் மனனமெனினும் ஒக்கும்" என்றார்.

இச்சந்தர்ப்பத்திலே விமரிசனம் என்ற சொல் தத்துவஞானத் தொடர்பில் பயன்படுத்தப்பட்டிருத்தல் கவனிக்கத்தக்கது. அறிவைப் பெறும் வாயில்களையே அளவைகள் பொருந்துமாறு எனக் குறிப்பிடுகிறார் பரிமேலழகர். அளவைகளாவன பொறிகளாற் காணும் காட்சி அல்லது பிரத்தியட்சம்; குறிகளால் உய்த்துணரும் அனுமானம்; கருதா மொழியாகிய ஆகமம் அல்லது ஆப்தவாக்கியம் பொருந்துமாறு என்பது.[4] "இது கூடும் கூடாது எனத் தன் கண்ணே தோன்றுவது." இவற்றை அளவைகள் என்றும் பிரமாணங்கள் என்றும் வழங்குவர். சிந்தித்தல் உலகியலுக்குப் பொருந்தும் தன்மையினை நோககுதல் என்பன தத்துவ உலகிற் பிரசித்தமாய் இருந்தமை இதனால் தெளிவாகிறது. ஆயினும், இலக்கிய உலகில் இவை தனித்த பண்புகளாக வளர்ந்தன என்று கூற இயலாது.

இதற்குக் காரணம் உண்டு. அறிவைத் தரும் வாயில்களாகப் பொறிக்காட்சியையும் சிந்தித்தல் முதலானவற்றையும் பண்டைய இந்திய தத்துவஞானிகள் குறிப்பிட்டுள்ளனரெனினும் நடைமுறையில் சுருதி அல்லது ஆகமமே சிறந்த பிரமாணமாகக் கொள்ளப்பட்டது. அது மட்டுமன்று, வேத உபநிடத ஆகமங்கள் அடிப்படையான உண்மைகளையும் தத்துவ ஞான முடிவுகளையும் என்றைக்கோ வெளிப்படுத்திவிட்டன என்றும், அவ்வுண்மைகளை அறிவாலும் அனுபவத்தாலும் கண்டறிதலே தத்துவவாதியின் பணி என்றும் பல காலமாக நம்பப்பட்டு வந்தது. இன்னொரு விதத்திற் கூறுவதானால் நம்பிக்கையின் அடிப்படையில்

ஏற்றுக்கொள்ளும் வேதவாக்கை ஏற்புடையதாய் நிரூபிப்பதற்கு அறிவும் அனுபவமும் பயன்பட்டன. அவ்வளவுதான். அதற்குமேல் அறிவோ அனுபவமோ கட்டுப்பாடின்றிச் சஞ்சரித்துப் புதியன கருதுதற்கும் கண்டுபிடித்தற்கும் போதிய வாய்ப்பில்லாது போயிற்று. அவ்வாறு இடையிடையே சிந்திக்க முற்பட்டோரை வைதிக நெறிக்குப் புறம்பானவர் – அவைதிகர் – எனத் தள்ளிவைக்கும் மனப்பான்மையும் இருந்தது. தத்துவத் துறையில் நிலவிய மனோபாவத்தின் பிரதிபலிப்பையே இலக்கண இலக்கியத் துறைகளிலும் தவிர்க்க இயலாதவாறு காண்கிறோம். நன்னூலாசிரியர்,

முன்னோர் மொழி பொருளே யன்றி அவர் மொழியும்
பொன்னே போற் போற்றுவ மென்பதற்கும் முன்னோரின்
வேறு நூல் செய்துமெனு மேற்கோளில் லென்பதற்குங்
கூறு பழஞ் சூத்திரத்தின் கோள்

என்று கூறும் பா இதனைத் தெளிவாக்குகிறது.[5]

இந்தியத் தத்துவ ஞானிகளிற் பெரும்பாலானோர் வேத வழக்கோடு மாறுபடாவண்ணம் சிந்திக்க முற்பட்டமை போலவே நமது இலக்கிய இலக்கணக்காரரும் தொல்லாணை நல்லாசிரியர் வழியினின்றும் விலகாதவண்ணம் தமது உரைகளை எழுதிவந்தனர். அதாவது பழைய உரையாசிரியர்கள் தமது சொந்தக் கருத்துக்களை ஒட்டிச் சிற்சில புதிய சிந்தனைகளை யும் விளக்கங்களையும் உரைகளிலே கூறிய விடத்தும் அவை உண்மையில் மூல நூலாசிரியரின் கருத்துக்களே என்று விடாப்பிடியாக வற்புறுத்திக் கூறினர். “நூலாசிரியர் சொல்லாத கருத்து எதுவும் இல்லையென்று உணர்த்த முற்பட்டனர்; நூலாசிரியர்களுக்குப் புகழ் தேடினர்.”[6] தொல்காப்பியர் முதலிய இலக்கணவாசிரியரும் முற்சான்றோரும் செய்த இலக்கண இலக்கியங்களே எக்காலத்துக்கும் பிரமாணங்கள் என்று பேராசிரியர், நச்சினார்க்கினியர் முதலிய உரையாசிரியர்கள் வாதிடுவர்.

இத்தகைய நம்பிக்கையும் மனப்பான்மையும் ஆழமாகப் பதிந்திருந்தமையாலேயே பழங்காலத்தில் திறனாய்வு தனித்த ஒரு துறையாக, பயிற்சி நெறியாகப் பரிணமிக்கவில்லை. இந்நம்பிக்கையையும் மனப்பான்மையையும் தாங்கிப் பிடித்து, விழாமல் தடுத்து நிற்கக்கூடிய சமுதாய அமைப்பும் பழங்காலத்தில் இருந்தது.

ஆனால் நவயுகத்திலே மாறும் சூழ்நிலைக்கேற்ப உருவாகிய கோட்பாடுகளில் – ஆய்வுத் துறைகளில் – திறனாய்வும் ஒன்றாகும். அதன் வளர்ச்சிக் கிரமத்திலே உணர்வு நலன் பெரிதும்

விரும்பத்தக்கதாக மட்டுமன்றி இன்றியமையாத ஒன்றாகவும் மதிக்கப்படலாயிற்று.

சமுதாயங்களின் வரலாற்றை நாம் கூர்ந்து நோக்கும் பொழுது ஒருண்மை புலப்படும். பல்வேறு காலப் பகுதிகளிலே – அடிப்படையான மாற்றங்களைக் கொண்ட யுகங்களிலே – அவ்வக்காலப் பகுதியின் இயல்புகளையும் தன்மைகளையும் திரட்டிக்கூறும்வகையில் சில பல சொற் பிரயோகங்கள் அமைந்து விடுகின்றன. உதாரணமாக, ஆண்டான் – அடிமை என்ற சொற்கள் இடைக்காலத்திலேயே தமிழ் மக்கள் மத்தியில் பரவலாக வழங்கியவை. அவை ஆள்வோனையும் அவன்கீழ் இருந்தவனையும் குறித்த அதே வேளையில் இறைவனுக்கும் பக்தனுக்கும் உள்ள தொடர்பையும் சித்திரிக்கிறதாயிருக்கிறது. நிலவுடைமைச் சமுதாயத்தில் ஆளும் வர்க்கத்தினர் ஒரு புறமும், ஆளப்பட்டவர்கள் – அடிமை நிலையில் இருந்தவர்கள் – மறு புறமும் இருந்த பௌதிக நிலைமையின் தத்துவார்த்த வெளிப்பாடாகவே இவ்வுறவுச் சொற்கள் அமைந்து விளங்கின என்பதில் எதுவித ஐயமுமில்லை.[7] மேலேயிருந்தோர் சுதந்திரர். கீழேயிருந்தோர் – அவருக்குக் கட்டுப்பட்டு அவரை நம்பியிருந்தோர் – பரதந்திரர். இந்நிலையில் சனநாயகத்துக்கு வாய்ப்பு இல்லை என்பதை விவரித்து விளக்க வேண்டியது அவசியமல்ல. அதாவது ஒவ்வொரு காலப் பகுதியிலும் சிற்சில சொற்கள் அடிப்படையான உயிர்க்கருத்துக்களைப் புலப்படுத்துவனவாயுள்ளன. உதாரணமாகக் 'கைத்தொழில்' என்னும் சொற்றொடரை எடுத்துக்கொள்வோம். மேலெழுந்த வாரியாக நோக்கினால் மனிதன் கருவிகளைப் பயன்படுத்தத் தொடங்கிய கால முதல் கைத்தொழில் சமுதாய இயக்கத்துக்கும் முன்னேற்றத்துக்கும் ஆதாரமான உற்பத்தி முறையாக இருந்துவந்துள்ளது. ஆனால் நவீன காலத்திலேயே கைத்தொழில் ஒரு சமுதாயத்தின் அச்சாணியாக, அதன் பொருளாதார – சமூக அரசியல் வாழ்வினைப் பெருமளவுக்கு நிர்ணயிக்கும் சக்தி உடையதாக உருப்பெற்றுள்ளது. கைத்தொழில் நாடுகள் – *Industrial Nations* – என்று விதந்துரைக்கும் அளவுக்குக் கைத்தொழில் அந்நாடுகளின் முழுத்தன்மையை இனங்காட்டுவதாய் அமைந்திருக்கிறது. இது போலச் சிற்சில சொற்கள் நவீன உலகில் பொருள் முக்கியத்துவம் வாய்ந்தனவாய் இருப்பதைக் கவனித்தல் தகும்.

மேற்கத்திய உலகின் நவீன காலப் பகுதியை – விவரிக்கப் புகுந்த றேமண்ட் வில்லியம்ஸ் என்ற ஆங்கிலத் திறனாய்வாளர்,[8] ஐந்து சொற்களைக் கொண்டு – அவற்றின் பொருட் பரப்பு, குறிப்பு – என்பவற்றைக் கொண்டு – நவீன மேற்கத்திய கலாசார பரிணாமத்தை விளக்குகிறார். கைத்தொழில், சனநாயகம்,

வர்க்கம், கலை, கலாசாரம் என்பன அவ்வைந்து சொற்களுமாம். தற்காலத்தில் இவ்வைந்து சொற்களும் குறிக்கும் பொருள்கள் முந்திய பொருட் குறிப்புகளிலிருந்து அதிகம் வேறுபடுகின்றன என்பது வெளிப்படை. உதாரணமாக, நமது மொழியிலேயே இக்காலத்தில் வழங்கும் 'வர்க்கம்' எனும் பதத்தை ஒரு சிறிது நோக்குவோம். வர்க்கம் என்றால் ஒத்த பொருள்களின் கூட்டம், இனம், குறிப்பிட்ட எண்ணை அதே எண்ணாற் பெருக்கி வரும் தொகை; வமிசம்; ஒழுங்கு; சதுரம் என்றெல்லாம் பொருள்படும். அதோடு வருக்க கனம், வருக்கத் தொகை, வருக்க மூலம், வருக்க எழுத்து, வருக்க மோனை முதலிய கலைச்சொல் வழக்குகளும் உண்டு. இப்பொருள்கள் இப்பொழுது ஆங்காங்கு வழங்குகின்ற போதும் வர்க்கம் என்ற பதத்துக்கு ஆங்கிலத்திலே *class* என்னும் சொல்லுக்குரிய பொருளே பெருவழக்காயுள்ளது. இதிற் சந்தேகமில்லை. வர்க்கம் என்ற சொல்லுக்குரிய மூலப் பொருள்களில் 'ஒத்த பொருள்களின் கூட்டம்', 'இனம்' என்பன இரண்டு. அவற்றினடியாகப் பொருள் விரிவாக்கம் பெற்று இன்று வர்க்கம் என்பது சமூகப் பொருளில் சிறப்புப் பொருள் குறிப்பதாயுள்ளது. மத்தியதர வர்க்கம், பாட்டாளி வர்க்கம், முதலாளித்துவ வர்க்கம், நிலப்பிரபுத்துவ வர்க்கம் என்று குறிப்பிடுவதோடு வர்க்கச் சார்பு, வர்க்க போதம், வர்க்க உணர்வு, வர்க்கப் போராட்டம், வர்க்க வேர்கள் என்றும் குறிப்பிடுகிறோம். இன்றைய சமுதாய அமைப்பையும் வரலாற்றையும் வர்க்கம் என்ற பதப் பிரயோகம் இன்றி விவரிப்பதும் விளக்குவதும் அரிதாகவே இருக்கும். அதே வேளையில் வர்க்கம் என்பது ஆய்வாளரின் சிந்தனை ரீதியான சொல்லாக மாத்திரமின்றிப் பல்லாயிரக்கணக்கான மக்களின் உணர்ச்சிப் பிரயோகமாகவும் இக்காலத்தில் இருக்கிறது.[9] சமுதாய மாற்றம், புரட்சி என்பன வர்க்கம் என்ற சொல்லுடன் தொடர்புடைய கருத்தோட்டங்கள். எனவேதான் றேமண்ட் வில்லியம்ஸ் வர்க்கம் என்பது நவீன உலகின் விளக்கத்துக்கு இன்றியமையாத ஐந்து சொற்களில் ஒன்று என்றார். அவர் குறிப்பிடும் கைத்தொழில், சனநாயகம், வர்க்கம், கலை, கலாசாராம் என்பன புதிய சொற்கள் அல்ல. ஆனால், புதிய பொருட் பரிமாணங்களைப் பெற்றிருக்கும் சொற்கள்.[10]

திறனாய்வு என்ற சொல் அண்மைக் காலத்திலேயே விமர்சனம் என்னும் பொருளில் வழங்கப்பெற்று வருகிறது. பண்பாடு என்னும் பதம்போல ஆங்கிலச் சொற்கள் சிலவற்றிற்கு ஒத்த சொற்கள் வேண்டப்பட்ட வேளையில் உருப்பெற்றவற்றில் ஒன்றே திறனாய்வு ஆகும்.[11] நான் முன்னர் குறிப்பிட்டது போல ஒன்றின் திறத்தை அறிதல் என்னும் பொருளில் 'திறனறிதல்' என்னும் பிரயோகம் பழைய நூல்களிற் காணப்படுகிறது.

மீண்டும் *திருக்குற*ளைத் துணைக்கு இழுத்தால், பொருட்பாலில் சொல்வன்மை என்னும் அதிகாரத்திலே,

திறனறிந்து சொல்லுக சொல்லை

என்றும், அமைச்சு அதிகாரத்தில்,

எஞ்ஞான்றும் திறனறிந்தான் தேர்ச்சித் துணை

என்றும் வருமிடங்களில் மக்களுடைய இயல்புகளும் வினை செய்யும் திறங்களை அறிந்தவரைப் பற்றியும் குறிப்பிடப்படுகின்றன. 'திறவோர்' என்னும் சொல்லும் தமிழிலக்கியங்களிற் பயின்றுவரும் உதாரணமாகப் *புறநானூ*ற்றில் "திறவோர் காட்சியில் தெளிந்தமை" என்று வரும் அடியில் திறவோருக்குப் பகுத்து உணரும் திறனுடையோர் என்று பொருள்கள் கூறப்படும்.[12] இவ்வாறு 'திறம்' என்ற சொல்லினடியாகச் சில வழக்காறுகள் இருப்பினும் 'திறனாய்வு' என்னும் சொல் நவீன வழக்கேயாகும். அதைப் போலவே 'உணர்வு நலம்' என்னும் பிரயோகமும் நாம் மேலே குறிப்பிட்டது போல *sensibility* என்னும் ஆங்கிலப் பதத்தின் விளக்கச் சொல்லாகும். 'உணர்வு' என்னும் சொல்லினடியாக அதன் செம்மைசான்ற நிலையைக் குறிப்பதே 'உணர்வு நலம்'. *நன்னூ*லிலே செய்யுள் அல்லது கவிதை இன்னதென்று வரைவிலக்கணம் கூற முற்பட்ட பவணந்தியார்,

பல்வகைத் தாதுவின் உயிர்க்குடல் போற்பல
சொல்லாற் பொருட்கிடனாக உணர்வினின்
வல்லோர் அணிபெறச் செய்வன செய்யுள்

என்றார். அதாவது தோல், இரத்தம், இறைச்சி, மேதை, எலும்பு, மச்சை முதலிய தாதுக்களால் உயிர்க்கு இடமாக இயற்றப்பட்ட உடம்பு போல நால்வகைச் சொற்களால் பொருளுக்கு இடமாக, கல்வியிற் சிறந்தவர் அழகாகச் செய்வன செய்யுள் என்பது மரபுவழி வரும் உரை. இச்சூத்திரத்திலே 'உணர்வினில் வல்லோர்' என்று கூறப்படுவதையே 'உணர்வு நலம்' குறிக்கிறது எனலாம். எனினும், பவணந்தியார் கருதும் 'உணர்வினில் வல்லோர்' கல்வி அறிவு மாத்திரம் சிறப்பாக வாய்க்கப்பெற்றவர் போலும். திறனாய்வின் பயனாகக் கிடைக்கும் உணர்வு நலமுடையோர் அறிவுமட்டும் அன்றி அறனோக்கும் அழகியல் நோக்கும் ஒருங்கே வாய்க்கப்பெற்றவராய் இருப்பர். இவ்வாறு பார்க்குமிடத்துத் 'திறனாய்வு', 'உணர்வுநலன்' ஆகிய சொற்றொடர்களை ஒத்தவை முற்பட்ட காலத்தில் இருந்திருக்கக் கூடுமாயினும் அவை குறித்த பொருள் எல்லைகள் குறுகியன என்பது கூறாமலே விளங்கும்.

சுருங்கக் கூறுவதாயின் திறனாய்வும், உணர்வு நலமும் நவீன காலத்திலேயே சாத்தியமாயிருக்கும் தொழிற்பாடுகள், பண்புகள்.

எனவே முற்பட்ட சொற்களால் அவை சுட்டப்பட்டிருக்கும் என எதிர்பார்த்தல் பொருந்தாது. நவீன திறனாய்வும், அதன் பெருங்கொடையாகிய உணர்வு நலனும் சாத்தியமாவதற்குரிய ஏதுக்கள், நமது சமுதாயத்தைப் பொறுத்தவரையில், சென்ற நூற்றாண்டின் இறுதியிலும் இந்நூற்றாண்டிலுமே எழுந்தன.

பழைய நிலமானிய சமுதாயத்தின் தேய்வு, புதிய வர்க்கங் களின் எழுச்சி, அச்சியந்திரத்தின் வருகை, குறிப்பிடத்தக்க அளவிற் பரவலான கல்வி, மரபு – சம்பிரதாயம் என்பனவற்றில் நம்பிக்கைக் குறைவு, பிறப்பாலன்றிச் செய்தொழிலால் ஒருவருக்கு மதிப்பு, உழைப்பின் மகத்துவம் முதலியன நவீன சமுதாயத்தின் சில பண்புகளாம். இவை அடிப்படையான சமூகவியல் மாற்றங்கள் என்பதை நாம் மனத்தில் இருத்திக் கொள்ள வேண்டும். புதிய கல்வி முறைகள் இம்மாற்றங்களை உறுதிப்படுத்திவந்திருக்கின்றன. இம்மாற்றங்களின் தவிர்க்க இயலாத எதிரொலியும் பிரதிபலிப்பும் கலை இலக்கியத்தில் மாத்திரமன்றி மனிதனின் சிந்தனைத் துறைகள் அனைத்திலும் தோன்றும் என்பதில் தடையே இல்லை.

இலக்கியத்தில் இதன் செயற்பாட்டை ஒரு சிறிது கவனிப்போம். ஏறத்தாழ இந்நூற்றாண்டின் தொடக்கம் வரை தமிழிற் செய்யுள் செய்தோர் அனைவரும் "காரிகை" கற்றுக் கவி பாடியவராய் இல்லாவிட்டாலும் "காரிகை" படித்தவராய் இருந்தனர். பாட்டியல் நூல் பயின்றவராய் இருந்திருப்பர். அங்கீகரிக்கப்பட்ட யாப்பில் அறியப்பட்ட ஏதாவதொரு பிரபந்தத்தைப் பாடுவோராகவே இருந்தனர். இன்று அம்முறை பெரிதும் வலுவிழந்து வருகிறது. பாரதியின் *குயிற்பாட்டை* எந்தப் பிரபந்த வகையாய்க் கொள்வது? புதுமைப்பித்தனின் கவிதைப் பரிசீலனைகளையும், பிச்சமூர்த்தியின் புதுக்கவிதைகளையும் எந்த யாப்பில் அடக்குவது? *தொல்காப்பியத்திலிருந்தும், இலக்கண விளக்கத்திலிருந்தும்* இவற்றுக்கு வரைவிலக்கணமோ, உதாரணமோ, அதிகாரமோ பெறவியலாது. ஒவ்வொரு புதுப் படைப்பையும் அதனதன் தகுதி நோக்கியே ஆராய்ந்து மதிப்பிட வேண்டியிருக்கிறது. உதாரணமாக, ஒருவர் ஒரு பிள்ளைத் தமிழ்ப் பிரபந்தம் என்று கூறிய மாத்திரத்தே அது பற்றிய முக்காற் பங்கு விளக்கம் படிப்போர்க்கு ஏற்பட்டுவிடும். ஆனால் பாரதியின் *குயிற்பாட்டை* அவ்வாறு பிரபந்தப் பெயர் கூறி விவரிக்க இயலாதாகையால் அதனைப் பலமுறை படித்து அதன் சிறப்பியல்புகளையும் நலன்களையும் விளக்க வேண்டியுள்ளது.[13] இங்கேயே நவீன திறனாய்வின் இன்றியமையாமை தெளிவாகிறது எனலாம்.

இன்னுமொன்று. பழைய அளவுகோல்களும் பிரமாணங்களும் செல்வாக்கு இழந்தமையால் புதிய அளவுகோல்களையும் மதிப்பீடுகளையும், ஆக்கிக்கொள்ள வேண்டியுள்ளது. இதனாலும் திறனாய்வு அத்தியாவசியமாகிறது. திறனாய்வு பற்றி எழுதியுள்ள வில்பர் ஸ்கொற் (Wilbur Scott) என்னும் வித்தகர் நவீன காலத்திலே திறனாய்வு தோன்றுவதற்குரிய முன்னீடுகள் மூன்றினைக் குறிப்பிடுகிறார்.[14] "பழைய அளவைக் கட்டளைகளிலிருந்து விடுபாடு; திறனாய்வாளர் தமது கவனத்தைச் செலுத்தத்தக்க, தகுதி வாய்ந்த புத்தம் புதிய ஆக்கங்கள்; எதிர்கால இலக்கியத்தைப் பற்றிய நம்பிக்கையும் உள்ளக்கிளர்ச்சியும்" – இவையே திறனாய்வு செழித்து வளர்வதற்கு உகந்த சூழ்நிலைக் கூறுகள் என்கிறார் ஸ்கொற். இக்கூறுகள் நமது மொழியில் இக்காலத்தில் ஐயத்திற்கிடமின்றி இருக்கின்றமையை எவரும் மறுக்கவியலாது.

இன்னொரு முக்கியக் காரணியும் உண்டு. பழைய அளவைக் கட்டளைகள் அல்லது அதிகார நூல்கள் இல்லாமை இலக்கியக் கர்த்தாவுக்கு மாத்திரம் பிரச்சினை அல்ல. படிப்போருக்கும் பிரச்சினைதான். யாரை, எதை, நம்பி வாசகன் நூலை ஏற்றுக் கொள்வது? ஓரளவு கல்விப் பயிற்சி அவனுக்கு இருக்குமாயின் நூற்றுக்கணக்கில் வெளிவந்துகொண்டிருக்கும் நூல்களில் தரமறிந்து சிலவற்றைத்தான் சுவைப்பது எவ்வாறு? இத்தகைய மலைப்பு வாசகனுக்கு உண்டாகலாம்.

இத்தகைய சூழ்நிலையிலே நூலாசிரியனுக்கும் அவனது படைப்புக்கும் வாசகர்களுக்கும் உள்ள உறவு அடிப்படையான மாற்றத்தை அடைகிறது. நூலும் வாசகரும் பெறும் முக்கியத்துவம் அதிகரிக்கிறது.[15] நூலுக்கும் வாசகருக்கும் இடையில் விமர்சகன் தோன்றி, அத்தியாவசியமான பணியொன்றைச் செய்ய வேண்டியவனாகின்றான். நூல்களைப் படிப்பதும் அவை பற்றிய விளக்கங்களையும் ரசனையையும் வெளியிடுவதும் தொழிலாகவே நிலைத்து விடுகிறது.

இப்பணியின் பிரதான பண்பு யாது? அடிக்கடி எழுப்பப்படும் இவ்வினாவிற்கு எத்தனையோ விடைகளுண்டு. ஆயினும் பெரும்பான்மையோரால் பொதுவான வரைவிலக்கணமாக ஏற்றுக்கொள்ளப்படக் கூடியது டி.எஸ். எலியட் என்ற ஆங்கிலத் திறனாய்வாளர் கூற்றாகும்:

"The elucidation of works of arts and the correction of taste" என்பது அன்னார் கூற்று. "கலைப் படைப்புக்களை விளக்கித் தெளிவாக்குதலும் அழகுணர்வைச் செம்மைப்படுத்தலுமே" திறனாய்வின் பணியென்பது அவரது கருத்து. இவ் வரைவிலக்கணத்தை முற்றாக ஏற்றுக்கொள்ளாதவரும்

இப்பணியை யுள்ளடக்கி வேறு சிலவற்றையும் சேர்த்துக் கொள்ளுவரேயன்றி இதனை நிராகரிக்க மாட்டார் என்பதுறுதி.

திறனாய்வாளன் ஆய்ந்து, ஓர்ந்து, தேர்ந்து தெளிவாக்கு கின்றான்.[16] இறுதி ஆய்வில் அவன் செய்வது மதிப்பீடு ஆகும். அதுவே திறனாய்வின் முடிவுமாகிறது. அதன் வழி உணர்வு நலன் சிறக்க வாய்ப்பு உண்டாகும். ஜனநாயக வளர்ச்சியாலும் பொதுக்கல்விப் பயிற்சியாலும் நூற்பெருக்கத்தாலும், பற்பல நன்மைகள் உண்டாகும் அதே வேளையில் தக்க சமுதாய அமைப்பும் ஒழுங்கும் இல்லாவிடத்து உயர்கலைக்கும் வணிக நோக்குள்ள உற்பத்திப் பொருளுக்கும் வேறுபாடு இலகுவில் காணவியலாத அவலமும் தோன்றிவிடுகிறது. குறிப்பாக, முதலாளித்துவ சமூகத்திலே வர்த்தக விளம்பரங்கள் "பொய்யுடையொருவன் சொல் வன்மையினால் மெய்போலுமே" என்ற மூதுரைக்கொப்பக் கலை இலக்கியப் போர்வையில் வெளிவருது சகஜம்.[17] இவற்றைப் பகுத்துணரும் பயிற்சியை விதந்து கூறத்தக்க அளவிலே திறனாய்வு தருகிறது. உலகில் நிகழ்வுகள் காரண காரியத் தொடர்பிலே இயங்குவன என்று கூறுவர். அதுபோல நவீன காலத்தில் திறனாய்வு இத்துணை இன்றியமையாததாய் இருப்பது அதற்குப் போதுமான சூழ்நிலைத் தேவைகள் உள்ளமையாலேயே எனலாம்.[18]

அதிகப்படியானோர் கலை இலக்கியத் துறையில் ஈடுபாடு கொண்டிருக்கும் காலம் இது. முன்னெக் காலத்தையும் விட இக்காலத்திலேயே இலக்கிய ஆக்கத்தில் ஆர்வமுடையோர் எண்ணிக்கையில் அதிகமாய் உள்ளனர். இந்நிலையில் எலியட் கூறுவதுபோல் "கலைப் படைப்புகளை விளக்கித் தெளிவாக்குதலும் செழுமைப்படுத்துதலும்" காலத்தின் கட்டளையாயுள்ளது.

இன்னொரு கோணத்திலிருந்து நோக்கினால், திறனாய்வுக் கலை இலக்கியத்துக்கு மட்டும் வேண்டப்படுவதன்று. கலை இலக்கியத்துக்குக் கூறியவை நவீன கல்வித் துறைகள் அனைத்துக்கும் பொருந்தும். மாபெரும் விஞ்ஞானக் கண்டுபிடிப்புகளைச் செய்யும் விஞ்ஞானிகள், 'உணர்வு நலம்' வாய்க்கப்பெறாவிட்டால் ஈரமிலா நெஞ்சத்தராய் மனுக்குலத்தை அழிக்கவல்ல ஆயுதங்களையும் கருவிகளையும் உருவாக்குவதில் முனைவர். இதனாலேயே மேலைத் தேசங்களிலே கல்வியாளர் பலர் விஞ்ஞான மாணவர்க்குக் கலைக்கூறுகளும் கலைத்துறை மாணவர்க்குச் சமூக விஞ்ஞான அறிவும் இயன்றவரை போதிக்கப்படல் வேண்டுமென்று வற்புறுத்தி வருகின்றனர்.[19] தனது பரிசோதனைகளிலும் ஆய்வுக் கூடங்களிலும் அமிழ்வுற்றிருக்கும் விஞ்ஞானி, இயற்கையிலும் மானுடத்திலும் உள்ள அழகையும்

ஆற்றலையும் சில வேளைகளிலே காணத் தவறுகிறான். அவனது 'உணர்வு நலன்' ஊனமுடையதாயிருக்கின்றது. அதன் விளைவுகள் பாரதூரமானவை.

இக்குறைபாட்டை நிவிர்த்தி செய்யுமுகமாகவே மேலை நாடுகளில் அண்மைக் காலத்தில் விஞ்ஞானத்தின் சமூகவியல் *Sociology of Science* என்னும் ஆய்வு நெறி பலரால் வற்புறுத்தப் பட்டு வருகின்றது. விஞ்ஞானத்தையும் விஞ்ஞானியையும் சமூகத்தின் சகல அம்சங்களும் இணைக்கும் ஆய்வை இந்நெறி சிறப்பாகக் கொள்வதாகும்.[20] மனிதனை நடுமையமாக வைத்துச் சகல ஆய்வுகளையும் நடத்தினாலன்றி உணர்வு நலத்தைச் செம்மைப்படுத்துவது சாலாது என்பதே அறிஞர்களின் முடிவாகும். அதே நேரத்தில் இலக்கியத்தையும் மகிழ்வூட்டும் பொழுதுபோக்குச் சாதனமாக மாத்திரம் கொள்ளாமல் ஆய்வறிவு சார்ந்த ஒரு துறையாக விவரிக்கும் போக்கும் அண்மைக் காலத்தில் வளர்ந்து வருகிறது. இலக்கியத்தின் சமூகவியல் *Sociology of Literature* என்னும் ஆய்வுநெறி இதற்கு வழிவகுப்பதாயுள்ளது.[21]

குறிப்பாக, நமது காலத்திலே பொதுசன தொடர்பு சாதனங்கள் வாழ்க்கையுடனும் அதனால் இலக்கியத்துடனும் நெருங்கிய தொடர்புடையன. அவற்றின் இயக்கப்பாடு பற்றிய அறிவு திறனாய்வாளனுக்குப் பெரிதும் வேண்டப்படுவதாகும்.

20ஆம் நூற்றாண்டிலே மனிதனுக்கு எல்லாத் துறைகளிலும் எண்ணிறந்த வாய்ப்புக்கள் உள்ளன. இவற்றை ஏற்ற முறையிற் பயன்படுத்தவும், அப்பயன்பாடு மனிதனது பௌதிக–ஆத்மீகத் தேவைகளுக்குத் திருப்திகரமான முறையில் அமையவும் திறனாய்வும்–உணர்வு நலமும் இன்றியமையாதனவாகும்.

ஒவ்வொரு நாட்டினர்க்கும் மக்களுக்கும் திறனாய்வு, இரசனை என்பன குறித்துச் சிற்சில பாரம்பரியங்களும் மரபுகளும் உண்டு. நமது முன்னோர் கலை இலக்கியங்களை விவரிக்கையில் அவற்றின் இலட்சியப் பண்புகளாகச் சத்தியம், சிவம், சுந்தரம் என்பவற்றைக் கூறினர். உண்மை, நன்மை, அழகு என்பனவே இம் மூன்றுமாம்.[22] இவை இன்றும் போற்றக்கூடியன என்பதில் ஐயமில்லை. இவற்றின் முழு அர்த்தத்தையும் விளங்கிக்கொண்டு நவீன அறிவுலகின் பெறுபேறுகள் அனைத்தையும் பயன்படுத்தி மனித வாழ்க்கைக்குப் பொலிவும் பூரணத்துவமும் அளிப்பதே உயர் இலட்சியமாகும். இவ்விலட்சியத்தை நோக்கி நடைபோடத் திறனாய்வு நோக்கும் உணர்வு நலப்பண்பும் பேருதவி புரிவன என்பதை வற்புறுத்துதல் தகும்.

பொதுவாக நமது வாழ்வியல் பற்றி இரு வகையான நிலைப்பாடுகளிலிருந்து பலர் கருத்துத் தெரிவிப்பதைக் காணலாம். வேறு சில நாடுகளுடன் நமது நாட்டை ஒப்பிட்டு அவ்வொப்பீட்டின் அடிப்படையில் இங்குள்ள வாழ்வியல் திருப்திகரமானது அல்லது குறைபாடுடையது என்று சிலர் கூறுவர். மற்றொரு பிரிவினர், முற்பட்ட காலத்து வாழ்க்கை முறை பற்றிய செய்திகளுடன் அல்லது அனுபவங்களுடன் இக்கால வாழ்வியலை ஒப்பிட்டு அவ்வொப்பீட்டின் அடிப்படையில் இன்றைய வாழ்வியல் நல்லது கெட்டது எனக் கூறுவர். முன்னது இடவேறுபாட்டின் அடிப்படையிற் கூறப்படும் அபிப்பிராயம். பின்னது கால வேறுபாட்டின் அடிப்படையிற் கூறப்படும் அபிப்பிராயம். இத்தகைய ஒப்பீடுகளின் விளைவாக, கருத்துத் தெரிவிப்பவர்கள் அனைவரும் ஆராய்ச்சி யடிப்படையிலும் தருக்க ரீதியாகவும் முடிவுகளுக்கு வருகின்றனரா என்பது வேறு விஷயம். அது தனியாக நோக்கப்பட வேண்டியது. இவ்விடத்தில் நாம் மனங்கொள்ளத்தக்க செய்தி யாதெனில் வாழ்வியல் பற்றிய கருத்துக்கள் கால தேச வர்த்தமானங்களுக்கு இயைய மாறுபடுந் தன்மையன என்பதாகும். “காலங்கெட்டுப் போச்சு” என்று சாதாரணமாக ஒருவர் கூறுமிடத்து அவர் உண்மையில் வாழ்வியலின் தன்மைகளை எண்ணியே அவ்வாறு உரைக்கிறார் என்பது வெளிப்படை. அந்தவகையில் வாழ்வியல் பற்றி ஏறத்தாழ எல்லாருக்கும் ஏதாவது ஒரு மனப்பதிவு உண்டு.

பொதுசனத் தொடர்பு சாதனங்கள் பற்றி அதேயளவு பரவலாக மக்கள் மத்தியில் கருத்தோட்டங்கள் இருக்கும் எனத் துணிந்து கூறிவிட இயலாது. நூல், பத்திரிகை, தொலைபேசி, வானொலி, திரைப்படம், தொலைக்காட்சி முதலியன முக்கியமான பொதுசனத் தொடர்பு சாதனங்கள். இவை மிகப்பெரிய அளவில் வாழ்க்கையுடன் நெருங்கிய தொடர்புடையன. நூல் படிப்பவர்களின் தொகையிலும் பத்திரிகை வாசிப்போர் தொகையிலும் வானொலி கேட்போர் தொகை அதிகமாகவும், வானொலி கேட்போர் தொகையிலும் திரைப்படம் பார்ப்போர் தொகை அதிகமாகவும் இருக்கிறது என்று கூறினால் அது மிகையாகாது. இவ்வடிப்படையிலேயே பல நாடுகளில் தணிக்கையாளரும் செயற்படுகின்றனர்.[23] எனவே, பொதுசனத் தொடர்பு சாதனங்களால் பாதிக்கப்படாத, அவற்றைத் தமது அன்றாட வாழ்வில் ஏதோவொரு விதத்திற் பயன்படுத்தாத இக்கால மக்களே இல்லை எனலாம். இதற்கு ஓர் உதாரணம் காட்டலாம். சாதாரணமாகக் கால் நூற்றாண்டிற்கு முன் மின்சார வசதி உள்ளவர்களே வானொலியைப் பயன்படுத்தக் கூடியதாய் இருந்தது. ஆனால் கடந்த இருபது இருபத்தைந்து வருடங்களுக்குள்

'டிரான்சிஸ்டர்' ரேடியோக்கள் கோடிக்கணக்கில் பெருகியதால் மின்சக்தி எட்டிப்பார்க்காத குக்கிராமங்களிலும் இக்காலத்தில் வானொலியின் தாக்கத்தைக் கண்ணாரக் காணலாம். எழுத்தறிவு அற்ற கிராமவாசிகள்கூட வயலிலும் தோட்டங்களிலும் வேலை செய்யும்பொழுது 'டிரான்சிஸ்டர்' பெட்டியிற் காது குளிரும் இசையையும் கருத்தைத் தைக்கக் கூடிய செய்திகளையும் கேட்பதை நாமறிவோம். நமது நாட்டிலும் பொதுசனத் தொடர்பு சாதனம் வானொலி வடிவிலும் திரைப்பட வடிவிலும் ஆதிக்கம் செலுத்துகிறது.[24] அறிந்தோ அறியாமலோ அவர்கள் அவற்றால் நிச்சயம் பாதிக்கப்படுகின்றனர். ஆயினும், பொதுசனத் தொடர்பு சாதனங்கள் வாழ்க்கையில் எத்தகைய பங்கை வகிக்கின்றன என்பது பற்றியும், அவற்றின் செல்வாக்கும் பாதிப்பும் எத்தகைய விளைவுகளை உண்டாக்குகின்றன என்பது பற்றியும் சிந்திப்பவர்கள் குறைவு என்றே கூற வேண்டும்.

விண்ணையும் மண்ணையும் இணைக்கும்வகையில் தொடர்பு சாதனங்கள் இன்று வளர்ந்துள்ளன. சந்திரனிலிருந்து சமிக்ஞைகளைப் பெற்று அவற்றை வானொலியில் ஒலிபரப்பும் முறை சர்வ சாதாரணமாகக் கருதப்படுகிறது. எனினும், இவ்விடத்தில் ஒன்றை நாம் குறிப்பிடுதல் பொருத்தமாயிருக்கும். பொதுசனத் தொடர்பு சாதனங்கள் என்று பொதுப்படையாக நாம் குறிப்பிடுகின்றோமாயினும் நாடுகளுக்கிடையில் சாதனங்களின் தன்மை, பெருக்கம், பயன்பாடு முதலியவற்றில் ஏற்றத்தாழ்வுகள் இருப்பது கண்கூடு. குறிப்பாக, வளர்முக நாடுகளில் பொதுசனத் தொடர்பு சாதனங்கள் சீரிய முறையில் அபிவிருத்தியடைவதற்குப் பல தடைகள் உள்ளன. போதிய மூலதனம் இன்மை, கல்வி வளர்ச்சிக் குறைவு, ஏகாதிபத்திய நாடுகளின தொடர்ந்த செல்வாக்கு – இவை போன்ற காரணிகள் வளர்முக நாடுகளிலே பொதுசனத் தொடர்பு சாதனங்களின் துரித, ஆரோக்கியமான வளர்ச்சியைப் பாதகமான முறையிற் பாதித்துவருகின்றன. பொதுவான இப்போக்கின் ஒரு வெளிப்பாடாகவே வளர்முக நாடுகளின் செய்திச் சேவைகள் ஏகாதிபத்திய நாடுகளின் பெரு நிறுவனங்களால் பாதிக்கப்பட்டுவந்துள்ளன. இரண்டு மூன்று பெரிய (பிரிட்டிஷ் அமெரிக்க) செய்திச் சேவை நிறுவனங்கள் ஏகபோக உரிமைகளைப் பெற்று இயங்கிவந்திருக்கின்றன. இதன் விளைவாக அணிசேரா நாடுகளின் அரசியல் போக்குகள், பொருளாதாரத் திட்டங்கள், கலாசார எழுச்சிகள், தேசிய அபிலாஷைகள் முதலியன புறக்கணிக்கப்பட்டும், பல சந்தர்ப்பங்களில் விஷமத்தனமாகத் திரித்துக் கூறப்பட்டும் வந்துள்ளன. ஏகாதிபத்திய நாடுகளின் கண்ணோட்டத்திலிருந்தே அந்நிறுவனங்கள் செய்திகளைத் தயாரித்தன. உலக

நாடுகளிடையே உறவுகளைப் பாதிக்கும் அளவிற்குச் செய்திச் சேவை நிறுவனங்கள் ஒருதலைப்பட்சமாக நடந்துகொண்டன. இந்நிலையை யுணர்ந்த அணிசேரா நாடுகள் பல, அண்மையில் தமக்கெனச் செய்திச் சேவை ஒன்றை நிறுவ முன்வந்துள்ளன. செய்தித் தயாரிப்பில் இருந்துவந்த குறைபாட்டை இது ஓரளவு நிவிர்த்தி செய்யும் என எதிர்பார்க்கப்படுகிறது. இறுதி ஆய்வில் இது வளர்முக நாடுகளின் வளர்ச்சிக்கே இன்றியமையாததாகும். இன்னொரு வகையிற் கூறுவதானால் வளர்முக நாடுகள் பல, கடந்த தசாப்தங்களுக்குள் அரசியல் சுதந்திரம் பெற்றிருப்பினும் ஏகாதிபத்திய நாடுகளின் கலாசாரப் பிடியிலிருந்து இன்னும் விடுபடவில்லை. இது பொதுசனத் தொடர்பு சாதனங்களின் வளர்ச்சியைப் பாரதூரமாகப் பாதிக்கின்றது. எடுத்துக்காட்டாகச் சில ஆப்பிரிக்க நாடுகளிலே தொலைக்காட்சி வசதிகள் நிர்மாணிக்கப்பட்டுள்ளன. எழுத்தறிவு வாய்க்கப் பெற்றோரின் வீதம் மிகவும் குறைந்த அந்நாடுகளிலே நூல்கள், பத்திரிகைகளின் வெளியீடு குறைவே. அத்தகைய சூழ்நிலையில் தொலைக்காட்சி நன்கு பயன்படுமாயினும் நடைமுறையில் அங்குள்ள தொலைக்காட்சி ஒலிபரப்பில் மேனாட்டுத் திரைப்படங்களும் தொடர் சித்திரங்களும் அதீத பொழுதுபோக்குச் சித்திரங்களுமே இடம்பெறுகின்றன. தொழில்நுட்ப வல்லுனர்களிலிருந்து நிகழ்ச்சித் தயாரிப்பாளர்கள் வரை பல மேலைத்தேய பயிற்சியும் தொடர்பும் கொண்டவர்களாக இருப்பதனாலும், அரசியல் பொருளாதார சுதந்திரங்களைக் கட்டிக் காத்துப் பேணுவதற்கு இன்றியமையாத கல்வி கலாசார எழுச்சிகளும் இயக்கங்களும் பிரக்ஞைபூர்வமாக வளர்க்கப்படல் வேண்டும் என்னும் அடிப்படை உண்மை போதியளவு உணரப்படாமையாலும் அங்குப் பொதுசனத் தொடர்பு சாதனங்கள் உரிய பயனை அளிக்கவில்லை என்றே கூற வேண்டும்.

வாழ்வியலிற் தொடர்பு சாதனங்களின் தாக்கம் என்று குறிப்பிடுகையில் நாம் கருதுவது யாது? நவீன – யந்திரமயப் படுத்தப்பட்ட – பொது மக்கள் தொடர்பு சாதனங்களை ஒரு கணம் மறந்துவிட்டு, சம்பிரதாயமான தொடர்பு சாதனம் ஒன்றை நோக்குவோம்.

மக்களுக்குள் தொடர்பை ஏற்படுத்தும் சாதனங்களில் ஒன்று தெருப்பாதை ஆகும். ஓரிடத்திலிருந்து மற்றோரிடத்திற்குச் செல்லும் பாதையையும் தொடர்பு சாதனம் என்றே முன்னர் கூறிவந்தனர். கால்வாய், புகையிரதம், நீராவிக் கப்பல், மோட்டார் கார், ஆகாயவிமானம் முதலியனவும் தொடர்பு சாதனங்களே. ஆனால், இக்காலத்தில் இவற்றைப் பொருள் தெளிவிற்காகப் போக்குவரத்து சாதனங்கள் எனக் குறிப்பிடுதல்

வழக்கமாகிவிட்டது.[25] சொல் வழக்காற்றில் இப்போக்குவரத்துச் சாதனங்களுக்கும் வானொலி திரைப்படம் முதலிய பொது மக்கள் தொடர்பு சாதனங்களுக்கும் நாம் வேறுபாடு கண்டாலும், உலகின் பல நாடுகளிலே, குறிப்பாக, வளர்ச்சி குன்றிய நாடுகளிலே, இத்தகைய தொடர்பு சாதனம், சமுதாயத்திலே மாபெரும் மாற்றங்களை உண்டாக்குகிறது. உதாரணமாக, ஒரு குக்கிராமத்திற்குத் தெருப்பாதைத் தொடர்பு ஏற்பட்டு வெளியுலகத்துடன் இணைக்கப்படும்பொழுது எத்தகைய மாற்றங்கள் ஏற்படுகின்றன என்பதைப் பற்றி ஆராய்ச்சியாளர்கள் சில நுண் ஆய்வுகளை நடத்தியுள்ளனர். இந்தியா, துருக்கி, மெக்சிக்கோ ஆகிய நாடுகளிலே நடத்தப்பெற்ற இத்தகைய சமூகவியல் ஆய்வுகளிலிருந்து பெறப்பட்ட சில பொது அம்சங்களை இங்குக் கவனித்தல் தகும்.

ஒரு குக்கிராமத்திற்குப் பெருந்தெருத் தொடர்பு ஏற்பட்டதும் அக்கிராமத்தின் முழு வாழ்க்கையே மாறத் தொடங்குகிறது. மக்கள் அயலிலுள்ள நகரங்களுக்கு வேலைக்குச் சென்றுவரத் தொடங்குகின்றனர். சந்தைக்குப் போகின்றனர். அவர்கள் புதிய பொருட்களைக் காண்கின்றனர்; வாங்குகின்றனர். அரசாங்க உத்தியோகத்தர்களும், மூலதனம் இட்டுத் தொழில்கள் துவங்கக்கூடியவர்களும் கிராமத்திற்குக் கூடுதலாக வருகின்றனர். முன்னரெல்லாம் வரத் தயங்கிய அல்லது மறுத்த வைத்தியர் வருகிறார். புதினப் பத்திரிகைகள் கிரமமாகவும் வேகமாகவும் விநியோகிக்கப்படுகின்றன. இளைய தலைமுறையினர் மரபுவழிப்பட்ட தொழில்முறைகளுக்கு மாற்றாகப் புதிய வாய்ப்புகளை நாடுகின்றனர். தொழிற்சாலைகளில் உற்பத்தி செய்யப்பட்ட நுகர்ச்சிப் பொருட்கள் கிராமத்திலே விற்பனைக்கு வந்து குவிகின்றன. கிராமத்துக் கைப்பணிப் பொருட்களுக்குப் போட்டியாக இவை அமைந்து அவற்றின் வீழ்ச்சிக்கு ஏதுவாகின்றன. பலதரப்பட்ட பிரசாரகர்கள் கிராமத்துக்கு வந்து போகின்றனர். புதிய உயர்ந்தோர் குழாம் – *elite* – ஒன்று உருவாகத் தொடங்குகிறது. இவை மகத்தான மாற்றங்களாகும்.

மனோன்மணீயம் என்னும் நாடகத்திலே ஆசிரியர் சுந்தரம் பிள்ளை ஓரிடத்திலே மேல்வருமாறு கூறியுள்ளார்.

> **காலமென்பது கறங்குபோற் சுழன்று**
> **மேலது கீழாய்க் கீழது மேலாய் மாற்றிடுந் தோற்றம்.**

ஒரு குக்கிராமத்திலே நவீன தொடர்பு சாதனம் புகுந்ததும் இத்தகைய மாற்றங்கள் ஏற்படுதல் கண்கூடு. தெரு, புகையிரதம் முதலியன நேரடியாகவே புதிய மனிதரையும் புதிய பொருட்களையும் கொண்டுவருகின்றன. ஆனால், டெலிபோன்,

வானொலி, திரைப்படம், பத்திரிகை முதலியன பொருட்களையும் மனிதரையும் அறிமுகப்படுத்துவதுடன் நூதனமான கருத்துக்களையும் சிந்தனைகளையும் சுமந்து வருகின்றன. வழிவழி வந்த நம்பிக்கைகளை அவை பலவீனப்படுத்துகின்றன. புதிய இசைக்கோலங்களை அறிமுகப்படுத்துகின்றன. மெல்லிசை, "பொப்" இசை என்பன நவீன தொடர்பு சாதனங்கள் இன்றேல் அத்துணைச் சனரஞ்சகத் தன்மையை எய்தியிருக்கமாட்டா. "பொப்" இசை இன்று உலகளாவியதாயுள்ளது.

இந்தச் சனரஞ்சகத்தன்மை என்பது பொதுசனத் தொடர்பு சாதனங்கள் பற்றிய முக்கியமான பண்பொன்றை நமக்கு நினைவூட்டுகிறது. நாம் வாழும் காலத்தை நவயுகம், நவீன காலம் என்று விவரிப்பது வழக்கம். நவீனத்துவம் இக்காலத்தின் தலையாய பண்பாகக் கருதப்படும். இதனடியாக நம் கால சமுதாயத்தை நவீன சமுதாயம் என்றும் வழங்குவதுண்டு. நவீன சமுதாயத்தின் சிறப்பியல்புகள் பல. கைத்தொழில் வளர்ச்சி, தொழில்நுட்ப அபிவிருத்தி, போக்குவரத்து சாதனங்களின் பெருக்கம் என்பன அச்சிறப்பியல்புகளிற் சில. எனினும், இப்பண்புகள் அனைத்திலும் மிக முக்கியமானது நவீன சமுதாயத்தைப் பற்றிய முழுமைக் கோட்பாடாகும். இதனைச் சிறிது விளக்குதல் வேண்டும்.

நவீன சமுதாயம் என்று நாம் வழங்கும்பொழுது பழைய – முற்பட்ட – சமுதாயத்துடன் ஒப்புநோக்கியே அவ்வாறு கூறுகிறோம். பழைய சமுதாயத்தின் மிக முக்கியமான – பிரத்தியட்சமான – அம்சங்களில் ஒன்று இதன் அமைப்பு முறையாகும். பழைய சமுதாயத்தில் பல்வேறு பாகுபாடுகள் நிலவின. நவீன சமுதாயங்களிலும் வர்க்க வேறுபாடுகள் உண்டு. ஆயினும், பழைய சமுதாயத்தில் ஏற்றத்தாழ்வுகள் பிறப்பினாலும் ஐதிகங்களினாலும் இறுக்கமாகக் கட்டிக்காக்கப்பட்டு வந்தன. சமுதாயம் என்ற சொல்லே மிகக் குறுகிய பொருளில் வழங்கப் பட்டது. சிறுசிறு கிராமங்களிலே சிதறுண்டு பரவிக் கிடந்த மக்கட் கூட்டமானது, பொதுசனம் என்னும் தொகுதியுணர்வின்றிக் குழுக்களாக இயங்கின. ஒவ்வொரு கிராமமும் பெருமளவிற்குத் தன்னிறைவுடையதாய் ஏனைய கிராமங்களுடன் தொடர்பின்றிக் காலங்காலமாய் இருந்து வந்தன. அக்கிராமங்களில் சில குடும்பங்களே உயர்ந்தனவாய்க் கணிக்கப்பட்டன. ஏனையோர் பற்றிய எண்ணமே எவருக்கும் எழவில்லை. நமது பழைய இலக்கண நூலிலே வரையறுக்கப்பட்டுள்ளது போல, "உலகம் என்பது உயர்ந்தோர் மேற்றே" என்பதன் பொருள் உயர்குடிப்பிறந்த நன்மக்கள் சிலரே மாந்தராகக் கருதப்படத் தக்கவராவர். சாதியடிப்படையிலும் வேறு வகையிலும்

மக்கட் தொகுதியினரிற் பெரும்பாலானோர் சமுதாயத்தின் அங்கத்தவர்களாகவே கருதப்பட்டாரல்லர். ஆனால், நவீன சமுதாயம் என்று குறிப்பிடும்பொழுதே அது ஆகக் கூடியளவு மக்களைக் குறிக்கும் பண்பை உடையது என்பது பெறப்படும். அதாவது, அரசியல் அதிகாரம் முதலியவற்றில் அவர்களுக்குப் போதிய பங்கு இல்லாவிடினும் சாதாரண மக்களது வாழ்க்கை பற்றிய உணர்வு நவீன சமுதாயத்தில் பெரிதும் கவனிக்கப்படுவதாயுள்ளது. பல்வேறு வரம்புகளையும் கடந்து கூடியளவு மக்கள் தொகையினர் பொதுவான உணர்வுகளையும் மதிப்பீடுகளையும் பெற்று வாழும் நிலையிலேயே பொதுசனம் என்னும் கோட்பாடு உருவாகி வருகிறது. இக்கோட்பாடு விரிவடைய நவீன சமுதாயம் தன் பெயருக்கேற்ப நவீனத்துவம் பெற்றுவருகிறது எனலாம்.[26] ஆங்கிலத்திலே நவீன சமுதாயத்தை வெகுசன சமுதாயம் – *Mass Society* – என்றும் வழங்குவர். இதனை ஓருதாரணத்தால் விளக்குவோம்.

பழங்காலத்திலே *கம்பராமாயணம்*, *திருக்குறள்* முதலிய நூல்கள் இயற்றப்பட்டபொழுது ஏட்டில் எழுதப்பட்டன. தமிழ்கூறு நல்லுலகம் முழுவதிலுமே சிற்சில கணக்காயர் வீடுகளிலும், அரசவைகளிலும் ஆதீனங்களிலும் இந்நூல்களின் ஏட்டுப் பிரதிகள் இருந்தன. வெகு சிலரே இவற்றைக் கற்பவராக இருந்தனர். அந்நிலையில் தமிழ்ச் சமுதாயம் முழுவதற்கும் அத்தகைய நூல்கள் பொதுவாக இருந்தன என்று கூறவியலாது. பெருமுயற்சியுடனும் மிகுந்த சிரமப்பட்டும் ஏட்டு நிலையிலிருந்த பழம்பெரும் தமிழ் நூல்களை வெளியிட்டுப் பதிப்புப்பணி புரிந்தோர் பலராவர். அவருள் (ஆய்வு நெறியிற் சிற்சில வேறுபாடுகள் – வித்தியாசமான அணுகுமுறைகளை மனங்கொண்டிருந்தோராயினும்) சி.வை. தாமோதரம் பிள்ளை (1832–1901), டாக்டர் உ.வே. சாமிநாதையர் (1855–1942) போன்றோர் தம் வாழ்நாளின் பெருமளவு காலப் பகுதியைப் பிரயாணத்திலும் ஏடுகளைத் தேடுவதிலுமே செலவிட்டனர். பழைய – செல்லரித்த – ஏட்டுச் சுவடிகளின் தன்மைகளையும், அவற்றைப் பேணாதோர் தன்மை பற்றியும் இவ்விருவரும் எண்ணி அடைந்த மனவேதனைகளை அவர்கள் எழுத்திலேயே நாம் காண்கின்றோம். சி.வை.தா. *கலித்தொகைப்* பதிப்புரையில், பழஞ்சுவடிகளின் அருமை பெருமைகளைக் கூறுகையில்,

> பழைய சுவடிகள் யாவுங் கிலமாய் ஒன்றொன்றாய் அழிந்துபோகின்றன. புது ஏடுகள் சேர்த்து அவற்றை எழுதி வைப்பாரும் இலர். . . இந்நாட்டவறினால் பின்பு தவம் புரிந்தாலும் ஒருதரம் அழிந்த தமிழ் நூற்களை மீட்டல் அரிது. . . காலத்தின் வாய்ப்பட்ட

> ஏடுகளைப் பின் தேடி எடுப்பினும் கம்பையும் நாராசமும்தான் மீரும்.

என்று கூறியுள்ளார். தமக்குக் கிடைத்த ஏடுகளின் நிலையைப் பற்றிக் கீழ்க்கண்டவாறு குறிப்பிடுகின்றார். இக்கூற்றில் கண்ணிமையாது அவர் நோக்கிய நோக்கும் – நுனித்து – கூர்மையாக அவதானிக்கும் போக்கும் துலக்கம் பெறுகின்றது எனலாம். அதாவது,

> ஏடு எடுக்கும்போது ஓரஞ் சொரிகிறது. கட்டு அவிழ்க்கும்போது இதழ் முரிகிறது. ஒற்றை புரட்டும்போது துண்டுதுண்டாய்ப் பறக்கிறது. இனி எழுத்துக்களோ என்றால் வாலும் தலையும் இன்றி நாலு புறமும் பாணக் கலப்பை மறுத்து மறுத்து உழுது கிடக்கின்றது

என்பதாகும். மேலும்,

> ஒரு நூலைப் பரிசோதித்து அச்சிடுதற்கு முதலிற் கையெழுத்துப் பிரதிகள் சம்பாதிப்பதே மஹா பிரயாசை. அதிலும் ஒரு நூல் பழையதும் இலேசில் விளங்காததுமானால் எழுதுவாரும் ஓதுவாருமில் லாமல் இருக்கிற இடமுந் தெரியாமற் போய்விடு கின்றது. கலித்தொகைப் பிரதிகள் தேட யான் பட்ட கட்டம் வாயினாற் கூறும் அளவைத்தன்று

என்று ஆற்றாது கூறுகின்றார்.[27]

டாக்டர் உ.வே. சாமிநாதையர் இது குறித்துப் பின்வருமாறு எழுதுகின்றார்:

> ஏட்டுச் சுவடியிலுள்ள ஒரு நூலை ஆராய்ந்து வெளியிடுவதில் உண்டாகும் துன்பம் மிக அதிகம். அச்சுப் பிரதியிலுள்ளவாறு ஏட்டுச் சுவடி அமைந்திராது. சுவடியில் எழுதுவோரால் நேரும் பிழைகள், குறியீடுகள், கொம்பு, கால்புள்ளி முதலியவை இரா; நெடிலுக்கும் குறிலுக்கும் வேறுபாடு தெரியாது; அடிகளின் வரையறைகளும் இரா; இது மூலம், இஃது உரை, இது மேற்கோள் என்று அறியவும் இயலாது. எல்லாம் ஒன்றாகவே எழுதப்பட்டிருக்கும்.

ஏடுகளின் அருமை தெரியாதார் பற்றி ஐயர் கூறும்போது

> உலகத்தில் எவ்வளவு சிறந்த பொருளாயிருப்பினும் அதன் பெருமையை அறியாதவரிடம் அகப்பட்டால்

மிகவும் இழிந்த பொருளைப் போலாகிவிடும். (என் சரித்திரம், பக். 237)

என்று எழுதுகின்றார்.

அழுத்திக் கூறுவதானால் இவையனைத்திற்கும் மகுடம் வைத்தாற்போல் அமைவது சி.வை. தாமோதரம் பிள்ளையின் மேல்வரும் கூற்று:

என் சிறுபிராயத்தில் என் தந்தையார் எனக்குக் கற்பித்த சில நூல்கள் இப்போது தமிழ்நாடெங்கும் தேடியும் அகப்படவில்லை. ஒட்டித் தப்பி இருக்கும் புத்தகங்களும் கெட்டுச் சிதைந்து கிடக்கும் நிலைமையைத் தொட்டுப் பார்த்தவர்க்கன்றோ தெரியவரும்!

என்று பதிப்புக் கலையின் சிரமங்களை மெய்ப்பித்துக் காட்டுகின்றார். எழுத்தறிவுடையோர் மிகக் குறைந்த வீதத்தின ராகவே இருந்தமை இந்நிலைக்கு மேலும் ஏதுவாயிருந்தது. ஆனால் நவீன காலத்திலே அச்சியந்திரத்தின் வருகையாலும் பொதுக் கல்வி கணிசமாகப் பரவியிருப்பதாலும் சில நூல்கள் ஐம்பதினாயிரம் அல்லது ஒரு லட்சும் பிரதிகள் என்று மலிவுப் பதிப்பாக வெளிவருகின்றன. அதன் பயனாக லட்சக்கணக்கானோர் ஒரு நூலையோ, பத்திரிகையையோ, சஞ்சிகையையோ படித்துப் பொதுவான அநுபவ உணர்வுகளைப் பகிர்ந்துகொள்ளக்கூடிய சூழ்நிலை தோன்றுகிறது. கலை, இலக்கிய நுகர்ச்சிக்கு மட்டுமன்றிப் பொருளாதார விஷயங் களுக்கும் இத்தகைய பொதுமை வேண்டப்படுவதாகும். சமுதாயத்தின் ஒரு சிறு பகுதியினருக்கு மட்டுமன்றி அதன் உறுப்பினர் அனைவர்க்கும் அனைத்தும் பொது என்னும் கருத்தே நவீன – வெகுசன – சமுதாயத்தின் அடிப்படை ஆகும். சுப்பிரமணிய பாரதியாருடைய பல கவிதைகளில் இக் கருத்துப் பிரதிபலிப்பதனாலேயே அவரை நவயுகக் கவிஞர் என்று இக்காலத்தவர் அழைக்கின்றனர். உதாரணமாக, அவர் இயற்றிய ‘பாரத சமுதாயம்’ என்ற பாடலில்,

முப்பது கோடி ஜனங்களின் சங்கம்
முழுமைக்கும் பொது உடைமை
ஒப்பில்லாத சமுதாயம்
உலகத்துக் கொரு புதுமை

என்று எதிர்காலத்தை மனக்கண்ணிற் கண்டு, களித்துப் பாடினார். “ஜனங்களின் சங்கம் முழுமைக்கும் பொது உடைமை” என்னும் தொடர்கள் வெகுசன சமுதாயத்தைக் குறிப்பது வெளிப்படை. எத்தகைய பேதமும் பாகுபாடும் இன்றி ஒரு

குறிப்பிட்ட சமுதாயத்தின் உறுப்பினர் ஒவ்வொருவரும் அரசியல், பொருளாதார, கல்வி, கலாசார ஆன்மிக வாய்ப்புகளையும், வளங்களையும் பகிர்ந்துகொள்ளக்கூடிய அமைப்பை உடையதே உண்மையின் நவீன சமுதாயமாகும். அதனையே பாரதியாரும் கனவு கண்டார். அக்காட்சியிலேயே,

> எல்லாரும் ஓர் நிறை
> எல்லாரும் ஓர் விலை
> எல்லாரும் இந்நாட்டு மன்னர் – நாம்
> எல்லாரும் ஓர் குலம்
> எல்லாரும் ஓரினம்

என்று எக்களிப்புடன் பாடினார். பாரதி போன்ற கவிஞர்களின் கனவுகள் நனவாகக் காலம் செல்ல வேண்டும் என்பது உண்மையே. எனினும், வெகுசன சமுதாயக் கோட்பாட்டின் அடிப்படையிலேயே இத்தகைய கனவுகள் அமைந்தன என்பது அவதானிக்கக் கூடியதொன்றாகும்.

இத்தகைய உண்மையான – சனநாயக ரீதியிலான – சமுதாய அமைப்புகள் நடைமுறை சாத்தியமாவதற்குப் பெரிதும் வேண்டப்படுவன பொதுசனத் தொடர்பு சாதனங்களாகும். ஏனெனில், வெகுசன சமுதாயம் தோன்றுதற்கும் தொடர்ந்து நிலைபெறுவதற்கும் அதனைக் கட்டிக் காக்கும் சக்திகள் அவசியம். இன்னொரு வகையாகச் சொல்லப்போனால் உலகெங்கிலும் பொதுசனத் தொடர்பு சாதனங்களின் வளர்ச்சியானது சனநாயக வளர்ச்சியின் உடனிகழ்ச்சியாகக் காணப்படுகிறது. ஒரு சிலரே கற்க வசதியிருந்த நிலைபோய் பலரும் கற்கக் கூடிய நிலையைச் சனநாயக உரிமைகளின் பரவல் என்கிறோம். அப்படிப் பலரும் கற்கக்கூடிய நிலையை உருவாக்குவது தனியே எண்ணங்களும் அபிலாஷைகளும் மட்டுமல்ல. பல்லாயிரக் கணக்கில் – விரைவாகவும் குறிப்பிடத்தக்களவு மலிவாகவும் – நூல்கள் கிடைக்குமானால் கல்வி பரவும். நூல்கள் மட்டுமேயன்றி, பத்திரிகைகள், சஞ்சிகைகள் ஆகியனவும் வானொலி, திரைப்படம் முதலியனவும் அறிவு விருத்திக்கு உதவுகின்றன; அவ்வளர்ச்சியைத் துரிதப்படுத்துகின்றன. சமுதாயங்களின் வரலாற்றை ஒரு கோணத்திலிருந்து பார்க்கும்பொழுது, அதாவது அரசியல் கோணத்திலிருந்து பார்க்கும்போது, அவற்றின் முக்கிய அம்சங்கள் அதிகாரம், ஆட்சி என்பனவாய்த் தோன்றுகின்றன. இன்னொரு கோணத்திலிருந்து பார்க்குமிடத்து, அதாவது பொருளியல் நோக்கிலிருந்து அணுகும்பொழுது சமுதாயத்தின் பிரதான அக்கறைகளானவை உடைமை, உற்பத்தி, வணிகம் முதலியன என்று தோன்றுகின்றன. ஒரு சமுதாயத்தின் இயக்கத்திற்கு இவை மிக முக்கியமானவை என்பதை மறுப்பதற்கில்லை.

ஆயினும், நவீன காலத்திலே சமுதாயத்தின் இயக்கத்திற்கு இன்றியமையாததாய் – ஆதர்சமாய் அமைந்துள்ளது – இத் தொடர்பு சாதனம் ஆகும். சமுதாயம் என்பதே ஒரு வகைத் தொடர்புநிலை என்று சில அறிஞர்கள் வருணித்துள்ளார்கள். றேமண்ட் வில்லியம்ஸ் என்னும் ஆங்கிலேய சமூகவியலாளரும் இலக்கியத் திறனாய்வாளரும் ஓரிடத்திற் கூறியிருப்பது போல இன்றைய உலகிலே சமுதாயம் என்பதே மாபெரும் தொடர்பு சாதனமாக அமைந்துவிட்டது.[28] அதன் மூலம் மாந்தரது அனுபவங்கள் விவரிக்கப்படுகின்றன.

உதாரணமாக முப்பது நாற்பது வருடங்களுக்கு முன்னர் தமிழ் மக்களிடையே புகழ் பெற்று விளங்கிய பாடகர் எம்.கே. தியாகராஜ பாகவரது வாழ்க்கையை எடுத்துக்கொள்வோம். வழிவழிவரும் எத்தனையோ நடிகர், பாடகரைப் போல அவரும் ஒருவரே. ஆயினும் வானொலி, நாடகமேடை, திரைப்படம் முதலிய வெகுசனத் தொடர்பு சாதனங்களுடன் அவர் நெருங்கிய தொடர்புகொண்டிருந்தமையால் அவரது கர்ணாமிர்தமான பாடல்கள் – குறிப்பாக அவரது குரல் – அவர் பாட நேரே கேட்டவர்களை மட்டுமன்றிப் பின்வந்த சந்ததியினரையும் மகிழ்வித்து வருகின்றன. தியாகராஜ பாகவதரது பாடல் திறமை பத்திரிகைகளிலும், சஞ்சிகைகளிலும் விவரிக்கப்பட்டுள்ளது. இசைத்தட்டுக்கள் மூலம் லட்சக்கணக்கானோரால் இன்றுவரை பகிர்ந்துகொள்ளப்படுகிறது. ஒலிப்பதிவிலே அவரது குரல் மேலும் அழுத்தமும் இனிமையும் பெற்றுத் திருத்தமும் பெற்றுள்ளது. ‘டேப்’பிலும் இசைத் தட்டுக்களிலும் பதிவு செய்யப்பட்டுள்ளமையால் பல காலத்துக்குப் பேணிப் பாதுகாக்கப்படப் போகிறது. இது சமுதாயத்துக்குப் பொதுவான ஓர் அநுபவ உணர்வைக் கொடுக்கிறது அல்லவா? அல்லது பட்டுக்கோட்டை கல்யாணசுந்தரத்தை நோக்குவோம். திரைப்படங்களுக்குப் பாடல்கள் எழுதியபோதே அவரது கலை வெகுசனப் பண்பைப் பெற்று முழுமையடைந்தது எனலாம். திரைப்படம் என்கிற சாதனத்தை நன்கு புரிந்துகொண்டு அதன் வாய்ப்புக்களைப் பயன்படுத்துவதில் அவர் வெற்றி கண்டார். முற்போக்குள்ள கவிதைகளை “வணிக நோக்குள்ள” திரைப்படங்களிலும் எழுதி வெற்றி கண்டாரென்றால் திரைப்பட சாதனத்தின் உள்ளியல்புகளை நன்கறிந்து அவற்றுக்கு ஏற்ற கவிதை முறைகளைக் கைக்கொண்டமையே காரணமாகும்.[29]

இவ்வாறு ஒரு சமுதாயத்தின் ஒருமைப்பாட்டுக்கும் கட்டிறுக்கத்துக்கும் ஏதுவாய் உள்ள தொடர்பு சாதனங்கள் நாளடைவில் அதிகம் அதிகமாகப் பொதுசனங்களின் வாழ்வில் இடம்பெற்று விடுகின்றன. உதாரணமாக அமெரிக்கா, பிரிட்டன்,

ஜெர்மனி, ஜப்பான் முதலிய வளர்ச்சியடைந்த நாடுகளில் டெலிவிசன் மக்கள் வாழ்க்கையின் சகல அம்சங்களையும் பாதிக்கிறது. ஒருவிதத்திற் பார்க்கப்போனால் இலங்கை, இந்தியா போன்ற நாடுகளில் திரைப்படங்கள் பொதுசனங்களின் நடை, உடை, பாவனை, எண்ணம் இவற்றை நேரடியாகவும் மறைமுகமாகவும் பாதிக்கின்றன. இப்பாதிப்பை இருவகையாக நோக்கலாம். ஒன்று தகவல், செய்தி, கருத்து முதலியவற்றுக்குத் தற்காலத்திலே மக்கள், வெகுசன தொடர்பு சாதனங்களையே நம்பியிருக்கின்றனர்; பெருமளவுக்கு அவற்றிலேயே தங்கியிருக் கின்றனர். வானிலை அறிக்கை, மரண அறிவித்தல்கள், சந்தை விலைவாசிகள், பரீட்சைத் திகதிகள், உணவுப் பங்கீடு, நோய்த்தடுப்பு ஆலோசனை, காணாமற் போனோர் பற்றிய விவரம், உலக நிலைமை முதலியனவெல்லாம் பொதுமக்களுக்குத் தொடர்பு சாதனங்கள் மூலமே இன்று கிடைக்கின்றன. இத்தகைய தகவல்கள் உடனுக்குடன் கிடைக்காத நிலையைக் கற்பனை செய்து பார்ப்பதே இன்று கஷ்டமாக உள்ளது. உதாரணமாக, இந்தியாவிலே மிகவும் பின்தங்கிய எல்லைப்புறக் கிராமங்களில் வசிக்கும் எழுத்து வாசனையற்ற விவசாயிக்கும் அண்மைக்காலத்தில் செய்மதி மூலம் ஒலிபரப்பாகும் தொலைக்காட்சிப் படங்களைப் பார்க்கும் நிலைமை சிலவிடங்களில் உண்டாகியுள்ளது. கல்வியறிவற்ற முதியோர் உலக ஞானம் ஓரளவு பெறுவதற்குப் பல்வேறு ஒலிபரப்புகள் உதவுகின்றன. இவை யாவும் ஓரளவு இன்றியமையாத் தேவைகள். அல்லது இன்னுமொரு உதாரணத்தைக் கூறினால் ஒரு நாட்டின் பல்வேறு பகுதிகளும் நேரடித் தொலைபேசித் தொடர்பு பெறும் பொழுது விவசாயியின் விலைகளைப் பற்றிய தகவல்களை விரைவாகப் பெற்றுக்கொள்ளும் வாய்ப்பு ஏற்படுகிறது.

மேற்கூறிய சேவைகள் முக்கியமானவையே யெனினும் பொதுசனத் தொடர்பு சாதனங்கள் கலாசாரத் துறையில் ஏற்படுத்தும் பாதிப்புகளே பாரதூரமானவை. ஏனெனில், நவீன சமுதாயத்தின் முக்கியப் பண்புகளில் ஒன்று மனிதருக்குச் சற்று நீண்ட ஆயுளும் கூடுதலான ஓய்வும் கிடைப்பதாகும். 'பம்ப்' மூலம் இறைக்கும் தோட்டக்காரருக்கு எவ்வளவோ வேலை நேரத்தைக் குறைக்க வழியேற்பட்டுள்ளது. கலப்பைக்குப் பதிலாக உழவுயந்திரம் உழும்பொழுது உடற்சிரமமும் நேரமும் பெருமளவு மிஞ்சுகின்றன. பொதுவாக, நவீன சமுாயத்தின் பிரதான குறிக்கோள்களில் ஒன்று மனிதரின் வேலை நேரத்தைக் குறைத்துக் கூடுதலான ஓய்வு நேரத்தை வழங்குதல் வேண்டும் என்பதேயாகும்.[30]

டெனில் தொம்சன் என்னும் ஆங்கிலேயத் திறனாய்வாளர் குறிப்பிட்டிருப்பது போல நவீன விஞ்ஞான சாதனைகள்

மக்கட் சமுதாயத்துக்கு வழங்கியுள்ள கொடைகளுள் கூடியளவு ஓய்வு அதனைப் பயன்படுத்துவதற்கு வேண்டிய உடல்நலம், அதன்பொருட்டுச் செலவிடுவதற்கு அவசியமான வருவாய் என்பன முக்கியமானவை.[31] எனவே, சமுதாய ரீதியாக ஓய்வுவேளை பலருக்கும் வெவ்வேறு அளவில் கிடைக்கும் நிலை நவீன சமுதாயத்தில் தோன்றியுள்ளது; தோன்றி வருகிறது. உதாரணமாக, நவீன குடும்பப் பெண்கள் பலர் சம்பிரதாயமான சமையல் முறைகளைக் குறைத்து எளிதாகவும் விரைவாகவும் உணவு தயாரிக்கும் வழிமுறைகளைக் கையாளத் தொடங்கியுள்ளனர். பல பெண்கள் பணிபுரிவோராகவும் இருக்கின்றனர். இவர்களெல்லாம் அதிகம் அதிகமாக ஓய்வு வேளைகளைப் போக்க விரும்புகின்றனர். இத்தகைய போக்குகளினால் ஓய்வு நேரத்தை எவ்வாறு போக்குவது என்பது பலருக்குப் பிரச்சினையாகவும் உள்ளது. முற்காலத்திலே ஒரு சிலருக்கே ஓய்வு வாய்ப்புகள் கிட்டின. இப்பொழுது பொதுசன நிலையிற் பரவலான முறையில் ஓய்வு நேரம் கிடைக்கிறது.[32] எனவே தனிப்பட்ட முறையிலான பொழுதுபோக்குகள் போதுமானவையாக இல்லை. பொழுதுபோக்கே பெருமளவில் – நிறுவன ரீதியாக – அளிக்கப்பட வேண்டியுள்ளது.

முற்காலத்தில் கிராமத்துக் கோயில்களிலே ஆங்காங்குத் திருவிழாக் காலங்களிலும் பெருநாட்களின்போதும் கூத்து, இசை கதாப்பிரசங்கம் முதலிய பொழுதுபோக்குகள் இடம்பெற்றன. இப்பொழுது இவை ஒரு நாட்டு மக்களுக்குப் பொதுவான முறையில் பத்திரிகை, சஞ்சிகை, வானொலி, திரைப்படம் முதலியன மூலம் அளிக்கப்படுகின்றன. அவ்வாறு அளிக்கும் நிறுவனங்கள் அநேகம் வர்த்தக நோக்குடனேயே செயற்படுகின்றன. படவும், பொழுதுபோக்கிற்கு உரிய கலைகள், விளையாட்டுகள் என்பன வர்த்தகப் பொருட்களாக மாறிவிடுகின்றன. இது நவீன சமுதாயத்தை எதிர்நோக்கும் மாபெரும் பிரச்சினையாகும்; முக்கியமான முரண்பாடுமாகும். ஒருபுறம் முன்னெக் காலத்திலும் கண்டிராத வகையில் பத்திரிகை, திரைப்படம்,[33] வானொலி முதலிய பொதுசனத் தொடர்பு சாதனங்கள் சமுதாய அடிப்படையில் இலட்சக்கணக்கானோருக்குக் கலைகளையும் கருத்துக்களையும் உயர் விழுமியங்களையும் வழங்கக்கூடிய சாத்தியப்பாடு இக்காலத்தில் இருக்கிறது. மறுபுறம் இத்தகைய உள்ளார்ந்த ஆற்றல் கொண்ட நவீன தொடர்பு சாதனங்கள் பெரும்பாலும் நடைமுறையில் மனிதரிடத்து மண்டிக்கிடக்கும் மிருக உணர்ச்சிகளைத் தட்டியெழுப்பி அவற்றைத் தூண்டிவிடும் முறையிலும் பொழுதுபோக்குக்குரிய கருவிகளைப் போதைப் பொருளாக்கும் முறையிலும் இயங்குகின்றன. மலிவுப் பதிப்பில் லட்சக்கணக்கான விழுமிய நூல்களை வெளியிடச் சாதன

வசதியுண்டு. ஆனால், தரங்குறைந்த நூல்களே அத்தகைய சாதனங்களூடாக வெளிவருகின்றன.

நவீன தொடர்பு சாதனங்கள் ஆகக் கூடுதலான மக்களுக்கு அமிர்தத்தை அளிக்க விஞ்ஞானம் வழிகாட்டியுள்ளது. ஆனால், அவ்விஞ்ஞான சாதனங்கள் விரும்பத் தகாதவர்களினால் கையாளப்படுவதால் விஷமே வெளிவருகிறது. இதுவே நவீன சமுதாயங்களை எதிர்நோக்கும் தலையாய சவாலாகும். எனவேதான் டெனில் தொம்சன் என்ற ஆசிரியர் கூறினார், "எமக்குக் கிடைக்கும் ஓய்வு வேளைகளை எவ்வாறு பயன்படுத்துகிறோம் என்பதைப் பொறுத்தே எமது வாழ்வியலின் தன்மை நிச்சயிக்கப்படுகிறது."[34] இது ஏற்றுக்கொள்ளப்பட்டால், நமது ஓய்வு வேளைகளுக்குத் தீனிபோடும் பொதுசனத் தொடர்பு சாதனங்கள் மிக முக்கியமானவையாகின்றன. இவ்வாறு சிந்திக்கும்பொழுது வாழ்வியலும் பொதுசனத் தொடர்பு சாதனங்களும் என்பது இரு விஷயங்களின் சேர்க்கை மட்டும் அன்று; பொதுசனத் தொடர்பு சாதனங்களின் பண்பையும் பணியையும் பயனையும் பொறுத்தே நவீன சமுதாயத்தில் வாழ்வியல் அமைகிறதென்றால் தவறாகாது. பொதுசனத் தொடர்பு சாதனங்கள் – விஞ்ஞானத்தைப்போல–மனித சமுதாயத்தை ஆக்கபூர்வமான பாதையில் இட்டுச் செல்லப்போகிறதா அல்லது அழிவுப் பாதையில் நடத்திச் செல்லப்போகிறதா என்பதே நம் காலத்துப் பெரும் பிரச்சினையாகும். ஏனெனில் இச்சாதனங்களே இக்காலத்தில் அதிகம் அதிகமாக நமது மதிப்பீடுகளையும் விழுமியங்களையும் நிர்ணயிப்பனவாய் இருக்கின்றன.

சான்றாதாரம்

1. முக்கியமான நூலாதாரங்களை மாத்திரம் இவ்விடத்திற் குறிப்பிடுவோம்: *கல்லாடம், திருவாலவாயுடையார் திருவிளையாடற் புராணம், சீகாளத்திப் புராணம், திருவிளையாடற் புராணம், கடம்பவன புராணம், தமிழ்விடு தூது, திருமயிலை யமக அந்தாதி, தமிழ் நாவலர் சரிதை.*
2. இப்பாடல் *குறுந்தொகையில்* இரண்டாம் செய்யுளாக அமைந்தது. அகப்பொருள் இலக்கண உரையாசிரியர்கள், இப்பாட்டு "இயற்கைப் புணர்ச்சிக்கண் நிகழ்ந்த செய்யுள்" என்று கூறுவர். (தொல். செய். 187, பேராசிரியருரை)
3. குறள் 357.
4. குறள் 242, பரிமேலழகர் உரை.
5. நன்னூல். பாயிரவியல் 9.

6. அரவிந்தன், மு.வை., *உரையாசிரியர்கள்*, சென்னை, 1968, பக். 63.

7. கைலாசபதி, க., *பண்டைத் தமிழர் வாழ்வும் வழிபாடும்*, (2ஆம் பதிப்பு), சென்னை, 1978, பக். 194.

8. Williams, Raymond, *Culture and Society,* London, 1958, p. 12.

9. "இதுவரை இருந்துவந்திருக்கிற சமுதாயத்தின் சரித்திரம் எல்லாம் – அதாவது ஏட்டிலேறிய சரித்திரம் முழுமையும் – வர்க்கப் போராட்டத்தின் சரித்திரமே" என்று மார்க்சிய மூல முதல்வர்கள் கம்யூனிஸ்ட் அறிக்கையில் கூறிய நாள் முதல் வர்க்கம் என்ற பதம் வரலாற்றின் திறவுகோலாக அமைந்துவிட்டது.

10. உதாரணமாக, 'கைத்தொழில்' என்னும் சொல், முன்னர் கையாற் செய்யும் வேலையையே குறித்தது. "எழுதுதல், இலை கிள்ளல், பூத்தொடுத்தல், யாழ் வாசித்தல் முதலியனவாகக் கைத்திறங் காட்டுந் தொழில்" என்று அகராதி கூறும். "கைதொழில மைத்தபின்" என்று பெருங்கதையில் பிரயோகம் உண்டு. ஆனால் நவீன காலத்திலே 'கைத்தொழில்' என்பது யந்திரங்கள் மூலம் பெருவாரியாக உற்பத்தி செய்யப்படும் முறையினைக் குறிக்கும் பொதுச்சொல்லாக அமைந்து விட்டது. தனிமனிதரின் கைத்திறனை மாத்திரம் அன்றி நிறுவன ரீதியாக நடைபெறும் பல்வேறு உற்பத்தி வேலைகளை அது குறித்து நிற்கிறது.

11. "பண்பாடு" என்னும் சொல் இந்நூற்றாண்டிலேயே உருவாக்கப்பட்டதாகும். "புதிய விகுதிகள் சேர்ந்து புதுச் சொற்களும் அமைக்கப்பட்டுள்ளன. இதற்குச் சமீப காலத்தில் தோன்றிய 'பண்பாடு' என்ற சொல் உதாரணமாகும். முதன் முதலில் இவ்விகுதி சேர்த்து இச்சொல்லை எடுத்தாண்டவர் காலஞ்சென்ற ரசிகமணி டி.கே.சி. அவர்களாவார்." எஸ். வையாபுரிப் பிள்ளை, *சொற்கலை விருந்து*, சென்னை, 1965, பக். 179. "பண்பாடு என்ற சொல்லை ஆக்கி அளித்தவரே டி.கே.சி. தான். அதற்கு முன்னால் 'கல்சர்' என்ற ஆங்கில வார்த்தைக்குக் 'கலாசாரம்' என்பதே மொழிபெயர்ப்புச் சொல்லாகப் புழங்கிவந்தது." சுந்தா, *பொன்னியின் புதல்வர்*, சென்னை, 1976, பக். 283.

12. புறநானூறு, 102.

13. பாரதி காலத்திலிருந்து நூதனமான நெடும் பாடல்கள் பெருவழக்காயுள்ளன. பாரதியின் இரு பெரும் பாடல்களான *குயில்பாட்டு, பாஞ்சாலி சபதம்* மாத்திரமன்றி *ஸ்வசரிதையும்*

புதுமையான படைப்பே. பாரதிதாசனிலிருந்து ஈழத்துக் கவிஞர் பார்வதிநாத சிவம் வரை பலர் பல்வேறு பொருள்கள் பற்றிய நெடும்பாடல்களைப் பாடிவந்திருக்கின்றனர். ஏறத்தாழ எல்லாக் கவிஞரும் ஒரு குறுங்காவியமாகிலும் பாடியுள்ளனர். இவற்றை எவ்வாறு அழைப்பது? கதைப்பாடல், நெடும்பாடல், குறுங்காவியம், நவீன காவியம், கவிதைக் கதை முதலிய பல பெயர்கள் இவற்றுக்குச் சூட்டப்பட்டுள்ளன. சிலர் 'காவியம்' என்ற பழைய பதத்தையே பயன்படுத்தியுள்ளனர். 'ஈழத்து நவீன தமிழ்க் காவியங்கள்' என்ற கட்டுரையில் (*மல்லிகை*, நவம்பர், 1978, பக். 31–39) எம்.ஏ. நுஃமான் இவ்விஷயத்தை விரிவாக ஆராய்ந்துள்ளார்; பார்க்கவும்: திருமதி தியாகராசன், 'புதிய கதைப் பாடல்கள்' *தில்லித் தமிழ்ச் சங்கம் வெள்ளிவிழா மலர்*, 1971, பக். 127–131.

14. Scott, W.S., *Five Approaches of Literary Criticism,* London, 1962.

15. Eliot, T.S., *The Function of Criticism,* London,1923.

16. Wetherill, P.M., *The Literary Text: An Examination of Critical* Methods, 1974, p. xiii.

17. இப்பிரச்சினை குறித்துப் பொதுவான ஒரு விளக்கத்திற்குப் பார்க்கவும்: Boorstin, D.J., *The Image,* London, 1961.

18. Thompson, Denys, *Reading and Discrimination,* London, 1948.

19. மேற்கு நாடுகளிலே விஞ்ஞானிகளுக்கும் இலக்கியவாதிகளுக்குமிடையே நிலவும் இடைவெளியைக் குறிப்பிடுவதோடு, விஞ்ஞானத்தின் போக்குகளையும் விமர்சிப்பதாயுள்ளது. சி.பி. சினோ நிகழ்த்திய றீட் நினைவுப் பேருரை. பிரசித்தி பெற்ற ஆங்கில திறனாய்வாளர் அவ்வுரைக்கு மறுப்பு எழுதினார். அதன் விளைவாக இவ்விஷயம் உலகிலே பலரது கவனத்தைக் கவர்ந்தது. பார்க்கவும்: C.P. Snow, *The Two Cultures and the Scientific Revolution, 1959, Two Cultures: A Second Look ,1969.*

20. Cf. Norman W. Storer, "The Sociology of Science" in *Knowledge and Society ,1968;* Barry Barnes (editor). *The Sociology of Science ,1972.*

21. Diana T. Laurenson and Alan Swingewood, *The Sociology of Literature ,1972.*

22. விபுலாநந்த அடிகள், "கவியும் சால்பும்", *செந்தமிழ்,* தொகுதி 38, 1941, பக். 177–184.

23. Lester Asheim, "The Future of Books in America" in *Mass Media And Communication,* edited by áharles S. Steinberg, New York,

1969, p. 329; பொதுசன தொடர்பு சாதனங்கள் பற்றிக் கையடக்கமான தகவல்களைக் கொண்டுள்ள நூல் இது.

24. *பொதுசன தொடர்பு சாதனங்கள் என்று நாம் வழங்குவதால் சாதனங்கள் அனைவருக்கும் பொதுவானவை என்பதோ, யாவருக்கும் சமமாக அவை பயன்படுகின்றன என்பதோ பொருளல்ல. நடைமுறையில், முதலாளித்துவ சமுதாயங் களிலே அரசாங்க உடைமையான சாதனங்களும் தனியார் உடைமையாயுள்ள சாதனங்களும் establishment எனப்படும் நிலையியல் நிறுவனங்களையும் கருத்துக்களையுமே நேரடியாகவும் மறைமுகமாகவும் ஆதரிக்கின்றன. ஒழுக்கவியல், மதநம்பிக்கை முதலிய விஷயங்களில் அவ்வப்போது சற்று "முற்போக்கு" தன்மையுடன் நடந்து கொண்டாலும் அரசியலைப் பொறுத்தவரையில் பொதுமக்களது புரட்சிகர அபிலாஷைகள் தொடர்பு சாதனங்களிலே பிரதிபலிப்பது அருமையிலும் அருமையே. பெரும்பாலும் பிரசார வலிமையினால் பொதுமக்கள் சாதனங்கள் மூலம் கட்டுப்படுத்தப்படுகின்றனர். ஆளும் வர்க்கத்தின் தேவைகளுக்கேற்ப அபிப்பிராயங்கள் manipulate பண்ணப்படுகின்றன. பார்க்கவும்:* Williams, R., *Culture and Society,* London, 1969, pp. 292-293.

25. இவ்விடத்தில், *Modernization: The Dynamics of Growth* (edited by Myron Weiner, Washington, 1966) *என்னும் நூலைப் பயன்படுத்தியிருக்கிறேன்.*

26. *பார்க்கவும்:* Williams, R., *Culture and Society*, p. 287.

27. *சி.வை. தாமோதரம் பிள்ளை அவர்கள் எழுதிய பதிப்புரைகள் தாமோதரம்* என்ற தலைப்பில் இலங்கையில், யாழ்ப்பாணம் கூட்டுறவுத் தமிழ் நூற்பதிப்பு விற்பனைக் கழகத்தினரால் வெளியிடப்பட்டுள்ளன. ஆய்வாளருக்கு இது மிகவும் பயனுள்ள நூலாயிருக்கும்.

28. Williams, Raymond, *Communications,* London, 1966, p. 18.

29. பொதுவாகத் தமிழ்த் திரைப்படங்கள் கலாசார ரீதியான நுண்ணாய்வுகளுக்கு உட்படுத்தப்படவில்லை. திரைப்படம் என்ற சாதனத்தின் மூலம் பாடல், இசையமைப்பு, நடனம், நட்டுவாங்கம் முதலியன எவ்வெவ்வகையில் மாற்றமும் வளர்ச்சியும் அடைந்துள்ளன என்பதை நம்மவர்கள் முறையாக இன்னும் ஆராயவில்லை. பட்டுக்கோட்டையாரின் பாடல்களைச் சிலர் ஆராய்ந்திருக்கின்றனராயினும், பாபநாசம் சிவனிலிருந்து நா. காமராசன் வரையிலான

திரைப்படக் கவிதையை யாரும் கூர்ந்து நோக்கி அலசியிருப்பதாய்த் தெரியவில்லை. ("திரை வளர்த்த கவிதை" என்னும் கட்டுரையைக் கா. சிவத்தம்பி அறுபதுகளில் இலங்கையிலிருந்து வெளிவந்த *மரகதம்* என்ற சஞ்சிகையில் எழுதியிருக்கிறார்.)

30. யந்திரங்களும் நவீன கருவிகளும் இருப்பதனால் சமுதாயத்தில் அனைவருக்கும் உடனிகழ்ச்சியாக ஓய்வும் மகிழ்ச்சியும் கிடைக்கின்றன என்பது அர்த்தமல்ல. நடைமுறையில் எதிர் விளைவுகளே காணப்படுகின்றன. ஐடா கிறேவன் என்னும் சமூகவியலாளர் கூறியது நினைவிற்கு வருகிறது: "நவீன நாகரிகத்தின் மிக முனைப்பான அம்சங்களில் ஒன்று என்னவென்றால், முற்காலத்திலே அடிமைச் சமுதாய அமைப்பு ஒரு சிலருக்கே ஓய்வு வசதியை வழங்கும் வாய்ப்பினைப் பெற்றிருந்தது போல, இக்காலத்திலே யந்திரங்கள் அனைவருக்கும் நிரம்பிய ஓய்வு நேரத்தை வழங்கும் வாய்ப்பைப் பெற்றிருக்க வேண்டும். ஆயினும் நடந்ததென்ன? அதிகம் அதிகமானோர் வேலையின்றித் திண்டாடவும், மத்தியதர வர்க்கக் குடும்பப் பெண்கள் சோம்பலுடன் வீண்காலங் கழிக்கவும், சமுதாயத்தின் இளைய தலைமுறையினர் கல்வி பயின்று களித்துத் திரியவுமே யந்திர நாகரிகம் வழி வகுத்துள்ளது."

31. Thompson, Denys, *Reading and Discrimination*; also Thompson, D. and F.R. Leavis, *Culture and Environment,* London, 1933.

32. இவர்களைக் கருத்திற் கொண்டே இலட்சக்கணக்கில் விற்பனையாகும் வார, மாத இதழ்களும், "சிந்தனைக்கு வேலையற்ற" நாவல்களும், பெரும்பாலான திரைப்படங்களும் வெளிவருகின்றன. அவர்களது ஓய்வு முதலாளித்துவத்தால் சுரண்டப்படுகிறது.

33. முதலாளித்துவ பொருளாதார அமைப்பிலே இலாபநோக்குத் திரைப்படக் கலையை எவ்வாறு மாபெரும் வணிகமாக மாற்றியுள்ளது என்பதையறிந்துகொள்ள, பார்க்கவும்: Karaganov, A., *Cinema, Ideology, Box-office,* Moscow, 1974.

34. Thompson, D., (ed) *Discrimination and Popular Culture,* London, 1964. also, Turner, E.S., *The Shocking History of Advertising,* London, 1965.

ஆசிரியர் பெயர் அகரவரிசை

அக்கினிபுத்திரன், 111, 117, 151

அகப்பேய்ச் சித்தர், 68

அகிலன், 30, 40,

அரங்கநாத முதலியார், பூண்டி, 37, 43

அரங்கராசன். சு,
(காண்க: அக்கினிபுத்திரன்)

அரவிந்தன், மு.வை, 177

அருணாசலக் கவிராயர், 137

அருணாசலக் கவுண்டர், கு., 114, 149

அருணாசலம், கே.சி.எஸ்., 109

அருணாசலம், மு., 114, 134, 148–149

அய்யாமுத்து, கோவை அ., 108

அழகப்பன், ஆறு., 147

அழகிரிசாமி, கு., 153

ஆதவன் (கே.எஸ். சுந்தரம்), 30

இங், கதரின், 55

இடைக்காட்டுச் சித்தர் 101, 132

இரத்தினதுரை, புதுவை, 11

இரவிதாஸ், 98

இராகவையங்கார், ரா., 114

இராசாராம், த., 147

இராமகிருஷ்ணன், எஸ்., 113

இராமச்சந்திர கவிராயர், 137

இராமசாமிப் புலவர், சு.அ 149, 181

இராமலிங்க சுவாமிகள், 103

இராமாநந்தர், 98

இராஜமாணிக்கம், முகவை, 109

இளங்கோவடிகள், 84, 122, 128

இளையராஜா, 140

இன்குலாப், 111, 146

உய்யவந்த தேவநாயனார்,
திருவியலூர், 127

உலோகாயதச் சித்தர், 100, 101

எங்கெல்ஸ், பிரடெரிக்., 17, 20, 23, 36,
37, 78, 113

எபிக்கூரஸ், 67

எலியட், டி.எஸ்., 161–162

எலியேசர், ஜி.த., 64

ஔவையார், 51

கச்சியப்ப முனிவர், 131

கடுவெளிச் சித்தர், 32

கண்ணதாசன், 67, 140

கண்ணன், கோ., 72, 148

கண்ணன், ஆர்.கே., 116

கணியன் பூங்குன்றனார், 66

கதிரேசன் செட்டியார், 61–62

கபீர், 98

கம்பதாசன், 54, 107

கம்பன், 93–95, 97, 114, 122

கல்கி, 39

கல்யாணசுந்தரம், பட்டுக்கோட்டை,
29, 54, 110, 139, 146, 150, 173

கலியாணசுந்தரனார், திரு.வி., 106

181

கலைவாணன், 54

காந்தி, மகாத்மா, 78

காமராசன், நா., 65, 146, 179

கார்க்கி, மாக்சிம், 16, 141

கிரியர்சன், எச்.ஜே.சி., 67

கிருஷ்ணமூர்த்தி, ரா., (பார்க்க: கல்கி.) 39

கில், எரிக், 69

கீட்ஸ், 48, 53

குதம்பைச் சித்தர், 132

குமாரன் ஆசான், 45

குயிலன், 107

குருநானக், 98

குலோத்துங்கன்
(வா.செ. குழந்தைசாமி), 71

கைலாசபதி, க., 113–115, 148, 150, 177

கொங்கணச் சித்தர், 132

கோதண்டராமன், மா., 147

கோவூர் கிழார், 85

கோவேந்தன், த., 114

கோன்ட், ஆகஸ்ட், 16

சங்கரராம், 151

சச்சிதானந்தன், வி., 116

சண்முகசுந்தரம், சு., 147

சண்முகதாஸ், அ., 147

சண்முகம், உளுந்தூர்ப்பேட்டை, 61

சண்முகம் – சிவலிங்கம்., 111

சண்முகரத்தினம், என்., 40

சர்மா, சாமிநாத, வெ., 116

சரபோஜி மகாராஜா, 63

சாங்கிருத்தியாயன், ராகுல்., 151

சாண்டில்யன், 39

சாத்தனார், உறையூர் முதுகண்ணன், 84

சாத்தனார், கருவூர்க் கந்தப்பிள்ளை, 85

சாத்தனார், சீத்தலை, 84

சாந்தலிங்க சுவாமி, 130

சாமிநாதன், வெ., 38

சாமிநாதையர், உ.வே., 169–170

சாருமதி, 111

சிடோரோவ், எம்., 114

சிதம்பரநாத முதலியார், டி.கே.,
(டி.கே.சி) 54, 177

சிதம்பரம் பிள்ளை, வ.உ., 58

சிதம்பரனார், சாமி, 145

சிவக்கொழுந்து தேசிகர்,
கொட்டையூர், 137

சிவசேகரம், எஸ்., 71

சிவத்தம்பி, கா., 147

சிவவாக்கியர், 99, 101

சிற்பி, 111, 146

சின்னத்தம்பி, யோ., 64

சின்னப்ப பாரதி, கு., 18

சினோ, சி.பி., 178

சீனிவாசன், எம்.பி., 140

சுந்தரம் பிள்ளை, பெ., 167

சுந்தரமூர்த்தி சுவாமிகள், 52

சுந்தரராஜன், பெ.கோ. (சிட்டி), 71

சுந்தா, 177

சுப்ரமண்யம், க.நா., 38, 66

சுப்பிரமணியம், வ.உ.சி., 60

சுப்பிரமணிய முதலியார், வெ.ப., 37

சுப்பிரமணியன், ச.வே., 147–148

சுப்பிரமணியன், தி.நா.,122

சுப்பிரமணியன், ந., 71

சுப்பிரமணியன், பா.ரா., 147

சுப்பு, கொத்தமங்கலம், 140

சுப்பு ரெட்டியார், ந., 146

சுப்பையன், ஏ.தெ., 111
சுபத்திரன், 11
சும்னெர், வில்லியம் கிரஹம், 20
சுரபி, 107
சூரியநாராயண சாஸ்திரி, வி.கோ., 37, 44, 46, 71
செட்டியார், வி.ஆர்.எம்., 54, 71
செந்தமிழ் – மாறன், 146
செலிஷெவ், இ.பி., 113
சேதுப்பிள்ளை, ரா.பி., 137
சைமன், செயிண்ட், 79
சோமசுந்தர நாயகர், 130
சோமசுந்தர பாரதியார், ச., 43
சோமசுந்தரம், எஸ்., 64
சோமு, (மீ.ப. சோமசுந்தரம்), 54
ஞானசம்பந்தன், அ.ச., 71
ஞானவடிவேலன், சுட, 116
ஞானானந்தன், ஜி., திருப்பத்தூர், 64
டங்கன், டேவிட், 36–37
டார்வின், சார்லஸ், 17, 20, 22
டிலானி, ஷீலா., 102
தணிகைச் செல்வன், 111
தத்துவராயர், வீரையூர், 103, 130, 134
தப்பார், ரொமீலா, 115
தமிழ்ஒளி, 107
தமிழவன், 111, 148
தமிழன்பன், 111, 117
தருமி, 152–153
தருமு சிவராமு, 38
தலையசிங்கம், மு., 38
தாகூர், இரவீந்திரநாத, 53
தாம்ஸன், பிரான்சிஸ், 53
தாம்ஸன், ஜார்ஜ், 89

தாமோதரம் பிள்ளை, சி.உ., 64
தாமேதரம் பிள்ளை, சி.வை., 169, 171, 179
தாயுமான சுவாமிகள், 75
தியாகராசன், தே., (திருமதி), 178
தியாகராஜ சுவாமிகள், 63, 134
தியாகராஜ பாகவதர், எம்.கே., 173
திரிகூடராசப்ப கவிராயர், 137
திருஞானசம்பந்த சுவாமிகள், 124, 126
திருத்தக்க தேவர், 90, 92
திருநாவுக்கரசு சுவாமிகள், 125
திருநாளைப்போவார் நாயனார், 123
திருநீலகண்ட யாழ்ப்பாணர், 123
திருமூலர், 100
திருப்பாணாழ்வார், 123
திருவள்ளுவர் 88
தீத்தாரப்பன், 54
துக்காராம், 98
துரைசாமிப் பிள்ளை, ஔவை சு., 125–126
துரையப்பா பிள்ளை, தெ.அ., 137, 150
தேசிகவிநாயகம் பிள்ளை, 54, 61–62
தேசிகன் ரா.ஸ்ரீ., 71
தேவநேசன், தா.வீ., 72
தொம்சன், டெனில், 174, 176
தொல்காப்பியர், 50, 156
தோதாத்ரி, எஸ்., 39
நக்கண்ணையார், 50–51
நக்கீரர், 152–154
நச்சினார்க்கினியர், 156
நம்மாழ்வார், 52
நாணல் (அ. சீனிவாசராகவன்), 54
நாமதேவர், 98
நாவலர், ஆறுமுக., 155

நுஃமான், எம்.ஏ., 178
நெல்லையப்பர் பரலி, சு., 58
பசுபதி, 116–117
பட்டினத்தார், 101
பரணர், 29
பரமசிவானந்தம், அ.மு., 150
பரிதிமாற்கலைஞர்
(பார்க்க: சூரியநாராயண சாஸ்திரி வி.கோ.),
பரிமேலழகர், 85, 155, 176
பவணந்தியார், 159
பாபநாசம் சிவன், 179
பாம்பாட்டிச் சித்தர், 100–101, 132, 134
பார்த்தசாரதி, இந்திரா, 30
பார்வதிநாத சிவம், ம., 178
பாரதி, கோபாலகிருஷ்ண, 136–137
பாரதி, சுத்தானந்த, 42, 61
பாரதி, சுப்பிரமணிய, 43, 75, 104, 136, 171
பாரதியார், கவிகுஞ்சர, 138
பாரதிதாசன், 54, 106, 107, 137
பாரிமகளிர், 51
பால்கிரேவ், எப்.டி., 49
பிச்சமூர்த்தி, ந., 160
பிள்ளை, கா.சு., 149
பிளக்கனோவ், ஜார்ஜ், 78
பிளேட்டோ, 77
புத்தர், 91
புதுமைப்பித்தன், 39, 67
புரந்தரதாசர், 138
புவியரசு, 146
பூரணலிங்கம் பிள்ளை, எம்.எஸ்., 149
பெர்னாட்ஷா, ஜார்ஜ், 78
பெரியாழ்வார், 128

பேகன், பிரான்ஸிஸ், 16
பேர்க்ஸன், ஹென்றி, 112
பேர்ன்ஸ், எமிலி, 23, 37
பேராசிரியர், 28, 54, 89–90, 125, 156
பைரன், 48, 53
பெனால்ட், லூயி டி., 28
போப், அலெக்ஸாந்தர், 16
போப், ஜி.யூ., 63, 72
மகாதேவன், கே.வி., 140, 146
மகாவீரர், 91
மஹாகவி (து. உருத்திரமூர்த்தி), 54
மதுசூதன தத்தர், மைக்கேல், 45
மருதகாசி, 139
மாணிக்கவாசக சுவாமிகள், 123, 127
மார்க்ஸ், கார்ல், 78
மீரா, 111
மீனாட்சிசுந்தரம் பிள்ளை, த.ச., 148
மீனாட்சிசுந்தரம் பிள்ளை, திரிசிரபுரம், 42
மீனாட்சிசுந்தரனார், தெ.பொ., 122, 148
முத்துசிவன், ஆ., 54
முத்துத்தாண்டவர், 61
முத்தையா, கே.பி., 64
முருகதாஸ், சாது, 144
முருகு – கந்தராசா, 111
முருகையன், 78
மூர்த்தி, து., 117
மௌனகுரு, சி., 111, 147
யோகியார், ச.து.சு., 54
ரகுநாதன், தொ.மு.சி., 39
ரட்கிளிப், எஸ்.கே., 37
ரமணியம்மாள், பெங்களூர், 184
ரவீந்திரன், 65

ராமசாமி நாயக்கர், ஈ.வே., 107
ராஜகோபாலன், கு.ப., 71
ராஜம் கிருஷ்ணன், 39
லூகாக்ஸ், ஜார்ஜ்., 18
லெனின், வி.ஐ., 13, 25, 79, 112
வரதராசன், மு., 71
வாசன், எஸ்.எஸ்., 32
வாமன முனிவர், 96
வானமாமலை, நா., 115
விபுலாநந்த அடிகள், 114, 178
வில்லியம்ஸ், றேமண்ட், 157–158, 173
விட்மன், வால்ட், 16
வினோபா பாவே, 78
விஸ்வநாதன், எம்.எஸ்., 140
வீராசாமி, தா.வே., 147
வேங்கடசாமி, மயிலை, சீனி., 147
வேங்கடரமணி, கா.சீ., 151
வேட்ஸ்வொர்த், 48

வேதகிரி முதலியார், சு., 43
வேதநாயக சாஸ்திரியார், தஞ்சை, 61, 63, 72
வேதநாயகம் பிள்ளை, 61
வேபர், மாக்ஸ், 22
வேலுச்சாமி, ப., 111
வையாபுரிப் பிள்ளை, எஸ்., 148
ஜானகிராமன், தி., 30, 40
ஜீவானந்தம், ப., 117
ஜெயகாந்தன், 30, 35, 39
ஸ்ரீபால், ஜீவபந்து, 114
ஷண்முகசுந்தரம், ல., 151
ஷா, மார்ட்டின், 25
ஷெல்லி, 48, 53, 54
ஸ்கொற், வில்பர்., 161
ஸ்பென்சர், ஹெற்பெர்ட், 19
ஹீசியொட், 88, 89, 90, 113
ஹோமர், 88

நூல்கள், சஞ்சிகைகள் அகர நிரல்

அண்ணா தமிழும் முற்காலத் தமிழும், 116

அணியியல், 45

அவிரோத உந்தியார், 130

ஆக்க இலக்கியமும் அறிவியலும், 40

ஆரணாதிந்தம், 135

இக்காலக் கவிதைகள்: மரபும் புதுமையும், 117

இசை நுணுக்கம்,118

இசை மரபு, 118

இந்திரகாளியம், 118

இயற்கைத் தேர்வின் மூலம் இனவகைகளின் தோற்றம் பற்றி, 17, 20

இயற்கையின் இயக்கவியல், 17

இராம நாடகக் கீர்த்தனை, 60

இராமாயணம், 93

இலக்கண விளக்கம், 44, 160

இலக்கியக் கட்டுரைகள், 114

இலக்கியக் கலை, 71

இலக்கிய மரபு, 71

இலக்கியமும் திறனாய்வும், 70, 74

இளவேனில், 54, 72

உபத்திரா பத்திரம், 73

உரையாசிரியர்கள், 118, 121, 156, 176, 177

ஊர்வசி, 53

எங்கள் தேசநிலை, 137

எட்டுத்தொகை, 45–46, 49

எழுத்து, 6, 14, 19, 25, 38, 64, 107–108, 158, 170, 174

ஐங்குறுநூறு, 119

ஒப்பியல் இலக்கியம், 70–71, 113–114, 148–149

கச்சிக் கலம்பகம், 71

கடம்பவன புராணம், 176

கண்டறியாதது, 72

கண்ணன் என் கவி, 71

கண்ணன் பாட்டு, 124

கணையாழி, 74

கந்தபுராணம், 130

கம்பன் கண்ட அரசியல், 114

கம்பராமாயணம், 169

கம்யூனிஸ்ட் கட்சியின் அறிக்கை 74, 113

கம்யூனிஸம்: ஓர் சுருக்க விளக்கம், 117

கல்யாண வாழ்த்துதல், 135

கலித்தொகை, 169–170

கலையும் இலக்கியமும், 117

கவிதை மின்னல், 71

கன்னிகா, 74

காஞ்சிப் புராணம், 130

கீதரசமஞ்சரி (இதோபதேச), 137

குயிற்பாட்டு, 43

சிகரம், 20, 150

சித்தர் பாடல்கள், 67, 114, 127, 134, 149

சித்தாந்த உந்தியார், 130
சிந்தனைச் சோலை, 150
சிலப்பதிகாரம், 122, 128
சிவபுராணம், 52
சீகாளத்திப் புராணம், 176
சீவகசிந்தாமணி, 92–93
சுயசரிதை (வ.உ.சி.), 72
சுவதேசக்கும்மி, 137
செந்தமிழ் 97, 114–115, 121–123, 134, 146, 178
செபமாலை, 135
செம்மலர், 64, 150
சேதுபுராணம், 130
சைவ இலக்கிய வரலாறு, 148
சொற்கலை விருந்து, 177
சொற்களின் சரிதம், 148
சோஷலிஸ சித்தாந்தமும் கலாசாரமும் குறித்து, 112
ஞானத்தச்சன் நாடகம், 136
ஞானபத கீர்த்தனங்கள், 135
ஞானபோதினி, 46
ஞானவுலா, 135
தணிகைப் புராணம், 130–131
தமிழ் இலக்கிய வரலாறு, 114, 148–149
தமிழ் நாவல் இலக்கியம், 74, 112, 115
தமிழ் நாவலர் சரிதை, 176
தமிழ்ப் புலவர் வரிசை, 149
தமிழ்ப் பொழில், 148
தமிழ் விடு தூது, 176
தமிழக நாட்டுப் பாடல்கள், 147
தமிழர் நாட்டுப் பாடல்கள், 115
தமிழின் மறுமலர்ச்சி, 114
தனிப்பாசுரத் தொகை, 46, 71

தனிப்பாடல் திரட்டு, 45
தாமரை, 64, 150
தாயுமானவர் பாடல், 67
திருக்களிற்றுப்படியார், 127
திருக்காவலூர்க் கலம்பகம், 63
திருக்குற்றாலக் குறவஞ்சி, 126
திருக்குறள், 66, 99, 155, 169
திருக்கோவையார், 125
திருச்சதகம், 52
திருச்சபைப் பாட்டுப் புத்தகம், 73
திருநாகைக்காரோணப் புராணம், 42
திருநூற்றந்தாதி, 114
திருப்பல்லாண்டு, 52
திருப்பொற்சுண்ணம், 52
திருமயிலை யமக அந்தாதி, 176
திருமொழி (பெரியாழ்வார்), 128
திருவம்மானை, 52
திருவாசகம், 52
திருவிசைப்பா, 52
திருவிளையாடற் புராணம், 130, 176
திருவுந்தியார், 127, 130
திருவெம்பாவை, 52
தில்லித் தமிழ்ச் சங்கம் வெள்ளிவிழா மலர், 178
திறனாய்வுக் கட்டுரைகள், 117, 148
தேசபக்தன் கந்தன், 151
தேம்பாவணி, 63
தேய்ந்த லாடம், 116
தொல்காப்பியம், 50, 85, 121
தோணி வருகிறது, 117
நந்தனார் சரித்திரக் கீர்த்தனை, 60
நரி விருத்தம், 93, 114
நன்னூல், 176

நாட்டுப்புற இலக்கியத்தின் செல்வாக்கு, 147

நாட்டுப்புறப் பாடல்கள் திறனாய்வு, 147, 149

நாலடியார், 86

நாவலர் மாநாடு விழா மலர் (1969), 148

நில உச்சவரம்புக் கொள்கை, 148

நெடும்பகல், 72

பண்டைத் தமிழர் வாழ்வும் வழிபாடும் 114, 148, 177

பத்துப்பாட்டு, 46

பத்தொன்பதாம் நூற்றாண்டு கற்பனா சோஷலிசம், 112

பதினெண் கீழ்க்கணக்கு, 88

பரதசேனாபதியம், 118

பராபரன் மாலை, 35

பரிதிமாற் கலைஞர் நூற்றாண்டு விழா மலர், 71

பாஞ்சாலி சபதம், 177

பாடுதுறை, 134

பாரத சக்தி மகாகாவியம், 42

பாவலர் விருந்து, 44, 46

பிரபஞ்சத்தின் இயல்பு, 67

புதிய தலைமுறை, 64

புலமை, 12, 42, 48, 72, 148

புறநானூறு, 177

பெரியபுராணம், 130

பெருந்தமிழ், 149

பெத்லஹேம் குறவஞ்சி, 135

பேரின்பக் காதலும் தியானப் புலம்பலும் 135

பொதுமை வேட்டல், 106, 116

பொதுவுடைமைதான் என்ன ?, 151

பொருநராற்றுப்படை, 120

பொற்களஞ்சியம், 49

பொன்னியின் புதல்வர், 177

மக்கள் ஒழுகலாறுகள், 20

மங்கலக் குறிச்சிப் பொங்கல் நிகழ்ச்சி, 43

மதுரை மீனாட்சி குறம், 126

மநு வியாக்கியான சதகம், 43

மநுநீதி சதகம், 43

மரகதம், 180

மல்லிகை, 178

மறைந்துபோன தமிழ் நூல்கள், 129, 147

மனோன்மணீயம், 167

மார்க்சிசம் என்றால் என்ன ?, 37

மாரிவாயில், 43

முக்கூடற் பள்ளு, 127

முட்கள், 115

முருகன் ஓர் உழவன், 151

மேருமந்தர புராணம், 96, 99

மேற்குக் காற்று, 53

யாழ் நூல், 114

வரலாறும் வக்கிரங்களும், 115

வள்ளுவன் கண்ட வாழ்வியல், 113

வாய்மொழி இலக்கியம், 120, 150

வாலைக்கும்மி, 132

வானம்பாடி, 64, 111

விவரண சமூகவியல், 37

வினோபா பாவே, 78

வீராயி, 107, 116

வெளிச்சங்கள், 73

ஜெயகாந்தன்: – ஒரு விமர்சனம், 39

ஸ்வசரிதை, 43, 58–60, 177

பொருள் அட்டவணை

அகத்திணைப் பாடல்கள், 15, 50
அகத்திணை மரபு, 43
அகவற்பா, 58, 122
அச்சுக் கலை, 171
அடிமை முறைச் சமுதாயம், 180
அதீத தனிநபர் வாதம், 74
அந்தாதி, 42–43, 176
அந்நியமயப்பாடு, 64
அரசவை இலக்கியங்கள், 33
அவைதிகர், 156, 189
அழகியல், 12, 40, 159
அறநெறிப் பாடல், 49
அறம் (கோட்பாடு), 83
அனுபவ வாதம், 22
ஆக்க இலக்கியம், 28, 40
ஆகாய விமானம், 166
ஆண்டான், 157
ஆண் பெண் உறவு, 15
ஆரிய – திராவிட பிரச்சினை, 27
ஆழ்வார்கள், 123, 125, 126, 144
ஆற்றுப்படை இலக்கியம், 120
ஆன்மிகப் பொதுவுடைமை, 91
ஆனந்தக் களிப்பு, 42, 133
இசை, 45, 48, 54–55, 61, 63, 72, 93, 98, 118–123, 125–128, 132, 134, 138–140, 142, 168, 175

இசைத் தட்டுகள், 173
இசை நாடகங்கள், 126
இசை நுவல் மரபு, 45
இரங்கற்பா, 62
இயக்க இயல், 23, 36–37
இயக்க மறுப்பியல், 23
இயல்நிலை, 20
இயற்கைத் தேர்வு, 17, 20
இயற்கையதீதம், 67, 103
இயற்கையோடியைந்த வாழ்வு, 113
இயற்பண்புவாதிகள், 30
இரசனை, 163
இருமுனை வாதம், 69
இலக்கிய உத்திகள், 30, 150
இலக்கியத்தின் சமூகவியல், 28, 163
இழிசினர் வழக்கு, 121
இறை நம்பிக்கை, 16, 103
இறையியல்வாதிகள், 97
இனவாதம், 27
உணர்வு நலன், 153, 156, 162–163
உந்தி, 128–130
உபநிடதம், 155
உயர்ந்தோர் குழாம், 167
உயர்ந்தோர் வழக்கு, 121
உருவ அமைதி, 173
உரைநடை இலக்கியம், 65, 104

உலகியல், 12, 86, 91, 95
உலா, 42
உளவியல் நுணுக்கம், 30
ஊஞ்சல், 43
ஏகாதிபத்தியம், 26, 38
ஏட்டுச்சுவடிகள், 169–170
கண்ணி, 53, 75, 132, 133, 135
கதாப்பிரசங்கம், 175
கதை கூறும் போக்கு, 30
கதைப் பாடல், 42, 49, 178
கருத்துமுதல் வாதம், 73, 101
கல்வி , 3, 11–12, 20, 48, 58–60, 66, 95, 108, 114, 159–160, 165–166, 171–172
கல்வியின் சமூகவியல், 28
கலம்பகம், 42–43, 63
கலாசாரப் பொதுமை, 94
கலாசாரம், 26, 112, 154, 158, 177
கலை, 11, 13, 26, 40, 69, 71, 74, 96, 118, 120–122, 128, 140–142, 149, 153, 158, 160, 162–163, 171, 173, 180
கற்பனா சோஷலிஸம், 78, 112, 114
காப்பியம், 41, 42
காரிகை, 43, 48, 160
காலனித்துவம், 38
கால்வாய், 166
கிரேக்கர், 41
கிறிஸ்தவம், 62,–64, 72, 134–136
கீர்த்தனை, 60–63, 73, 127
குடியேற்ற நாடுகள், 26
கும்மி 127, 132–133, 135, 137
குழந்தைப் பாடல்கள், 42
கூத்தர், 118–119
கூத்து, 53, 118, 120, 128–130, 142, 175

கைத்தொழில், 27, 65, 109, 157–158, 168, 177
கைத்தொழில் நாடுகள், 157
கொத்தடிமை, 94
கோவை, 42–43, 73, 108
சங்ககாலம், 83
சங்கப் புலவர்கள், 153
சங்கமருவிய காலம், 83
சதகம், 43, 52
சமணம், 86, 90–91
சமயத்தின் சமூகவியல், 28
சமயாசமயப் பாடல், 42
சமரச மார்க்கம், 97
சமூக அங்கதம், 30
சமூக டார்வினிசம், 20
சமூகவியலாளர், 19, 23, 30, 81
சனநாயகம், 157–158
சாதிப் பாகுபாடு, 136
சாஸ்திரீய இசை, 121
சித்தர்கள், 98, 99–101, 131–134, 149
சித்தர் பாடல்கள், 67, 114, 127, 134, 149
சிந்து, 53, 124–125, 127, 129, 132–133, 135, 137–138
சிறுதெய்வ வழிபாடு, 121
சினிமா (பார்க்க: திரைப்படம்.),32, 146
சீர்திருத்தக் கோரிக்கைகள், 21
சுத்த இலக்கியவாதிகள், 66
சுரண்டல், 33
சைவம், 68, 100, 127–128
சோழப் பேரரசு, 127, 131
சோஷலிசக் கருத்துக்கள், 34, 77
சோஷலிசப் புரட்சி, 80
சோஷலிஸம் 26, 78–80, 112, 114

டார்வினிசம், 20
தடையற்ற வணிகக் கொள்கை, 19
தத்துவ இயல், 13, 16, 22–25, 28, 37, 79, 80
தத்துவ ஞானப் பாடல்கள், 134
தத்துவ ஞானிகள், 23
தத்துவ விசாரம், 30
தலபுராணம், 130
தன்னார்வ முனைப்புவாதம், 76
தன்னுணர்ச்சிப் பாடல், 42, 47, 49, 54–55, 58, 66–68, 70–71
தனிப்பாடல், 41, 44–45, 49
தனிமனித ஆளுமை, 56
தனிமனித வாதம், 65
தார்மீக புனருத்தாரண இயக்கம், 113
திரைப்படம் 134, 164, 167–168, 172–173, 175, 179
திவ்விய பிரபந்தங்கள், 123
திறனாய்வாளர், 55, 62, 73, 157, 161, 174, 178
திறனாய்வு, 9, 12, 29, 70, 74, 117, 147, 148–154, 156, 158–163
தூய்மைவாதம், 66
தேவாரங்கள், 52
தொகை நூல்கள், 45
தொடர்ச்சித்திரங்கள், 166
தொலைக்காட்சி, 12, 164, 166
தொழிலாளர் வர்க்கக் கட்சி, 102
தொழிற்சங்கம், 21, 106
தொழிற்பாடல்கள்,16, 119, 123, 140
நசிவிலக்கியம், 111
நடைச்சிறப்பு, 30
நவீன சமுதாயம் பார்க்க: (வெகுஜன சமுதாயம்),168–169
நவீன சமூகவியல், 17
நவீன தமிழ்க்கவிதை, 41, 60
நாட்டார் பண்பாட்டியல், 130–131
நாட்டார் பாடல்கள், 118, 122–125, 127–128, 130–131, 134–138, 141–142, 151
நாடகக் கவிதை, 41
நாடகம், 111, 126, 134, 135, 136, 150
நாத்திகம், 91
நாயன்மார்கள், 123, 125–126, 144
'நியூவேவ்', 35
நிலமானிய சமுதாயம், 160
நீராவிக் கப்பல், 166
நூல், 2, 6, 14, 20, 23, 29, 37, 40, 43, 45, 73–74, 86, 112–117, 127, 134, 149–150, 156, 160, 164, 170, 179
நூலாசிரியன், 161
நெப்போலியன், 18
படிமுறை வளர்ச்சிவாதி, 21
பண்கள், 120
பண்ணையடிமைகள் (பார்க்க: கொத்தடிமைகள் பண்பாடு), 103, 113
பத்திரிகை, 12, 164, 168, 175
பதிகம், 52, 60, 124
பரிணாம வளர்ச்சி, 20
பல்லவர் காலம், 60, 123, 144
பாட்டாளி வர்க்கம், 158
பாடினி, 119
பாணன், 119–120
பாத்திர வார்ப்பு, 30
பாதீடு, 85
பாதை, 79, 108
பாமரர் இசை, 121
பாரமார்த்திகக் கோட்பாடு, 52
பாலியர் பிறழ்ச்சி, 64
பாவனை நவிற்சி, 48

பிரபந்தம், 42, 160
பிரமாணம், 127
பிரெஞ்சுப் புரட்சி, 18
பிள்ளைத் தமிழ், 44
புகையிரதம், 166–167
புதுக்கவிதை, 64–65, 71, 73–74
புரட்சி, 18, 25, 41, 71, 102, 104–105, 158
புராணங்கள், 42, 96, 130
புராதன மக்கட் கூட்டம், 30
புலக்கொள்கைத் தத்துவம்,
புலமைச் செய்யுள், 42
புறத்திணை, 50
புறநிலை யதார்த்தம், 24
பூர்வீக குடிகள், 30
பூர்வீக பொருள்முதல் வாதம், 91
பூர்ஷ்வா சமூகவியல்வாதிகள், 29–30
பூர்ஷ்வா வர்க்கம், 68–70
பெருந்தெய்வ வழிபாடு, 121
பெருவணிக நிறுவனங்கள், 32
பொதுசன தொடர்பு சாதனங்கள், 163, 179
பொதுமைச் சிந்தனைகள் (பார்க்க: சோஷலிஸக் கருத்துக்கள்), 77
பொதுவியல், 120, 140
பொதுவுடைமைக் கோட்பாடு, 106
பொதுவுடைமைச் சமுதாயம், 79, 83, 86, 119
'பொப்' இசை,
பொருள்முதல் வாதம், 192
பொருள்முதல் வாதம் (மெய்யியல்) 24
பொருளாதாரவாதிகள், 20
போக்குவரத்துச் சாதனங்கள், 167
பௌத்தம், 86, 90–91

பௌதீக வதீதவாதம், 101
மதப்பூசல், 27, 103
மரபு வழிப் பிரபந்தங்கள், 42
மருத நிலம், 121
மனித ஒழுகலாறு, 15
மனிதாபிமான உணர்வு, 34–35, 103
மார்க்சிசம், 11, 13, 38, 79, 102, 109, 115, 177
மானிடவியல், 12, 26, 30
முதலாளிவர்க்கம் (பார்க்க: பூர்ஷ்வா வர்க்கம் முதலாளித்துவக் கொள்கை)
முதலாளித்துவ சமுதாயம், 25, 31, 33, 69, 179
முல்லை நிலம், 121
முற்போக்கு இலக்கியம், 3, 40, 110
மெல்லிசை, 168
யதார்த்தம், 31, 33–34, 73, 90, 154
'ரொமான்டிக்' இயக்கம் (பார்க்க: பாவனை நவிற்சி), 53
லீலை, 42
வகுப்பு வாதம், 27
வர்க்க உணர்வு, 158
வர்க்கச் சார்பு, 29, 158
வர்க்க போதம், 158
வர்க்கப் போராட்டம், 79, 158
வர்க்கம், 68–70, 108, 121, 158, 177
வர்க்க வேறுபாடுகள், 29, 122, 168
வரலாறும் வக்கிரங்களும், 115
வரலாற்றியல் பொருள்முதல் வாதம், 25
வருண–இன முரண்பாடு, 107
வருணங்கள், 121
வருணனைப் பாடல், 49
வருணாசிரம தர்மம், 99, 141

வலுக் கொள்கை, 20
வழக்குத் தமிழ், 57
வளர்முக நாடுகள், 166
வாய்மொழிப் பாடல்கள், 41,
வானொலி, 12–13, 54, 153, 164–165, 167–168, 172–173, 175
விஞ்ஞான சோஷலிஸம், 78
விஞ்ஞானத்தின் சமூகவியல், 28
விஞ்ஞானம், 17, 176
விமரிசனம் (பார்க்க: திறனாய்வு), 154–155
விருத்தப்பா, 59, 123

விவிலியம், 15
விளையாட்டுப் பாடல்கள், 123
விறலியர், 119
வீரயுகம், 88, 147
வெகுஜன சமுதாயம், 169, 171–172, 196
வெண்பா, 42, 132
வேத்தியல், 120, 140
வேதம், 15, 80, 100, 155–156
ஹெகலிய வாதம், 23
ஃபேபியனிஸம், 112

க. கைலாசபதியின் பிற நூல்கள்

(காலச்சுவடு வெளியீடு)

அடியும் முடியும்

(கட்டுரைகள்)

க. கைலாசபதி

ரூ. 275

இறைவனின் அடியும் முடியும் காண இயலாதென்பது நம்பிக்கை. இறைவன் படைத்த எதனையும் எல்லை காண இயலாதென்பது உட்பொருள். இடையறாமல் முயன்றால் எப் பொருளாயினும் எல்லை காணலாம் என்பது ஆராய்ச்சி.

'காலத்தொடு கற்பனை கடந்த' கடவுளை வாழ்த்தும்போதும் காலத்தின் சாயல் படியாத கற்பனை இல்லை. கடவுளும் காலத்தைக் கடக்கவில்லை.

ஆதிகவி வான்மீகி முதல் அண்மைக்காலப் புனைகதையாசிரியர்வரை அகலிகை கதையைத் தத்தம் காலத்தில் நின்று அணுகியுள்ளனர். இக்கதைகளினூடே மாறிவரும் கற்புநெறியைக் காணமுடிகிறது.

கண்ணகி கதையின் வித்துகள் சங்க இலக்கியத்தில் காணப்படுகின்றன. அவை சிலப்பதிகாரமாய், நாட்டுப்புறக் கதைப்பாடலாய்ப் பின்னர் விரிந்தன. சிலப்பதிகாரம் பற்றிய கண்ணோட்டம் காலந்தோறும் சூழல்தோறும் மாறிவருகிறது. இவற்றைக் கடந்து சிலப்பதிகாரச் செய்தியைக் காண வேண்டும்.

சுந்தரர் 'திருநாளைப் போவார்' எனக் காரணப்பெயர் மட்டுமே சுட்டுகிறார். நம்பியாண்டார் நம்பி சில வரலாற்றுக் குறிப்புகள் தருகிறார். சேக்கிழார் சேரிப் பின்புலத்தொடு கதையாக்குகிறார். கோபாலகிருஷ்ண பாரதியிடம் 'நந்தனார் சரித்திரக் கீர்த்தனை' சமய வரம்புக்குட்பட்டு வர்க்க முரண்பாட்டுக் கூறுகள் பொதிந்த நாடகமாகப் பரிணமிக்கிறது.

இவ்வாறெல்லாம் கோட்பாட்டுக் கண்கொண்டு கைலாசபதி தமிழிலக்கியத்தில் காணும் சில கருத்து மாற்றங்களை இந்நூலில் அலசி ஆராய்ந்துள்ளார்.

அரைநூற்றாண்டுக்குப் பின்னும் ஆய்வுக் கூர்மை குன்றாத இக்கட்டுரைகள், கல்விப்புல வறட்டுத் தளத்திலிருந்து முற்றிலும் வேறுபட்டு, தம் நடைநயத்தால் நம்மை வயப்படுத்துகின்றன.

பா. மதிவாணன்

ஒப்பியல் இலக்கியம்

(கட்டுரைகள்)

க. கைலாசபதி

ரூ. 275

'ஒப்பியல் இலக்கியம்' என்னும் செறிவான தொடரைத் தமிழுக்குத் தந்தவர் க.கைலாசபதி. அதன் தருக்கரீதியான பொருத்தத்தை இந்நூல் நிறுவுகிறது. ஒப்பியலின் அறிவியல் அடிப்படைகளைத் தெரிவுறுத்தித் தமிழில் இந்த முறையானது போதிய அளவு வளராமைக்கான காரணங்களை முதல் கட்டுரை விவரிக்கிறது. இதை வாயிலாகக் கொண்டு நுழையும் வாசகர் சங்கச் சான்றோர் செய்யுள் தொடங்கிச் சமகாலத் தமிழிலக்கியம் வரை – பரணர் முதல் பாரதி வரை - ஒப்பியலின் ஒளியில் கண்டு தெளிய முடியும். 1960களில் எழுதப்பட்டு இக்கட்டுரைகள் அரை நூற்றாண்டுக்குப் பின்னும் அறிவுக்கு விருந்தாகத் திகழ்கின்றன. ஒப்பியலின் தத்துவங்களையும் ஆய்வுச் செயல்முறையையும் அறிய ஆர்வமுள்ள மாணவர்களுக்கு இந்நூல் நல்ல வழிகாட்டியாகும். தமிழ் உயர் கல்வியுலகில் உலகளாவிய மிகச் சில ஒப்பியல் இலக்கிய அறிஞருள் ஒருவராக மதிக்கப் பெறும் கைலாசபதியின் ஆய்வுத் தரங்குன்றாச் சரள நடையை இந்நூலிலும் உணர்ந்து திளைக்கலாம்.

பா. மதிவாணன்

பண்டைத் தமிழர் வாழ்வும் வழிபாடும்

(கட்டுரைகள்)

க. கைலாசபதி

ரூ. 275

இம்மென் கீரனார் முதல் இன்குலாப் வரை ஒட்டுமொத்தத் தமிழ் இலக்கியப் போக்கையும் புலமைப் பின்னணியோடும் பல்துறையறிவோடும் ஒப்பிலக்கிய ஒளியில் கண்டு, சான்றாதார வலிமையும் தருக்க நெறியும் நடைநயமும் கொண்டு, தீர்க்கமான முடிவுகளை முன்வைத்துத் தமிழாராய்ச்சியுலகில் தம் தனித்துவத்தை நிறுவிக்கொண்டவர் க. கைலாசபதி.

கைலாசபதியின் அணுகுமுறையில் மார்க்சியம் துருத்தி நிற்காமல் இழையோடியது; கட்சி மார்க்சியரைக் கடந்தும் தமிழ் ஆய்வுலகில் தவிர்க்கவியலாச் செல்வாக்கு செலுத்தியது. அந்தச் செல்வாக்கைத் தொடங்கிவைத்த நூல் 'பண்டைத் தமிழர் வாழ்வும் வழிபாடும்.'

பா. மதிவாணன்

பாரதி ஆய்வுகள்

(கட்டுரைகள்)

க. கைலாசபதி

ரூ. 245

மகாகவி பாரதி பற்றிக் கால் நூற்றாண்டு இடைவெளியில் க. கைலாசபதி எழுதிய இக்கட்டுரைகளில் அவரது சீரான பார்வைப் பரிணாமத்தைக் காண முடிகிறது.

தமிழ்ப் புலமை, இதழியல், அரசியல், சமூகச் சீர்திருத்தம், ஆன்மிகம் எனப் பன்முகத் துறைகளிலும் தம் தனி முத்திரை பதித்தவர்; கவிஞராக மேலாங்கி மிளிர்ந்தவர் பாரதி.

பாரதியை உருவாக்கியதில் அவரது தனித்திறனுக்கு இடமில்லாமலில்லை. ஆனாலும் முந்திய தமிழிலக்கியங்களில் புலமை, வேத உபநிடதங்கள் தொட்டுத் தொடரும் பன்மொழி இந்திய இலக்கிய அறிவு, மேலை – ஜப்பானிய இலக்கியத் திளைப்பு, உலகளாவிய அரசியல் சமூக நிகழ்வுகள், சிந்தனைப் போக்குகளில் ஈடுபாடு முதலிய அனைத்தின் செல்வாக்கும் பாரதியை உருவாக்கியிருக்கின்றன.

பாரதி என்னும் பேராளுமையைத் துலக்கிக் காட்டுவது அவ்வளவு எளிதானதல்ல. சற்றேனும் பாரதியை ஒத்த புலமையும் கவிதை உணர்வுநலனும் கொண்டோர்க்கே அது இயலும். அத்தகைய ஆய்வாளுமை கைலாசபதியிடம் இருந்ததை இந்நூல் காட்டுகிறது.

'பாரதி இயல்' என்னும் நிலையில் அடுத்தடுத்த கட்டங்களில் ஆராய்தல், பதிப்பித்தல் முதலியவற்றுக்கும் வழிகாட்டியிருக்கிறார் கைலாசபதி.

பா. மதிவாணன்

தமிழ் நாவல் இலக்கியம்

(ஆய்வு நூல்)

க. கைலாசபதி

ரூ. 290

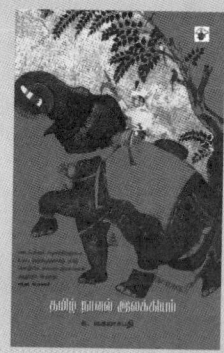

இலக்கியத்துக்கும் சமுதாயத்துக்கும் இடையே உள்ள உறவு பற்றிய மிக முக்கியமான தத்துவார்த்த நூல் என்ற வகையில் கைலாசபதியின் 'தமிழ் நாவல் இலக்கியம்' தமிழில் வெளிவந்த இலக்கியம் பற்றிய நூல்களில் சிறப்பிடம் பெறுகின்றது.

எம்.ஏ. நுஃமான்

தமிழுக்குள் நாவல் புதிதாகப் புகுந்தது; எழுத்தறிவுப் பரவலையொட்டி வளர்ந்தது; இலக்கியமா இல்லையா என்னும் விவாதத்தில் சிக்கி நிலைபெற்றது. தோன்றி அரை நூற்றாண்டு கடந்தும் தமிழ் உயர்கல்வியுலகம் நாவலை எதிர்கொள்ளத் தடுமாறியது. இத்தகு சூழலில் கலாநிதி க. கைலாசபதி வரலாறும் திறனாய்வும் கலந்த நோக்கில் 1950களில் தமிழ் நாவல்களைக் கண்டு காட்ட முற்பட்டார். தொடர்ந்து அவர் எழுத நேர்ந்த பிற கட்டுரைகளும் சேர்ந்து 'தமிழ் நாவல் இலக்கியம் – திறனாய்வுக் கட்டுரைகள்' என இந்நூல் உருப்பெற்றது.

நெடுங்கதையாயினும், நாவல் காப்பியத்திலிருந்து வேறுபட்டது; புனைகதையாயினும், சிறுகதையிலிருந்து வேறுபட்டது; பெரிதும் யதார்த்தவாதம் சார்ந்தது; இயற்பண்புவாத இடையீடு கொண்டது என இந்நூல் விளக்குகிறது. தமிழ்நாவல் வரலாற்றுப் போக்கில் தழுவல்களின் பின்னணியையும் தராதரத்தையும் இந்நூல் அலசுகிறது; 1960கள் வரையிலான தமிழ் நாவல் போக்கை மதிப்பிடுகிறது.

கைலாசபதி அதுவரை வெளிவந்த குறிப்பிடத்தக்க பல நாவல்களைத் தமக்கேயுரிய நடையில் சரளமாகத் திறனாய்ந்து காட்டியிருப்பதைப் படிப்பது அறிவார்ந்த சுவை நல்கும் அனுபவமாகும்.

பா. மதிவாணன்

கவிதை நயம்

(திறனாய்வு)

க. கைலாசபதி, இ. முருகையன்

ரூ. 125

கவிதை மிகப் பழைய இலக்கிய வடிவம்; காலந்தோறும் மெருகேறி வருவது; எதனையும் பொருளாகக் கொள்வது; வகைவகையாக அமைவது; சொற்களால் உருப்பெறுவது; கவிஞனின் தனித்திறனையும் கோருவது; வெளிப்படையாகவோ உள்ளார்ந்த நிலையிலோ ஓசை நயம் உடையது.

கவிதையை இயல்பாகச் சுவைக்கலாம். ஆனால் அதன் நுட்பத்தைக் காணவும் திறனாய்வு செய்யவும் பயிற்சி வேண்டும். பயில்வதெனில் கவிதைக்கூறுகளை அறிய வேண்டும்; அக்கூறுகள் இயைந்து நின்று கவிதையாவதை இனங்காண வேண்டும்; உண்மைக் கவிதையைப் போலியிலிருந்து பிரித்தறிய வேண்டும்.

கோட்பாட்டு மேற்கோள்களால் அச்சுறுத்தாமல், இவ்வாறெல்லாம் பேராசிரியர் கைலாசபதியும் கவிஞர் முருகையனும் கைப்பிடித்து அழைத்துச்சென்று கவிதை நயம் காட்டுகிறார்கள்.

பா. மதிவாணன்

இலக்கியமும் திறனாய்வும்
(ஆய்வு நூல்)

க. கைலாசபதி

ரூ. 175

மொழிக்கும் இலக்கியத்துக்குமான உறவு, இலக்கியக் கோட்பாடுகள், திறனாய்வுக் கொள்கைகள், நடையியல் எனப் படிப்படியாகத் திறனாய்வுலகிற்குள் அழைத்துச் செல்கிறார் கைலாசபதி. முந்தைய இலக்கிய விளக்க மரபுகளிலிருந்து திறனாய்வு வேறுபடுவதைத் தெள்ளத் தெளிவாகக் காட்டுகிறார். திறனாய்வு ஒரு தனித்துறை என்பதை உணர்த்துகிறார். தமிழின் நவீனத் திறனாய்வு வரலாற்றுப் போக்குகளை வகைப்படுத்தி, அவற்றின் வன்மை மென்மைகளைக் காட்டுகிறார். மாணவர்கள் அக்கருத்துகளைப் பொருத்திப் பயில்வதற்காகப் பிற்சேர்க்கையாகச் சில கவிதைப் பகுதிகளையும் தந்துள்ளார். இந்த நூல் வெளிவந்ததற்குப் பின்னான அரை நூற்றாண்டில் தமிழில் வெவ்வேறு திறனாய்வுக் கோட்பாடுகள் எழுச்சி பெற்றுள்ளன. இந்தப் போக்குகளை விளங்கிக்கொள்ள வழிகாட்டியாகவும் 'இலக்கியமும் திறனாய்வும்' திகழ்கிறது.

பொருள் ஆழங்குன்றாமல் விளங்க வைக்கிறது கைலாசபதியின் தமிழ் நடை.

பா. மதிவாணன்